ஒரு ஊரில் ரெண்டு மனிதர்கள்

பிரபஞ்சன்

டிஸ்கவரி பப்ளிகேஷன்ஸ்
எண்: 9, பிளாட் எண்: 1080A, ரோஹிணி பிளாட்ஸ்
முனுசாமி சாலை, கே.கே.நகர் மேற்கு,
சென்னை - 600 078. பேச: 99404 46650

வெளியீட்டு எண் : 0117

ஒரு ஊரில் ரெண்டு மனிதர்கள் (சிறுகதைகள்)
ஆசிரியர்: **பிரபஞ்சன்**
பிரபஞ்சன் அறக்கட்டளை©

ORU OORIL RENDU MANIDHARGAL
Author: **Prapanchan** ©

Discovery 1st Edition : Nov - 2023
168 Pages
Print in India
ISBN: 978-93-91994-62-4
Rs.220

Publisher • Sales Rights

Discovery Publications	**Discovery Book Palace (P) Ltd**
No. 9, Plot,1080A, Rohini Flats, Munusamy Salai, K.K.Nagar West, Chennai - 78. Tamilnadu, India. Mobile: +91 99404 46650	No. 1055-B, Munusamy Salai, K.K.Nagar West, Chennai-600 078. Ph: (044) 4855 7525 Mobile: +91 87545 07070

discoverybookpalace@gmail.com / www.discoverybookpalace.com

இந்த நூலில் பிரசுரமாகியுள்ள எந்த ஒரு பகுதியையும் எழுத்துபூர்வமான முன்அனுமதி பெறாமல் எடுத்தாள்வதோ, மறுபிரசுரம் செய்வதோ, மொழியாக்கம் செய்வதோ, ஊடகங்களில் மறுபதிப்புச் செய்வதோ, காப்புரிமைச் சட்டப்படி தடை செய்யப்பட்டுள்ளது. இந்த நூலிலிருந்து சில பகுதிகளை மேற்கோள்காட்டி நூல்அறிமுகம் செய்யலாம்.

உங்கள் மொபைல் போனிலிருந்து ஸ்கேன் செய்து 'டிஸ்கவரி புக் பேலஸ்' மொபைல் ஆப்பை டவுன்லோடு செய்து, புத்தகங்களை வாங்குங்கள்.

Scan and download

பதிப்புரை

பிரபஞ்சன் எனும் புனைபெயரில் எழுதிய சாரங்கபாணி வைத்திலிங்கம், பிரஞ்சியர் ஆண்ட புதுச்சேரியில் 27.04.1945ல் பிறந்தவர். பள்ளிக் கல்வியைப் புதுச்சேரியிலும், தஞ்சைக் கரந்தைத் தமிழ்ச் சங்கத்தில் புலவர் கல்வியும் கற்றவர்.

1961ஆம் ஆண்டு அவரது முதல் கதை பிரசுரம் கண்டது. 2017 வரை அவர் எழுதிய சிறுகதைகளில் 16 கதைகள் தேர்ந்தெடுக்கப்பட்டு 'ஒரு ஊரில் ரெண்டு மனிதர்கள்' எனும் தொகுதியாக இப்போது வெளிவருகிறது.

பிரபஞ்சன் கதைகள், மானுட மகத்துவம் பேசுபவை. சாதாரண மனிதருக்குள் புதைந்து கிடக்கும் பரிவை, அருளை, நியாய உணர்வை, ஒரு சினேகிதனின் நெகிழ்ந்த தொனியில் சொல்பவை. ஊற்றுநீர்போலக் கனிந்து, சந்தர்ப்பங்களில் வெளிப்படும் மனிதர்களின் அரிய மானுடத் தருணங்களை இனம்கண்டு, கலாபூர்வமாக விளம்புபவை அவரது கதைகள். பகை, வெறுப்பு, துவேஷம் எதுவுமற்ற மனம் கொண்ட ஈரத் தமிழ்க் கதைசொல்லியான பிரபஞ்சன், தன் காலத்துப் புனைவைச் செழுமைப்படுத்திய எழுத்தாளர். வரலாற்று நாவல் துறையில் ஒரு புதிய பாதை வகுத்தவர்.

கட்டுரைகள், நாடகம் என சமூக இலக்கியத்துறையில் தொடர்ந்து இயங்கிவந்த பிரபஞ்சன் 21.12.2018ல் மறைந்தார்.

தமிழ் இலக்கியத்தில் பிரபஞ்சனின் எழுத்துகள் பொக்கிஷங்களாகப் பாதுகாக்கப்பட வேண்டும். அவரின் சிறுகதைகளை 'டிஸ்கவரி பப்ளிகேஷன்ஸ்' நிறுவனம் மூலமாக வெளியிடுவதில் பெருமை கொள்கிறோம்.

- மு.வேடியப்பன்

(2017ஆம் ஆண்டு பிரபஞ்சன் எழுதிய முன்னுரை)

நான் நிறைவுகொள்ளும் நாள் இது

சிறுகதை என்கிற வடிவம் மிகவும் அழகியது. நுணுக்கமும் ஆழமும் கூடி வாழ்வைத் துலக்கமுற உரைப்பது சிறுகதை. வாழ்வையும், வாழ நேர்ந்த மனிதர்களின் அசலான பிம்பத்தை மிகக் குறுகிய பக்கங்களிலும் வார்த்தைகளிலும் சொல்லிவிடக்கூடிய வடிவமும் அதுவே ஆகும்.

ஒரு மொழியின் பெருமைகளில் ஒன்று கதை. கதைகளை உடைய மொழிகள், காலத்தைக் கைப்பிடித்து யுகங்கள் தாண்டியும் மனிதகுலத்தை அடுத்த பரிமாணத்துக்குக் கொண்டு சேர்க்கின்றன. கதைகள் கதைகளாக மட்டுமே இருந்து பல உள் வினைகள் ஆற்றுகின்றன. அது எதையேனும் சொல்லிக்கொண்டு நிற்கிறதா? இல்லை... அது ஓடிக்கொண்டே இருக்கிறது. ஆனால், அது பேசிக்கொண்டும் இருக்கிறது. நாம் கேட்க நம்மைச் சித்தப்படுத்திக்கொண்டால், ஆற்றிடமிருந்து நிறைய விஷயங்கள் நம்மால் நிரப்பிக்கொள்ள முடியும். நல்ல கதை என்பது ஆறு போன்றது. கதைகள் எப்போதும் இறந்தகாலத்திலேயே சொல்லப்படுகின்றன.

ஏன் எனில், இது இவ்வாறு நிகழ்ந்தது என்பதைக் கதை சொல்கிறது. ஆகவே, கதைகள் இறந்தகாலத்தில் நிகழ்கின்றன. இறந்தகாலம் என்றால், இல்லாமலே ஆன காலம் என்று அர்த்தம் ஆகாது. (தமிழ் இலக்கணம், இறந்ததைத் தழுவி எச்சத்தையும் பார்க்கச் சொல்கிறது.)

நினைவுக் கிடங்கிலிருந்து வெளிவரும் ஒரு சம்பவம் சொற்களாகவே வெளியே வருகிறது. பதிந்துபோயிருந்த அந்தச் சம்பவம் 'நேற்று' நடந்தது. முடிந்ததா என்றால், இல்லை. எதுவும் முடிந்துபோவது இல்லை. முடிந்தது என்று நாம் நினைப்பது ஏதோ ஒரு உருவில் இன்றும் தொடர்கிறது; நாளையும் தொடரும். ஆக, கதைகள் மூன்று காலத்தையும் உள்ளடக்கியவை. அ-காலம் என்று ஒன்றையும் உள் கொண்டது கதை.

எழுதப்பட்ட காலத்திலும் அது கடந்தும் கதைகள் பேசிக்கொண்டே இருக்கின்றன. சங்க வாசகனுக்குத் தொனித்த ஒரு கதை, சோழர் காலத்து வாசகனுக்கு வந்து சேரும்போது, புது அர்த்தம் கொள்கிறது. இன்றைய வாசகனுக்கு, அது இன்னுமொரு அனுபவத்தைத் தரக் காத்திருக்கிறது.

இலக்கியத்தின் தன்மை என்பது இதுதான். நல்ல படைப்பிலக்கியம் காலம் கடந்து ஜீவித்துக்கொண்டே இருப்பதன் சூட்சுமம் இதுதான்.

நல்ல விஷயமாக என் பள்ளிப்பருவக் காலத்திலேயே புதுமைப்பித்தன் கதைகள் வாசிக்கும் நிலை வாய்த்தது. கல்லூரிக் காலத்தில் தி.ஜானகிராமனை, எம்.வி.வெங்கட்ராமனை வாசிக்கவும், சந்தித்து உரையாடவும், நட்புக் கொள்ளவுமான வாய்ப்புகள் கிடைத்தன. தஞ்சை பிரகாஷின் மாபெரும் நூலகம் வாசிக்கக் கிடைத்தது, என் பேறு.

புதுச்சேரியில், இன்று ரோமென்ட் ரோலன் என்ற பெயரில் இயங்கும், அருமையான நூலகத்தில் இருந்த பிரஞ்ச் மற்றும் ரஷ்ய இலக்கியங்களின் தமிழ் மொழிபெயர்ப்புகள், படைப்பிலக்கியத்தின் பல சாகைகளை, பல கோணங்களை, பல பார்வைகளை எனக்கு அளித்தன. 'தொடர்ந்த வாசிப்பு, எழுதுபவர்களுக்கு இருக்க வேண்டியது மிக அவசியம்' என்று வாழ்நாள் முழுக்க சொல்லிக்கொண்டே இருந்தார் க.நா.சு.

அதேபோல, 'தொடர்ந்து எழுதிக்கொண்டும் இருக்க வேண்டும்' என்பார் க.நா.சு. 'தொடர்ந்து தினம்தோறும் எப்படி எழுத முடியும்?' என்று, அவர் புதுவை பல்கலையில் பணிசெய்ய வந்திருந்தபோது கேட்டேன். உடனே அவர், 'முடியாதுதான்... முடியாதபோது, மொழிபெயர்ப்பு செய்யுங்கள்!' என்றார். மொழி ஆக்கம் மூலம், அவர் தமிழுக்குச் செய்த பணியைத் தமிழர்கள் மறக்கக் கூடாது.

1961-ல் என் எழுத்து பிரசுரம் கண்டாலும், 1970-களுக்குப் பிறகே சிறுகதைகள் எழுதுவதில் நான் ஈடுபட்டேன். இத்தனை ஆண்டுகளில் உங்கள் கைகளில் உள்ள கதைகளை என்னால் எழுத முடிந்துள்ளது.

2017-வரை நான் எழுதியிருக்கும் கதைகளின் ஒரு தொகுதி இது. நூல் உருவாக்கத்தில் உழைப்பை நல்கியதோடு, இந்தத் தொகுதிகளை அழகாகவும் செறிவாகவும் வெளியிட்டிருக்கும், நண்பர் திரு.மு.வேடியப்பன் அவர்களுக்கு இந்த நேரத்தில் என் மனம் நிறைந்த நன்றியையும் அன்பையும் தெரிவித்துக் கொள்கிறேன்.

இந்தத் தொகுப்புகள் வெளிவந்த இன்று என் 73 வயதில் பிரவேசிக்கிறேன். 27.04.1945-ல் பிறந்து, 1961 முதல் 55 ஆண்டுகளாக எழுதிக்கொண்டிருக்கும் என் மேல் தமிழ்கூறும் நல்லுலகம், நண்பர்கள், வாசகர்கள் கொண்டிருக்கும் அன்பை, நட்பை அவர்கள் இணைந்து நடத்தும் என் பாராட்டு / நூல் வெளியீட்டு / பரிசளிப்பு விழா நிகழ்ச்சிகள் எனக்கு மன நிறைவைத் தருகின்றன. இதற்கென உழைத்த என் அன்பு இலக்கிய உலக வாசகர்களை நினைக்கையில் என் மனம் ஈரம் கொள்கிறது. தமிழர்கள், தம்மை நேசிக்கும் இன்னொரு தமிழனை எப்போதும் நினைவு கொள்வார்கள் என்பது மீண்டும் நிரூபணம் ஆகி இருக்கிறது. என்னைப் பாராட்டுவது என்பது, இப்போது எழுதத் தொடங்கி இருக்கும் எழுத்தாளர்களைக் கௌரவிப்பது என்றே பொருள் கொள்ள வேண்டும்.

என் அன்பு வாசகர்கள் காலந்தோறும் தோன்றிவரும் கலைஞர்கள் எழுத்தாளர்களைக் கௌரவித்தபடி இருக்க வேண்டும் என்பதே நான் கூற விரும்பும் இந்த நாள் செய்தியாகும். தேவையான நேரம் அளவாகப் பெய்யும் மழையாக நாம் இருப்போம்.

சென்னை - தமிழ்நாடு
2017

தோழமையுடன்,
பிரபஞ்சன்

பொருளடக்கம்

1. அம்மா 09
2. ஒரு ஊரில் ரெண்டு மனிதர்கள் 20
3. ஒரு பகல் நேர நாடகம் 28
4. சங்கம் 40
5. சலிப்பு 49
6. சூரியனைப் பார்க்காமல் 56
7. தலை சாய்க்க 68
8. பகை 75
9. பலி 85
10. பிம்பம் 91
11. பிரும்மம் 98
12. பூக்களை மிதிக்கக்கூடாது 108
13. மாமன் உறவு 117
14. மீன் 129
15. முறிவு 140
16. விழுது 150

அம்மா

அம்மாவைப் பற்றி யோசிக்கும் வேளை வந்து விட்டதாக அவன் உணர்ந்தான். அம்மாவைப் பற்றி அவன் அதுவரை யோசியாமல் இருந்தது ஆச்சரியமே என அவன் நினைத்தான். இந்த இருபது வருஷ காலத்தில் அவன் அம்மாவோடு பேசியிருக்கிறான். அன்பு செலுத்தி இருக்கிறான். அவளைப் பற்றி யோசிக்கிறானா, என்றால் இல்லை. இதை நினைக்கும்போது அவனுக்கு மனசு கஷ்டப்பட்டது. நான் எவ்வளவு நன்றி கொன்றவனாகவும், நேசம் மறந்தவனாகவும், தன் மேல் அன்புகொண்டவர்களை அவர்களின் இன்ப துன்பங்களைப் பற்றின விஷயங்களை ஆதுரத்தோடு நினைத்துப் பார்க்காத மனிதாபிமானம் அற்ற, சுய சிந்தனை மட்டுமே கொண்ட அற்பனாகவும் இருந்து வந்ததை நினைத்து அவன் வெட்கப்பட்டான்.

அவன் இருபது வருஷங்கள் நிறைந்தவனாகவும் கல்லூரியில் படிப்பவனாகவும் விரிந்து வியாபித்துக் கிடக்கும் உலகைப் புரிந்தவனாகவும், மனித அகப்புற ஆழங்களை அலசும் சிந்தனையாளனாகவும், நவீன கலை இலக்கியங்களை ரசிக்கும் ரசிகனாகவும், அவன் தன்னை நினைத்துச் சீராட்டி வளர்த்துக்கொண்டிருக்கிறான். ஆனால், தன்னைப் பெற்றவளைப் பற்றின அக்கறை இல்லாதவனாகவும் இருந்து வந்திருக்கிறான்.

அப்பா இருந்திருந்தால் யோசித்திருப்பார், தன் மனைவியைப் பற்றி ஒரு புருஷன் சிந்திக்காமல் இருக்க முடியாது. ஆனால், அப்பாதான் இல்லையே. அப்பாவைப் பார்த்ததே இல்லை. அவன் அப்பா

எப்படி இருப்பார் என்று அம்மாவும் சொன்னதில்லை அவனுக்கு. அதே சமயம் அப்பா தேவை என்கிற யோசனையே அவனுக்கு வரவிடவில்லை அம்மா. அம்மா எப்படி அவனைப் புரிந்துகொண்டாள்.

அப்பா என்கிறவர் எப்படித்தான் இருப்பார். அவன் சில வேளைகள் யோசித்ததுண்டு. சில வேளைகள் யோசிக்க வைத்ததுண்டு. ரமேஷின் வீட்டிற்கு அவன் போவான். அவன் அப்பா திண்ணையில் உட்கார்ந்திருப்பார். அவரைச் சுற்றி எப்பவுமே ஒரு புகைமூட்டம் இருக்கும். சுருட்டுப் பிடிப்பார். அவர் பக்கத்தில் எப்பவும் ஒரு தீப்பெட்டி இருக்கும். அதில் ஒரு மனிதன் கத்தியை ஓங்கியவாறு நின்றுகொண்டிருப்பான். ஒரு புலி (சிங்கம்? சிறுத்தை?) அவனை நோக்கிப் பாய முனையும். அவர் எப்பவும் கைலியிலேயே இருப்பார்.

அவனுக்குச் சுருட்டு வாசனை மிகவும் பிடிக்கும். அதற்காகவே அவன் ரமேஷ் வீட்டுக்கு அடிக்கடி போவதுண்டு. ரமேஷ் வருகிற வரை அவன் அவர் பக்கத்திலேயே உட்கார்ந்திருப்பான். சுகமான சுருட்டு வாசனை. அடிக்கடி எட்டி சாக்கடையைப் பார்த்து 'ப்ளீச்' என்று எச்சில் துப்புவார். அது மிகச் சரியாக இம்மி பிசகாமல் சாக்கடையில் விழும். துப்பும் வேகத்தில் சாரல் மாதிரி எச்சில் இவன்மீது வந்து கவியும். அவன் அதுக்காக அருவருப்பதில்லை. அவர் தலை வழுக்கை. பிரகாசமான தலை வழிந்து புருவம் வரை வந்து நிற்பதாய்த் தோன்றும் அவனுக்கு. ஆனால் அவருக்குப் புருவம் அடர்த்தி. சுருண்டு கிடக்கும், புருவமயிரை நீட்டினால் ஓர் இன்ச்கூட வரும், குறையாது. அவற்றுக்குக் கீழே பூனைக் கண்கள் சிறியவை. ஆனால், கூர்மையானவை. ரமேஷின் அப்பா அதிகம் பேசமாட்டார்.

நாராயணன் அப்பா அப்படி இல்லை. வாயாடி. ஆனால் கனமான விஷயங்களைப் பற்றிப் பேசுவார். கீதாரகஸ்யம் சொல்லி, கையோடு ஆரியபட்டாவைப் பற்றியும் ஒரு விஞ்ஞானியின் அறிவோடு பேசுவார். அவர் பேசும் விஷயங்களில் போதுமான ஞானம் அவனுக்கு இல்லை என்பதாலும் அவனுடைய பிம்பம் அவர் முன்னால் கரைந்து நீராகிறது என்பதாலும், அவன் அவரை உள்ளூர வெறுத்தான். அவரை அவன் 'மாமா' என்று அழைக்கத் தலைப்பட்டான். மாமா, மாமியை நோக்கக் கொஞ்சம் நிறம் மட்டு. கொய்யாப்பழம் கன்னம். கொய்யாப்பழம் கை, கால், மற்றும் வெளித்தெரிவன. தெரியாதன எல்லாம் கொய்யாப்பழம்.

மாமி தன்னை ஒத்த நாராயணனுக்கு அம்மா ஆனாலும் இளமையாயும் கவர்ச்சியாயும் அவனுக்குத் தெரிந்தாள்.

மாமிக்கும், மாமாவுக்கும் அவ்வளவாக ஆகாது என்று நாராயணன் சொல்லி அவன் அறிந்தான். அந்தத் தகவல் ஏனோ அவனுக்கு உவப்பாக இருந்தது. அவன் போகும் நேரமெல்லாம் மாமா திருமண் இட்டுக்கொண்டு தரையில் ஜமக்காளம் போட்டு அதன் மேல் உட்கார்ந்திருப்பார். நெற்றியில், மார்பில், கைகளில் எங்கும் நாமம் அழியாது, சிந்தாது. பளிச்சென விளங்க நிற்கும். எப்பவுமே அப்படித்தான். அவருக்கு மட்டும் எவ்விதம் அப்படி? அவனுக்கு அது ஓர் ஆச்சரியமான விஷயம். மாமா வீட்டில் சோபாக்கள் உண்டு. அழகான வசதியான ஆகாய வர்ணத்தில் கண்ணை உறுத்தாத இதமான சோபாக்கள். ஆனால் மாமா சோபாவில் அமர்ந்து அவன் பார்த்ததில்லை. மாமாவுக்கு முன் குப்புறப்படுத்தவாறு ஒரு புஸ்தகம் இருக்கும். ஒரு வெள்ளை வெற்றிலைப் பெட்டி இருக்கும். மாமாவின் உதடுகளில் கீழ் உதடு மட்டும் சிவப்புப் பிறை மாதிரி என்றும் சிவந்திருக்கும். ஏனோ மேல் உதடுகள் அவருக்குச் சிவப்பதில்லை.

அவனுக்கு என்று அப்பா இருந்தால் அவர் எப்படி இருப்பார்? அவனுடைய அம்மாவுக்கு என்று ஒரு புருஷர் இருந்தால் அவர் எப்படி இருப்பார்? அதுவரை அதுபற்றி யோசியாமலே இருந்து விட்டோமே என்று இருந்தது அவனுக்கு.

அவனுக்கும் அம்மாவுக்கும் என ஒரு சொந்த வீடு இருந்தது. அதில் அவனும் அம்மாவும் மட்டுமே. அவன் கருத்து தெளிந்த நாள் முதல் இருந்து வருகிறார்கள். அம்மா வேலைக்காரிகூட எப்பவுமே வைத்துக்கொண்டதாக அவனுக்கு ஞாபகம் இல்லை. அம்மாவுக்கு அப்பாவின் மூலமாகக் கொஞ்சம் சொத்து வந்ததாக அம்மா மூலம் அவன் ஒருமுறை அறிந்தான். அதுவும் பேச்சோடுப் பேச்சாக அவள் சொன்னதுதான். கிராமத்தில் இருந்து சித்தப்பா வருவார். சித்தப்பாவை சித்தப்பா என்று கூப்பிட அம்மாதான் சொல்லிக் கொடுத்தாள். சித்தப்பா அம்மாவின் சினேகிதர் என்று மட்டும் அவன் அறிவான்.

சித்தப்பா காலை நேரங்களில் மட்டுமே வருவார். சைக்கிள் ரிக்ஷாவில் அல்லது அதற்கு முன் கை ரிக்ஷாவில் வந்து இறங்குவார். நிச்சயமாக வெறுங்கையோடு வரமாட்டார். ஒரு பெரிய மூட்டையை, வண்டிக்காரன் எடுத்து வந்து உள்ளே போடுவான். ஒன்று அது மிளகாயாய் இருக்கும். இல்லை உளுந்தாய் இருக்கும். சித்தப்பா கைகள் இரண்டிலும் ஒவ்வொரு

பை தொங்கும். நிச்சயம் அதில் காராசேவு, பக்கோடா, சிறுகாரபூந்தி முதலியன இருக்கும். வாசனையும், ருசியும் மிகுந்த பலகாரங்கள் விசேஷமாக சிறுகாரபூந்தி அவனுக்குப் பிடிக்கும். அதில் கறிவேப்பிலை எண்ணெய் மினுக்கில் பொரிந்து சாப்பிடச் சுகமாய் இருக்கும். பூந்தியின் இடையில் முந்திரிப் பருப்பு துணுக்குகள் விரவி இருக்கும்.

சித்தப்பாவைப் பற்றி யோசிக்கிற வேளைகளில் இந்நினைவே அவனுக்குத் தூக்கலாய் வருகிறது. சாயங்காலம் அவனை, அவர் மணி ஐயர் கடைக்கு இட்டுப் போய் ஜிலேபி வாங்கித் தருவார். அருமையான ஜிலேபி. ஜீராவில் நனைந்து சொதசொதவென்று ஊறியபடியே வாயில் போட்டால் வழுக்கிக்கொண்டே வயிற்றுக்குள் போகிற ஜிலேபி. சித்தப்பா சாயங்காலம் ஏழு மணிக்கெல்லாம் கிளம்பிவிடுவார். “இருந்து காலையில் போங்களேன் அண்ணே! என்று அம்மா ஒவ்வொரு முறையும் கட்டாயம் சொல்வாள். “இருக்கட்டும்மா... கொஞ்சம் வேலை இருக்கு...” என்று ஒவ்வொரு முறையும் சொல்லிக்கொண்டே போய்விடுவார் சித்தப்பா.

அவன் அறிந்து அவர்கள் வீட்டுக்கு வருகை தருகிற ஒரே ஆம்பிளை சித்தப்பாதான்.

அம்மாவைத் தேடி பொம்பிளைகள் வருவார்கள். அம்மாவின் சினேகிதகள். அம்மா, அவர்களை சினேகித்திருக்கவில்லை என்பதை அவன் அறிவான். அவர்களே அம்மாவை சினேகித்திருந்தார்கள். நாகரத்தினம் அதில் ஒருத்தி. சொல்தா (பிரெஞ்ச் ஸோல்ஜர்) சம்சாரம் அவள். பாரியான உடம்பு. கை மொத்தத்துக்கு செயின்கள் போட்டிருப்பாள். கெட்டியான வளையல்கள். ஒரு பெரிய பாக்குக் கொட்டைப் பருமன் கம்மல். ஆள் நிலக்கரி வர்ணம். சுகமான வாழ்க்கை தந்த பளபளப்பு. வெற்றிலைத் தின்று எப்போதும் சிவந்து கிடக்கும் இதழ்கள். நாகரத்தினம் எப்போதுமே கத்திப் பேசுவாள். கத்திப் பேச வேண்டும் என்கிற பிரக்ஞை இல்லை. சதாவாகவே அவள் தொண்டை வாகு அது. நாகரத்தினத்திடம் உள்ள விசேஷம் அவள் நகைச்சுவை. பச்சையான விஷயங்களே அவள் பேச்சின் உள்ளடக்கம். தெருவில் எத்தனை பொம்பிளைகள் மசக்கை, எவளுக்கு எத்தனையாம் மாதம், எவள் எவளுக்கு எத்தனையாந் தேதி வீட்டுக்குத் தூரம், எவள் எவளுக்கு புருஷனோடு ‘கிளிக்’ எவள் எவனோடு வைத்திருக்கிற தொடுப்பு இத்யாதி விஷயங்களை

ஒரு கழுகுப் பார்வையோடு அறிந்து தெரிந்து வைத்திருப்பவள் அவள்.

மேற்படி சமாச்சாரங்களில் எது ஒன்றும் புதுசாகத் தெரிய வந்தாலும் உடனே அம்மாவிடம் வந்து சொல்லிவிடுவாள். அம்மா ரகசியங்களை எப்பவுமே காப்பாற்றுவாள் என்பது அவள் நம்பிக்கை. அம்மாவை ஒரு பேங்காக அவள் உபயோகித்தாள். அவன் அறைக்குள் படித்துக்கொண்டு இருப்பான். நாகரத்தினம் அவன் இருப்பதை அறிந்தோ அறியாமலோ ஒருநாள் சொன்னாள். அலமேலு டிரைவர் சம்சாரம், திருவண்ணாமலையாள் என்கிற குப்பம்மா, நேரில் ரோஸம்மா என்றும் மறைவில் கிறிஸ்துவச்சி என்றும் அழைக்கப்படுகிற டீச்சர் இவ்வளவு பேரும் குழுமி இருந்த ஒரு கூட்டத்தில் அவள் இதைச் சொன்னாள்.

ஒரு சொந்தக்காரர் கல்யாணத்துக்குப் போயிருந்தாளாம் நாகரத்தினம். ராத்திரியே சாந்தி முகூர்த்தம் வைத்தார்களாம். பொண்ணும் மாப்பிள்ளையும் அறைக்குள் போனார்களாம். ஒரு ரெண்டு மணி நேரம் போயிருக்குமாம். தடால் என்று கதவைத் திறந்துகொண்டு பெண் ஓடி வந்தாளாம். நடையில் தாழ்வாரத்தில் உட்கார்ந்துகொண்டு பொம்பிளைகள் தங்கள், தங்கள் சாந்தியைப் பற்றிப் பேசிச் சிரித்துக் கொண்டிருக்கிறார்களாம். பெண்ணை அந்த ஸ்திதியில் பார்த்த அம்மாக்காரி, திடுக்கிட்டுப் போய்விட்டாளாம். பெண் அம்மாக்காரியைக் கூப்பிட்டு காதோடு ரகசியமாய் ஏதோ சொன்னாளாம். அம்மாக்காரி நாகரத்தினத்தைக் கூப்பிட்டு விஷயத்தைச் சொன்னாளாம். அவள் தந்த ஆலோசனையின் பேரில் ராத்திரியோடு ராத்திரியே மாப்பிள்ளையை வண்டி வைத்து ஆஸ்பத்திரிக்குக் கொண்டுபோனார்களாம். ரூமைவிட்டு மாப்பிள்ளை வெளியே வரும்போது, வேஷ்டியை மடித்துக் கட்டிக்கொண்டு வந்தானாம். நல்லவேளையா ஆஸ்பத்திரியில் மாப்பிள்ளைக்குச் சரி பண்ணிவிட்டார்களாம். ஆஸ்பத்திரியிலிருந்து திரும்பிய மாப்பிள்ளை யார் முகத்திலும் முழிக்க வெட்கப்பட்டுக்கொண்டு ஊர் போய்ச் சேர்ந்தானாம். மாமியார்க்காரி வந்து பெண்ணை அழைத்துப் பேசினாளாம்.

நாகரத்தினம் இப்படிச் சொல்லி நிறுத்திக்கொண்டாள். ஸ்திரிகள் அனைவரும் ஏன் எதனால் என்கிற ஆவலிலும் ஒரு மர்மக்கதைப் படிக்கிற மயிர்க்கூச்செறிவோடும் உட்கார்ந்திருந்தார்கள். நாகரத்தினம் இந்த இடத்தில் கதையை நிறுத்தி வெற்றிலைப் போட்டுக்கொண்டாள். இது அவளுக்கு ஆகிவந்த சம்பாஷணைக் கலை. எவரும் அவளை

ஜெயிக்க முடியாது இதில். அறையில் படித்துக்கொண்டிருந்த அவன் புஸ்தகத்தைத் தூக்கி எறிந்துவிட்டுக் காதைத் தீட்டி வைத்துக்கொண்டான். இடையில் அம்மா இரண்டுமுறை 'உஸ்' என்று அறைப்பக்கம் ஜாடை காட்டிப் பையன் இருக்கும் விஷயத்தை நாகரத்தினத்துக்குக் குறிப்புணர்த்தினாள். நாகரத்தினமும் கொஞ்சம் சுருதியை மட்டுப்படுத்திக்கொண்டாள். நாகரத்தினத்துக்கு உச்ச ஸ்தாயி என்பது இரண்டு தெருவு. மீடியம் என்பது ஒரு தெருவு. ரகஸ்யம் என்பது இரண்டு வீடு. இதைவிடப் பொறுமையாக அவள் பேச வேண்டும் என்றால் அவள் பேசாமலேதான் இருக்க வேண்டும்.

"பொண்ணு ஏன் ஓடியாந்தாள்..." என்று அலமேலு கேட்டாள்.

"மாப்பிள்ளைக்கு என்ன ஆச்சு? வேஷ்டியை மடித்துக் கட்டிக்கொண்டு வந்த மர்மம் என்ன?" டிரைவர் பத்தினி.

நாகரத்தினம் கம்பீரமாக ஒவ்வொருவளையும் நோட்டம் விட்டாள். பிறகு சொன்னாள்.

"விவகாரம் முடிஞ்சு போச்சுன்னா விஷயம் முடிஞ்சுடணும். இல்லியா... அட கத்தியை எடுத்தோம், மடக்குக் கத்தி மடக்கின கத்தியைப் பிரிச்சு விட்டோம்... பழத்தை அறுத்தோம்... பின்னால கத்திய மடக்கிட வேண்டியதுதானே... கத்தி மடங்கலைன்னா... கத்தி நேராவேயிருந்தா..."

எழுந்த சிரிப்பொலி வீடு குலுங்கியது. அடுத்தபடி விஷயத்தைப் பற்றியதான அலசல் ஆரம்பமாகியது. எல்லோரும் அவரவர் பங்குக்குத் தன் கருத்துகளை எடுத்து இயம்பினார்கள். அவனுக்கு அது ஒரு புதிய அனுபவமாகவும் பயமாகவும் த்ரில்லிங்காகவும் இருந்தது. பின்னால் அதை நினைத்துப் பார்க்க சுவாரஸ்யமாகவும், நண்பர்களோடு அதைக் கலந்து கொள்ளும்போது வேடிக்கையாகவும் இருந்தது.

இப்போது அதைப்பற்றி அவன் யோசிக்கும்போது வேதனைப்பட்டான். அம்மா ஒரு விதவை. நடுப்பிராயத்தில் இருப்பவள். இது மாதிரியான கதைகள் சம்பவங்கள், பேச்சுகள் எந்த அளவுக்கு அவளைக் கிளர்ச்சி செய்திருக்க வேண்டும். எந்த அளவுக்கு அவளைப் பாதித்திருக்க வேண்டும். யாரிடம் இதைச் சொல்கிறோம் என்கிற பிரக்ஞையே இன்றி நாகரத்தினம் இதை அம்மாவிடம் சொல்லியிருக்கிறாள். அவனுக்கு அவள் மேல் –

அந்த முட்டாளும் விஷமக்காரியுமான நாகரத்தினத்தின் மேல் – கோபம் வந்தது. ஓர் எரிச்சல் கவிழ்ந்துகொண்டது.

அதே சமயம் இன்னொரு விஷயத்தையும் அவன் உணர்ந்தான். அம்மா நாகரத்தினத்தை விலக்கவில்லை. நாகரத்தினம் மாரடைப்பால் சாகிற வரைக்கும் அனுமதித்தாள். நாகரத்தினம் பிரிய சிநேகிதியாகக் கடைசி வரைக்கும் இருந்தாள். அவளது சாவில் கலந்துகொண்டு அழுதாள். யாரை நினைத்துக்கொண்டு அழுதாளோ, அழுதாள். மூன்று நாட்கள் துக்கம் காத்தாள். உணவை விலக்கினாள். அம்மா நாகரத்தினத்தை ரசித்தாள். அவள் வார்த்தையை விரும்பினாள். அவள் பேச்சில் தன்னைக் கரைத்துக்கொண்டு, பாத்திரங்களில் தன்னை இணைத்துக்கொண்டாள். அவள் உருவாக்கிக் காட்டிய மனிதர்களில் அம்மா தன்னை அடையாளம் கண்டாள். அவள் வியாபித்தலில் தன் பசிக்குச் சோறுண்டாள். தன் தாகத்திற்கு நீர் குடித்தாள்.

'அம்மா... அம்மா...'

அவனுக்கு அழுகை வந்தது.

மௌனமாக மனசுக்குள் அழுதுகொண்டான். அம்மாவுக்கு என்று அவன் அழுதான். அம்மாவைப் புரிந்துகொண்டு அவன் அழுதான். அவன் செய்யக் கூடியதும், ஆற்ற வேண்டிய பங்கும் இதில் ஒன்றும் இல்லையே என்கிற வேதனையில் அவன் கரைந்தான்.

அம்மா வெளி உலகம் அறியாதவள். வீடுதான் அவள் உலகம். வீட்டில் அடுப்பங்கரையில் அவள் இருப்பாள். இல்லையேல் முன்னறையில் படுத்திருப்பாள். அவன் நிறைய புஸ்தகங்களைச் சேர்த்து வைத்திருந்தான். ஆனால் அவள் படிப்பதில்லை. சமயங்களில் வேடிக்கைப் பார்ப்பாள். படம் பார்ப்பாள். சினிமா பத்திரிகைகள் வாங்கி வருவான். அதுகளில் அவள் படம் பார்ப்பாள். காலைகளில் கடைக்குப் போய் அவள் பதார்த்தம் வாங்கி வருவாள். மீன் அம்மாவுக்கு இஷ்டமான பதார்த்தம். அவனுக்கும்தான். அம்மா விடிகாலையில் எழுந்துவிடுவாள். பிளாஸ்டிக் வாளியில் பைப்பிலிருந்து கொட்டும் தண்ணீர் படபடவென்று சப்தம் எழுப்பும். அவனுக்கு விழிப்பு தட்டும். டேபிளின் மேலிருக்கும் அலாரத்தில் 4.30 அல்லது 4.14 மணி காட்டும். அம்மா குளிக்கிறாள் என்று அர்த்தம். மழையானாலும் பனியானாலும் இந்தக் காலை ஸ்நானத்தை அவள் விடுவதில்லை.

அவனுக்குக் காலை ஏழு மணிக்கு முன்பாக எழும் பழக்கம் இல்லை. காலைத் தூக்கத்தின் சுவாரஸ்யத்தில் ஆழ்ந்துவிடுவான்.

காலைகளில் அம்மாவின் மேல் சுகமான வாசனை வரும். சோப் வாசனை. அலமாரியில் இருந்து எடுத்துக் கட்டியதால் அலமாரி வாசனை அவள்மீது நிலவும். மத்தியானங்களில் சமையல் அறை வாசனை அவள்மீது கவியும்.

அம்மா ஜுரம் என்று படுத்து அவன் பார்த்ததில்லை. ஆரோக்கியமான உடம்பு அவளுக்கு. வினா தெரிந்த காலத்திலிருந்து பார்க்கிற உடம்பு. ஒரு நூல்கூடப் பெருக்காத, சிறுக்காத வாகான உடம்பு. அந்த வயதுக்கு ரொம்ப இளமையான உடம்பு. அம்மா கொஞ்சம் பூசிய மாதிரி இருப்பதாலோ என்னவோ? குள்ளமாய்த் தெரிந்தாள். அழகான வளைவான முடி. அங்க அவயங்கள் லட்சணமாய் எழுதிய மாதிரி இருக்கும். அழுத்தமான சேலைகள்தான் அணிவாள். பிரேமா மாதிரி அல்லது சுபா மாதிரி எடுத்துக்காட்டிய மாதிரி இல்லாமல், இயற்கையாகவே பூரித்த உடம்பு. எந்த ஆணையும் கவர்ச்சிக்கிற உடம்பு அதனால் தானோ—

அவனுக்குத் தலைவலிக்கிற மாதிரி இருந்தது. உஷ்ணமாய் தகிக்கிற மூச்சாக வெளிவந்தது அவனுக்கு அதனால்தானா? என்று அவன் கேட்டுக்கொண்டான். பிரியப்பட்டுப் படித்த சைக்காலஜியின் சூத்திரங்கள் வழிகாட்டுவன போலவும், வழிமறிப்பன போலவும் அவன் குழம்பினான். அந்தரங்கத்தைப் பற்றி – அதுவும் அம்மாவின் அந்தரங்கத்தைப் பற்றி யோசிக்கிறோமே என்று இருந்தது அவனுக்கு. ஆனாலும் தான் அதற்குப் பாத்திரமானவன் என்பதை அவன் நம்பினான். அந்தரங்கம் யாருடையவையாக இருந்தாலும் எத்தகையதாக இருந்தாலும் அவை மதிக்கப்பட வேண்டியவை என்று அவன் உணர்ந்தான்.

பசி எடுப்பதுபோலவும் தூக்கம் வருவதுபோலவும், நாக்கு தண்ணீருக்கு ஏங்குவதுபோலவும் அது இயற்கைதான் என்பதை அவன் அறிவான். சமயத்தில் அவனுக்கும் அந்தத் தாகம் வந்ததுண்டு. ஆரம்பத்தில் அதன் தேவை என்ன என்பதை அவன் விளங்கிக்கொண்டான் இல்லை. தாகம் மட்டும் வந்தது. தண்ணீருக்கு அடங்காத தாகமாக இருந்தது அது. திருடன் மாதிரி ராத்திரிகளில் மட்டுமே வந்தது அது. கதவைத் தட்டாமல் வந்தது அது. யாரின் அனுமதியையும் கோராமல் வந்தது அது. சுவாதீனமாகச் சொந்தம் பாராட்டி

வந்தது அது. அது வரும்போதெல்லாம் அவனுக்குச் சிலிர்த்தது. நொந்தது. வலித்தது. சுகமாயிருந்தது அது. அவன் தன்னைச் சிறுகச் சிறுக இழந்துகொண்டிருந்தபோது நிலைமை தாங்க முடியாமல் நாராயணனிடம் சொன்னான். நாராயணன் அவனை ஓமணாவிடம் அழைத்துப் போனான்.

ஓமணா மிகவும் நல்லவள் என்று நாராயணன் சொன்னான். ஓமணா சராசரி பெண்களை விடவும் உயரமாய்த் தெரிந்தாள். பருத்தும் தெரிந்தாள். சராசரிதனத்தில் இருந்து விலகி எல்லாவற்றிலும், உடம்பு உள் என எல்லாவற்றிலும் மாறுபட்டிருந்தாள் அவள். வெற்றிலைப் போடாமலே சிவந்த வாய் அவளுக்கு. அழகாகச் சிரித்தாள். இனிமையாகப் பேசினாள். பாலாடைக் கட்டியைப் போல் மேல் அவளுக்கு. உருண்டு உருண்டு வந்து பிருஷ்டத்திலே விழுந்தது அவள் தலைமுடி. கன்னங் கறுப்பு. எரிச்சல் ஊட்டாத சென்ட் உபயோகித்திருந்தாள். அக்குளிலும், மார்பிலும் இனிமையான வாசனையோடு இருந்தாள் அவள்.

பக்கத்து வீட்டில் பயத்தோடு நுழையும் குழந்தையைப் போல் அவன் நுழைந்தான். அவள் அவன் பயத்தைப் போக்கினாள். அவளின் தனிச் சிறப்பு மாதிரி அவள் விரல்கள் – மணிக்கட்டிலிருந்து ஒரு தாமரை மொக்கு மாதிரி அவள் விரல்கள் விரியும். விரல்கள் ஒவ்வொன்றும் தனித்தனி அழகு. பெருத்தும் உருண்டும் மெலிந்தும் முடிவில் கூர்மையாகவும் இருந்தன அவள் விரல்கள். மெத்தெனவும் உடம்பின் உள் சூட்சுமத்தைத் துருவித் துருவித் தேடிப் பார்க்கும் தன்மையான அவள் விரல்கள். அந்த விரல்கள் அவனைத் தடவிப் பார்த்தன. எல்லா இடங்களிலும் தலை, கண், கழுத்து, மார்பு, இடை, தொடை என அவனது எல்லா உறுப்புகளையும் அவள் தடவிக் கொடுத்தாள். ஒரு தாயின் பரிவு, ஒரு நண்பனின் பாசம்; ஒரு சகோதரியின் காதல் அதில் இருந்தது. புணர்ச்சி ஓர் இனிமையான மனுஷ அனுபவம் என்பதை ஓமணா அவனுக்குச் சொல்லிக் கொடுத்தாள்.

அதுவரையில், புணர்ச்சியை அவன் ஓர் ஆபாசமான குற்றமாகவும் சமூகக் கேடாகவும் நினைத்துவந்திருந்தான். ஆனால், அதை ஒரு கலையாகவும் இனிய சுகானுபவமாகவும் அவள் செய்தாள். பின்னால் பல பெண்கள் அவனுக்கு அதைக் கொடுமையாக்கிவிட்டபோதும், ஓமணா இவனுக்குக் காட்டித் தந்த உலகம் பரிசுத்தமானதாக இருந்தது. ஓமணா அவனுக்கு ஒரு தோழியாகவும் குருவாகவும் பரிணமித்தாள்.

அதை, மனுஷ வாழ்க்கைக்கு இன்றியமையாத ஒரு தேவையாகக் கண்டான். அவன் தாகம் தீர்ந்ததாக அவன் உணர்ந்தான். அவன் தாகத்துக்கான மாற்று எது என்பதைக் கண்டுகொண்டான். அடுத்த நாள் முதல் நாராயணன் இன்றியே அவன் ஓமணாவிடம் போய் வரத் தலைப்பட்டான்.

இவ்வனுபவம் அவனுக்கு அம்மாவைப் புரிந்துகொள்ளப் பெரிதும் உதவியதை அவன் உணரத் தொடங்கியிருந்தான். இருபது வருஷம் ஒரு மனுஷனின் வாசனை இல்லாமல் அம்மாவால் எப்படி இருக்க முடிந்தது. அம்மா, அப்பா போன பிறகாவது யாரையாவது காதலித்து இருக்கலாம். கல்யாணமும் செய்துகொண்டு இருக்கலாம். கல்யாணம் மீண்டும் தேவையில்லை என அவள் நினைத்திருக்கக் கூடுமானால், யாரோடாவது தனக்குப் பிடித்த ஒருவனிடம் தன்னை ஒப்புவித்து இருக்கலாம். இல்லை, அம்மா அப்படிச் செய்யவில்லை. அம்மா அப்படிச் செய்ய பயப்பட்டாளா. செய்யக்கூடாதென்றா, செய்வது ஏற்கனவே போடப்பட்ட கண்ணுக்குத் தெரியாத கோட்டை மீறுவது ஆகும் என்றா, நாலுபேர் என்ன நினைப்பார்கள் என்றா, மகன் வளர்ந்து பெரியவனாகும்போது தன்னைப் பற்றி என்ன நினைப்பான் என்றா, எதனால்... எதனால்...?

அம்மா எதனைச் சுகமென்று நினைத்தாள். தன் பிம்பம் ஊர், உறவினர் மத்தியில் கௌரவிக்கப்படுவதைச் சுகமென நினைத்தாயா, தன் ஒழுக்கத்தைத் தன் உண்மை என்று ஊர் நம்புவதையா, பின் ஏன் நாகரத்தினம் சிநேகிதாயக, அவளது கீழ்த்தரமான சம்பாஷணைகளை ரசித்தாய். நாகரத்தினத்தின் நட்புறவில் தன்னை இடம் கண்டாய்.

அம்மா தன்னைத்தானே ஏமாற்றித் தன்னைத்தானே கொன்றுகொண்டாள்.

அவனுக்கு வருத்தமாக இருந்தது. அவனுக்கு வேதனையாக இருந்தது.

இந்த அம்மா முன்பின் பாராத ஒருவனிடம் ஓர் எதிர்பாராத சூழ்நிலையில் தன் உடம்பைத் திறந்து காட்டினாள்.

இருபது வருஷங்களாய்ச் சிறுகச் சிறுகச் சேர்த்துவைத்த ஒன்றை ஒரு நிமிஷத்தில் வாரிக் கொட்டினாள். அவனுக்கு நினைவுகள் மங்கின.

அவனும் அவளும் சித்தப்பாவின் ஊருக்குப் புறப்பட்டார்கள். ராத்திரி சாப்பிட்டுவிட்டுக் கிளம்பினார்கள். அவர்கள் இருந்த பெட்டியில் யாத்திரை போகும் கிழவிகள் ரொம்பி இருந்தார்கள். அவர்களைவிட அவர்கள் கொண்டுவந்திருந்த சாமான்கள் இடத்தைப் பரப்பின. ஒரே ஓர் ஆள் மட்டும் இருந்தான். நாற்பது கடந்த ஆண் அவன். தாடி, ஜிப்பாவும் வேஷ்டியும். ஒரு விவசாயி, ஒரு பிட்டர், ஒரு ரயில்வே ஊழியன் இவற்றில் ஒருவன். ரயில் அவனைத் தாலாட்டியபோது அவன் மேலே சாமான்களை நகர்த்திவிட்டுப் போய்ப் படுத்துக்கொண்டான். நடுவில் எதற்காகவோ விழித்தான். மங்கிய வெளிச்சத்தில் கிழவிகள், சாமான்கள் பேதம் அற்ற நிலை. வாய் எச்சில் ஒழுக, துணி கலைந்து வற்றிய முலைகள் தெரிய கிழவிகள். ஒன்றின் மேல் ஒன்றாக இடித்துக்கொண்ட கிழவிகள். இடையில் அவன் அம்மாவும் அந்த ஆளும்.

அம்மா பெரிதும் அவனுக்குத் தெரிய இருந்தாள். திறந்து வைத்த சோப் பெட்டி மாதிரி.

அறையெங்கும் வாசனை வீசுகிற மாதிரி.

அவனுக்குத் தலை எரிந்தது. எந்தக் கிழவியும் விழித்துக்கொண்டுவிடக்கூடாது என்று கடவுளை வேண்டிக்கொண்டான். திரும்பிப் படுத்துக்கொண்டான். திரும்பி மீண்டும் அம்மாவைப் பார்க்க வேண்டும்போல் இருக்கிறது. கஷ்டப்பட்டு அடக்கிக்கொண்டான்.

ஸ்டேஷனில் அவன் அம்மாவைப் பார்த்தான். பாதி சாப்பிட்டவன் சர்வரை எதிர்பார்க்கிற மாதிரி இருந்தாள் அவள். இடையே முகம் சிவக்க, திருப்தியாய் இருக்கிற மாதிரியும் இருந்தாள்.

அவனைப் பார்ப்பதை அவள் தவிர்த்தாள்.

அவனுக்கும் திருப்தியாகவே இருந்தது.

அத்துடன் அம்மாவைப் பற்றி யோசிப்பதை அவன் நிறுத்திக்கொண்டான்.

1974

ஒரு ஊரில் ரெண்டு மனிதர்கள்

காலைப் பலகாரம் சாப்பிட்டுவிட்டு, கழுவிய கையைத் துடைத்தவாறு கூடத்துக்கு வந்தான் கிருஷ்ணமூர்த்தி. மூலையில் அப்பா சாய்வு நாற்காலியில் புதைந்து கிடந்தார். பல வருஷ காலமாகவே அவர் அப்படித்தான் இருக்கிறார். அப்பாவை நின்று பார்த்தே ஞாபகம் இல்லைபோல் தோன்றியது அவனுக்கு. அம்மா வீட்டில் இல்லை. அடுத்த வீட்டுக்குப் போயிருப்பாள். மத்தியானச் சாப்பாட்டுக்கு அரிசியோ, பணமோ கடன் கேட்டு வாங்கப் போயிருப்பாள். அவன் சட்டையை மாட்டிக்கொண்டு வீதிக்கு வந்தான்.

மெயின் ரோட்டுக்கு ரொம்பவும் உள் தள்ளி இருந்தது அவன் பேட்டை. இதையும் மெயின் ரோட்டையும் இணைக்கும் இடம் வெகு காலம் பொட்டலாய் இருந்தது. குத்துச் செடிகளும், கள்ளிச் சப்பாத்திகளும் முளைத்துக் கிடந்த இடம் அது. அங்கு சினிமா தியேட்டர் ஒன்று எழும்பிக்கொண்டிருந்தது. செங்கற்களும், சிமெண்டு மூட்டைகளும் மண்ணும் தெருவை அடைத்துக் கிடந்தன. அவன் மெயின் ரோட்டுக்கு வந்தான். அங்கும் ஒரு சினிமா கொட்டகை கட்டி முடிக்கப்பட்டுத் திறக்கப்பட இருந்தது. சினிமா கொட்டகையை அடுத்து ஓட்டலும், ஓட்டலை அடுத்து வட்டிக் கடைகளுமாகக் கடைத்தெரு காட்சி கொடுத்தது. மெயின் ரோட்டை வந்து சந்தித்த இன்னுமொரு தெரு முனையிலும் சினிமா கொட்டகை இருந்தது. இந்த இடத்தில் முன்பு குடிசைகள் இருந்தன. குடிசைகளைக் காலி செய்துவிட்டு சினிமா கொட்டகைக் கட்டினார்கள். அங்கு குடிசை போட்டுக்கொண்டு ஜீவித்தவர்கள்

எல்லாம் எங்கு போயினர் என்று தெரியவில்லை. ஒருவேளை சினிமா கொட்டகைக்குள்ளே குடித்தனம் நடத்துவார்கள் போலும். அந்தக் கொட்டகையின் நிழலில் ஒண்டிக்கொண்டிருந்தது ஒரு பெட்டிக்கடை. அங்கு சார்மினார் சிகரெட் ஒன்றை வாங்கிப் பற்ற வைத்துக்கொண்டான் கிருஷ்ணமூர்த்தி.

புகைத்தவாறு எங்கு போகலாம் என்று யோசித்ததில், ரங்கசாமியைப் பார்க்கலாம் என்று கடைப்பக்கமாக நடந்தான்.

நாடார் கடையில் கும்பல் நெறித்தது. சற்றுத் தள்ளி மதிலோரம் முளைத்த மர நிழலில் ஒதுங்கி நின்றான். காற்றசைத்துக் கிளை ஒதுங்கும்போதெல்லாம் வெயில் மேல் விழுந்து உறைத்தது. மர நிழலையே ஆதாரமாகக்கொண்டு மையக் கிழங்கு விற்றுக்கொண்டிருந்தாள் கண்ணம்மா கிழவி. போன மாசம் கொய்யாப்பழம் விற்றாள்.

இவனைப் பார்த்ததும் "இன்னா அரிசிக் கடைக்காரரே, கடையை ஊத்தி மூடினியாமே, இன்னா ஆளுப்பா நீ. அரிசிக் கடை வச்சு அவன் அவன் பணத்தை அரிச்சுக் கொட்டறான். நீ உள்ளதையும் ஒழிச்சுப்புட்டு அம்போன்னு நிக்கறே..." என்றாள்.

"அரிசி வாங்கினவளுக கடனை ஒழுங்கா திருப்பிக் குடுத்திருந்தா நான் எதுக்குக் கடையை மூடறேன்? பெரிய யோக்கிய மயிரு மாதிரி பேசறியே... நீகூடத்தான் பாக்கி தரணும்" என்றான் கிருஷ்ணமூர்த்தி.

"இன்னாபா வார்த்தையை உட்றியே! நான் தரக்கூடாதுன்னா நினைக்கிறேன். காசு கையில் நின்னாதானே. இந்த வாரத்துக்குள்ளேயே குடுத்திடறேன் ராசா" என்றாள் கிழவி.

நாடார் பார்வையில் இவன் விழுந்ததும், "என்ன சார்? ரங்காசாமியைப் பார்க்கணுமா?" என்றார். இவன் தலை அசைக்கிறான். அவர் கடை உள்பக்கம் திரும்பி, "அடே... ரங்கசாமி! உன் பழைய முதலாளி அவுக பார்க்கணுமாம்... போய் வா!" என்றார். மார்பில் வழிந்த வியர்வையைக் கைவிசிறி மட்டையால் வழித்து எறிந்தார். துளிகள் துவரம் பருப்பின் மேல் விழுந்தன. கடையில் மூடு பலகையைத் தாண்டிக் குதித்துக்கொண்டு ரங்கசாமி வந்தான்.

"இன்னா அண்ணே?"

"கோபாலு இன்னும் தரலேடா, அதான் அந்த ஆலை வேலைக்காரன். அஞ்சி பத்துன்னா பரவாயில்லை. நூத்தி எம்பது ரூவா, வீட்டுல கொஞ்சம் முடை. அவனைப் பார்த்தாக் கேளேன்."

"நைட் கடை கட்டிக்கிட்டுப் போறப்ப அவனைப் பார்க்கிறேன்" என்றான் ராமசாமி.

"டீ சாப்பிடறீங்களா அண்ணே..."

"வேணாம்."

ஒரு காகம் வந்து மதிலில் உட்கார்ந்து, இரண்டுமுறை கத்திவிட்டுப் பிறகு பறந்துபோனது.

"வேறு ஒண்ணும் பிசினஸ் பண்றாப்பில இல்லையா அண்ணே. இந்த நாடார் நமக்கு ஒத்து வரலண்ணே – சின்னப் பையனாட்டம் டீ வாங்கிட்டு வரச் சொல்றான்."

"பாப்பம்"

மறுநாளே கிருஷ்ணமூர்த்தியைப் பார்த்துத் தகவல் சொன்னான் ரங்கசாமி.

"கோபாலு வீட்டுல கிடைக்கலண்ணே. நைட் ரெண்டாவது ஆட்டம் சினிமாவுக்குப் போனண்ணே. அங்க வாத்தியாரு வசமா மாட்டிக்கிட்டாரு. கூட நாலைஞ்சு பேரோட சினிமாவுக்கு வந்திருந்தான். இன்னாய்யா உன் யோக்யதை, கடன் சொல்லி அரிசி வாங்கித் தின்னியே திருப்பிக் குடுத்தியால. இதவிடக் கூட்டிக் கொடுத்துச் சாப்பிடலாமேடா பேமானி, அப்பிடீன்னேன். ஆளு அப்பிடியே பேஸ்த் அடிச்சுப் போயிட்டான், தெரியுமா? சினிமாகூடப் பாக்கலே. இன்ரோலுக்கு முந்தியே எழுந்திரிச்சுப் போயிட்டான்."

ரங்கசாமிக்கு சந்தோஷம் வந்தால் ஒரு கண் மூடிக்கொள்ளும். வலது கை ஆள்காட்டி விரலால் இடது கை உள்ளங்கையைக் குத்திக்கொள்வான்.

"நீ இப்பிடி அவனை அசிங்கப்படுத்தி இருக்கக்கூடாது" என்றான் கிருஷ்ணமூர்த்தி.

"இதாண்ணே உன்கிட்ட கஷ்டம். உனக்குப் பிழைக்கத் தெரியலே. இவனுங்ககிட்ட எல்லாம் மரியாதை பார்த்தா பிச்சை எடுக்க விட்டுடுவானுங்க. உனக்குத் தெரியுமா, இந்தப் பேமானி போன வாரந்தான் ஆயிரத்தைநூறு ரூவா போனஸ் வாங்கி இருக்கான். அவனுக்குப் போயி மரியாதை கொடுக்கணும்னு சொல்றே."

இது நடந்த இரண்டு நாளைக்கப்புறம், அகஸ்மாத்தமாக கோபாலுவை, கிருஷ்ணமூர்த்தி பட்டாணிக் கடைப்பக்கம் பார்த்தான். சேலத்துக்காரர் நடத்தும் பிரியாணிக் கடை வாசலில்,

வாயில் குச்சியைவிட்டுக் குத்திக்கொண்டு நின்றிருந்தான். கோபாலு. அவனும் இவனைக் கவனித்துவிட்டான். பார்க்காததுபோல சைக்கிளைத் தள்ளிக்கொண்டு நடந்தான். அது ‘ஒன்வே டிராபிக்’ உள்ள தெருவாகையால் அவனால் ஓட்டிக்கொண்டு போக முடியவில்லை. கிருஷ்ணமூர்த்தி ஓடிப் போய் அவனைத் தொட்டான்.

“இன்னாப்பா கோபாலு, இன்னா மறந்தே போயிட்டியே.”

கோபாலு சிக்னலில் மாறிமாறி வரும் வெளிச்சத்தை முதல் முறையாகப் பார்த்ததுபோலப் பார்த்தான்.

“நான் எவ்ளோ கஷ்டப்படறேன் தெரியுமா? நான் உன்னை முழுசுமா கேக்கறேன்? கொஞ்சம் கொஞ்சமாக் கொடுத்து அடையேன். உனக்கும் சௌரியம், எனக்கும் சௌரியம்.” என்று அடைத்த குரலில் சொன்னான் கிருஷ்ணமூர்த்தி.

“அது இருக்கட்டும்பா, நான் உனக்கு எம்மாந்தரணும். பிசாத்து நூத்தி எம்பது ரூபா காசுதானே. ஆயிரமா இருந்தாக்கூட என்னால தர முடியும். நான் ஒண்ணும் ‘ஐவேஜி’ இல்லாதவன் இல்லே. நிம்மதியா சினிமாவுக்குப் போன இடத்திலே, உன் கடைப் பையனைவிட்டு நாலு பேருக்கு முன்னால என்னை நீ அவமானப்படுத்தறே. நான் சினிமாவே பார்க்கலை.”

கோபாலுவின் முகம் கோணியது.

“எனக்கு அழுகையே வந்துடுச்சி. தோ பாரு நான் கொடுக்கிறப்போதான் கொடுப்பேன். என்னை இம்சை பண்ணிக்கிட்டு இருக்காதே. மரியாதையைக் காப்பாத்திக்கோ” என்று சொல்லிவிட்டு சைக்கிளை வேகமாகத் தள்ளிக்கொண்டு போனான்.

“கோபாலு! கோபாலு!” என்று கூப்பிட்டுக்கொண்டே பின்னால் போனான் கிருஷ்ணமூர்த்தி. அவன் வேகமாகப் போய்விடவே நடுத்தெருவில் நின்று, தன்னை யாராவது கவனிக்கிறார்களா என்று ஓரக்கண்ணால் நோக்கினான். நிம்மதியாக இருந்தது. டிராபிக் போலீஸ்காரன், இவனைப் பார்த்து “பிளாட்பாரத்துல ஏறி நடங்கய்யா. நடுரோட்டுல நின்னுக்கிட்டு ஏய்யா என் தாலியை அறுக்கறீங்க” என்று கத்தினான்.

அவன் பிளாட்பாரத்தில் ஏறி நடந்தான். திருப்பத்தில் இருந்த ஒரு பெட்டிக் கடையில் ஒரு சார்மினார் சிகரெட் வாங்கிப் பற்ற வைத்துக்கொண்டான். மனசு பாரமாக இருந்தது. கிளம்பும்போது அம்மா, “பணம் இருந்தா பத்து ரூபா கொடுப்பா” என்று

கேட்டது ஞாபகத்துக்கு வந்தது. அரக்கு நிறத்தில் பொட்டு வைத்துக்கொண்டு, ஸ்டூலில் உட்கார்ந்து பூ விற்றுக்கொண்டிருந்த ஒருத்தி "பூ வேணுமா சார்" என்றாள். பதில் சொல்லாமல் இவன் நடந்தான்.

ஒரு வாரத்துக்குப் பின், ஐயர் ஓட்டலுக்கு முன் வெற்றிலைப் போட்டுக்கொண்டு நிற்கும் கோபாலுவைப் பார்த்தான் கிருஷ்ணமூர்த்தி. இருள் காண இருந்த மாலை அது. "கோபாலு" என்று கூப்பிட்டுக்கொண்டு அருகே போனான். கிருஷ்ணமூர்த்தி என்கிற நபரே உலகத்தில் இல்லாததுபோல சாவதானமாகச் சுண்ணாம்பு விரலைத் துணியில் துடைத்துவிட்டு சைக்கிளில் ஏறி உட்கார்ந்துகொண்டு போய்விட்டான். போகும்போது இடப்புறம் திரும்பி 'புளிச்'சென்று வெற்றிலை எச்சிலைத் துப்பிவிட்டுப் போனான்.

இடையில் ஒருநாள் எதேச்சையாக ரங்கசாமி எதிர்ப்பட, கிருஷ்ணமூர்த்தி தான் கோபாலுவைக் கூப்பிடக் கூப்பிட அவன் கொஞ்சம்கூட மதிக்காமல் போய்விட்டதை ரொம்ப வருத்தத்தோடு சொல்லிக்கொண்டான். எல்லாவற்றையும் கேட்டுக்கொண்டு ரங்கசாமி சொன்னான்.

"அண்ணே நான் சொல்றேன்னு கோவிச்சுக்கக்கூடாது. நீ இப்படியே இருந்தா, சோறு தண்ணி இல்லாம செத்துத்தான் போவே. கோபாலு மாதிரி அயோக்கியப் பசங்களை மரியாதை பண்ணிப் பேசிக்கிட்டு இருக்கீங்க. சட்டையைப் பிடிச்சு இழுத்து ங்கொக்காலே, இன்னாடா சொல்றே என் பணத்துக்கு அப்பிடீன்னு கேக்கிற வரைக்கும் அவனும் பணம் கொடுக்கப் போறதில்லே, நீயும் வாங்கப்போறதில்லே!"

அடுத்த நாள் ஞாயிற்றுக் கிழமையாக வாய்த்தது. காலை முதற்கொண்டு யோசித்து யோசித்து இருட்டிய பிறகு கோபாலுவைப் பார்க்கப் புறப்பட்டான் கிருஷ்ணமூர்த்தி. ராத்திரி கனத்து பேட்டையே இருட்டில் புதைந்துகிடந்தபோது கோபாலுவின் வீட்டுக் கதவைத் தட்டினான். கதவு திறந்து ஒரு ஸ்திரி "யாரு" என்றாள். மங்கிய வெளிச்சத்தில் பிள்ளைத்தாச்சியாக அவள் இருப்பது தெரிந்தது.

"கோபாலு இருக்காரா?"

"சாப்பிடறார். உக்காருங்க. யார் வந்திருக்கான்னு சொல்ல?"

"கிருஷ்ணமூர்த்தி – அரிசிக்கடை கிருஷ்ணமூர்த்தின்னு சொல்லுங்க தெரியும்"

அவள் மீண்டும் கதவைச் சாத்திக்கொண்டு போய்விட்டாள். உள்ளே இருந்த விளக்கு வெளிச்சம் சாத்தியிருந்த கதவு ஊடாக ஒரு நீண்ட கோடாய் வெளிப்பட்டது. இவன் நின்றுகொண்டே மூன்று சிகரெட்டுகளைக் குடித்து முடித்துவிட்டிருந்தான். கோபாலு கதவைத் திறந்துகொண்டு கையைத் துடைத்துக்கொண்டே வந்து "இன்னாப்பா இந்த நேரத்துல" என்றான்.

கூர்ந்து கவனித்தால் மட்டுமே முகம் தெரிகிற இருட்டாக இருந்தது. கிருஷ்ணமூர்த்திக்கு அது சௌகரியமாக ஆயிற்று. கோபாலுவிடமிருந்து மீன் குழம்பு வாசனை வந்தது. அது அவனுக்குப் பிடிக்காது.

"ஒண்ணுமில்லே வீட்டுல கொஞ்சம் முடை, பணக்கஷ்டம். ஏதாவது பார்த்துக் கொடுத்தியேன்னா தேவலை",

கதவைத் திறந்துக்கொண்டு அந்த ஸ்திரி எட்டிப் பார்த்தாள். வெளிச்சம் அதிகமா வெளிப்பட்டது.

"நான்தான் உனக்கு அப்பவே சொன்னனே. என் கையில் கெடைக்கும்போது கொண்டாந்து தர்றேன்னு. சும்மா ஏன் தொந்தரவு பண்றே" என்று அமுங்கிய குரலில் சொல்லித் திரும்பிப் பார்த்துக்கொண்டான்.

கிருஷ்ணமூர்த்தி அந்த ஸ்திரியைப் பார்த்தான். அவள் இவனைப் பார்ப்பதாக இருந்தது.

"என் நிலைமையை நீ புரிஞ்சுக்கணும் கோபாலு, என் முதல்ல பெரும் பகுதியைக் கடனாகவே கொடுத்துட்டேன். வீட்டுல கொஞ்சம் முடை. அக்கா பிரசவத்துக்கு வந்திருக்கு. என் கைச் செலவுக்குக் கஷ்டமா இருக்கு."

"உனக்கு அநேக கஷ்டம் இருக்கலாம். அதுக்காக நான் கழுத்தையா அறுத்துக்க முடியும்?"

"நீ பேசறதப் பார்த்தா, நான் என்னவோ உன்கிட்ட பணம் கடன் கேட்க வந்த மாதிரி இல்ல இருக்கு?" என்று சொல்லிவிட்டு ஒரு சிகரெட்டைப் பற்ற வைத்துக்கொண்டான் கிருஷ்ணமூர்த்தி. கொஞ்சம் தெம்பாக உற்சாகமாக இருந்தது. மார்பு லேசாகத் துடிப்பது தெரிந்தது.

"சரி, நான் தூங்கப் போகணும்"

"ஒண்ணு சொல்றேன் கேளு. நான் உனக்கு அடங்கிப் போறதா நீ நெனைக்கிற. மனுஷனுக்கும் மனுஷனுக்கும் இருக்கிற

மரியாதை தவறக்கூடாதுன்னு பார்க்கிறேன். நீ காப்பாத்திக்கப் போறதில்லேன்னு தோணுது."

"ஏங்க இங்க கொஞ்சம் வாங்களேன்" என்றாள் அந்த ஸ்திரி.

"உஸ், நீ உள்ள போ, இன்னாபா, ஒரு மாதிரியா பேசறே."

நீ பேச வச்சுட்டே. உனக்கு இன்னும் ஒரு வாரம் டைம் தறேன். அதுக்குள்ளே நீ பணத்தைத் தந்திடணும்"

"தரலேன்னா?"

"உதைப்பேன். நீ என் வீட்டைத் தாண்டித்தான் மில்லுக்குப் போகணும். உன் காலை, கையை உடைப்பேன். உன் மில் டோக்கனைப் பிடுங்கி வச்சுக்குவேன். நீ வேலைக்குப் போக முடியாது. என்னை உனக்குத் தெரியும். என் குடும்பத்தையே உனக்கும் தெரியும். என்னோட சிநேகிதர்கள் எல்லாம் எப்படின்னும் உனக்குத் தெரியும். சத்தியமா நான் சொன்னதைச் செய்வேன்."

அந்த ஸ்திரி கதவைவிட்டு வெளியே வந்துவிட்டாள். கிருஷ்ணமூர்த்தி சிகரெட்டை மிதித்துத் தேய்த்துவிட்டு நிதானமாக நடந்துபோய்விட்டான்.

இது நடந்து ரெண்டாம் நாள் சூரியன்கூட தூங்கி விழிக்காத காலைப் பொழுது. குளிரில் முடங்கிப் போர்த்திக்கொண்டு படுத்திருந்தான் கிருஷ்ணமூர்த்தி. அம்மா வந்து அவனை எழுப்பினாள்.

"யாரோ தேடிக்கிட்டு வந்துருக்கான்டா."

துண்டால மார்பை மூடிக்கொண்டு வெளியே வந்தான். கழுத்தைச் சுற்றி மப்ளர் சுற்றிக்கொண்டு நின்றிருந்தான் கோபாலு.

"இன்னா கோபாலு?"

"இந்தா, இதுல நூறு ரூபா இருக்குப்பா. அவ்ளோதான் என்னால புரட்ட முடிஞ்சுது. இதை வச்சுக்கோ. இன்னும் ரெண்டே நாளில் மீதி எண்பதையும் கொடுத்துடறேன். கோவிச்சுக்காதே." என்றான் அவன்.

பணத்தை வாங்கிக்கொண்டான்.

"போனஸ் வாங்கினியே. என்னாச்சு?"

"வரவைக் காட்டிலும் கடன் ஜாஸ்தியாப் போச்சுப்பா எனக்கு."

பணத்தை எண்ணுவது சிரமமாக இருந்தது கிருஷ்ணமூர்த்திக்கு.

"பரவாயில்லை, மீதி எவ்வளவு தரணும் நீ. எம்பதுதானே முப்பதைத் தள்ளிடு. ஐம்பது கொடுத்தா போதும். இன்னும் ஒரு வாரம், பத்து நாளு சென்று கொடு."

"நான் ஏதாவது தப்பாச் சொல்லியிருந்தா கோவிச்சுக்காதே. கோபாலு..."

"சேச்சே, தப்பு என்னோடதுதான். நான் ஒழுங்கா கொடுத்திருக்கலாம். நான் கஷ்டப்பட்ட நேரத்துல நீ கொடுத்து உதவினே. உன் கஷ்டத்துக்கு நான் உதவல்லே..."

கோபாலு போய்விட்டான். மூன்றாம் நாள் திரும்பி வந்தான்.

"என்னா கோபலு?"

"இந்தாப்பா, இதுல முப்பது இருக்கு. அவளோதான் கிடைச்சது. ஒரு இடத்துல கேட்டு வாங்கியாந்தேன். நம்ம வீட்டுல முந்தாநாளு குளிச்சுட்டா - உன்கிட்ட பேசிட்டுப் போனேன் இல்ல, அப்புறம் கொஞ்ச நேரத்துக்கெல்லாம் பிரசவம் ஆயிட்டுது. செலவு மேல செலவு."

"இன்னா குழந்தைப்பா"

"இதுவும் பொட்டைதான்"

"அதனால என்ன, குழந்தை குழந்தைதானே!"

"சரி, நான் வரட்டுமா. மீதி இன்னும் ரெண்டு நாள்லே தர்றேன்."

"இரு, இன்னும் எவ்ளோ தரணும் இருபதுதானே! குழந்தைக்கு அந்தப் பணத்துல என் பேரைச் சொல்லி ஒரு சட்டை வாங்கிப் போடு"

"மனசுல ஒண்ணும் வச்சுக்காதே கிருஷ்ணமூர்த்தி."

"சேச்சே!"

சாயங்காலம் ஐயர் கிளப்பில் டிபன் சாப்பிட்டுவிட்டு, கிருஷ்ணமூர்த்தியும், ரங்கசாமியும் சினிமாவுக்குப் போனார்கள்.

1972

ஒரு பகல் நேர நாடகம்

நட்ராஜனை மட்டும் இறக்கிவிட்டுவிட்டு நகர்ந்தது பஸ். ஓடும் பஸ்ஸின் பின்புறத்தையும், அந்தக் காலை வெயிலில் மினுமினுக்கும் நீண்ட தார் ரோட்டையும் பார்த்துக்கொண்டு கொஞ்ச நாழி அப்படியே நின்றான் நட்ராஜன். பின் சுற்றுமுற்றும் பார்த்தான். ரோட்டின் ஓரத்தில் ரெண்டு வெற்றிலை பாக்குக் கடையும் ஒரு டீ கடையும், டீ கடைக்குப் பக்கத்தில் ஒரு சைக்கிள் கடையும் இருந்தது. வெற்றிலை பாக்குக் கடையில் ஒரு சிகரெட் வாங்கிப் புகைந்துகொண்டிருந்த கயிற்றில் பற்ற வைத்துக்கொண்டான். கையில் வைத்திருந்த ஃபைலை ஒரு பக்கமாக வைத்துவிட்டுப் பொறுமையாகப் புகைக்கத் தொடங்கினான்.

சைக்கிள் கடையில், ஒரு சிறு பையன், ஒரு பெரிய ஆளுடைய கால் சட்டையைப் போட்டுக்கொண்டு, சைக்கிள் ஒன்றுக்கு எகிறி எகிறிக் காற்றடித்துக்கொண்டிருந்தான். ரெண்டு முறை அடிப்பதும் அவிழ்ந்து கீழே வழியும் கால்சட்டையைத் தூக்கி முடிவதுமாக இருந்தான் பையன்.

நட்ராஜன் கடைக்காரனைப் பார்த்து, தான் போக வேண்டிய ஆபீஸின் பேரைச் சொல்லி வழி கேட்டான். கடைக்காரன் கையை ஒரு பக்கமாக வளைத்து வழி சொன்னான்.

ஃபைலை எடுத்துக்கொண்டு நடந்தான் நட்ராஜன்.

ஆபீஸின் வெளியே அதற்குள்ளாகவே சிறு கூட்டம் கூடியிருந்தது. பதினாறு வயதுக்கும் குறைவான பையன் ஒருவன், கையில் மஞ்சள்

பிளாஸ்டிக் பையுடன், துவைத்து, ஆனால் இஸ்திரி போடாத கசங்கிய அரைச் சட்டையுடனும் நாலுமுழ வேட்டியுடனும் நின்றிருந்தான். அளவுக்கு மீறித் தடவப்பட்ட எண்ணெய், நெற்றியில் வழிந்துகொண்டிருந்தது. நிறைய விபூதி காதுக்கும் தடவி இருந்தான். நாலைந்து பேர் அவன் மாதிரியே இருந்தார்கள். ரெண்டு பேர் பேன்ட் போட்டுக்கொண்டு கையில் லெதர் பேக்குடன், பேசிக்கொண்டிருந்தார்கள்.

நட்ராஜன் தயங்கி நின்றான். இவனையே எல்லாரும் பார்ப்பதாக இவனுக்குப் பட்டது இன்னும் ஆபீஸ் திறக்கவில்லை. அந்த மஞ்சள் பை பையனிடம் போய், "ஆபீஸ் திறக்க இன்னும் எவ்ளோ நேரமாவும்?" என்றான். பையன் மருண்டு போனான். திக்கித் திக்கித் "தெரியல" என்றான். நட்ராஜனுக்கு அவனுடன் பேச வேண்டும்போல இருந்தது. அவனைப் பார்த்து லேசாகச் சிரித்தான்.

"உனக்கு எந்த ஊருப்பா?" என்றான்.

பையன் ஊரின் பேரைச் சொன்னான். அது இவன் ஊருக்குப் பக்கத்தில்தான், அதைச் சொன்னான். பையனுக்கு இப்போது கொஞ்சம் சுமுகம் வந்தது.

"எஸ். எஸ். எல். சி. யா?" என்றான் நட்ராஜன்.

"ஊம்..."

"எந்த ஸ்கூல்?"

"..." என்றான் பையன்.

"ராஜமாணிக்கம்தானே உங்க தமிழ் பண்டிட்..."

"ஆமா... ராஜமாணிக்கனார்தான்..."

"அவன்கூட நாராயிட்டானா..."

பையன் மிரண்டு போனான். இவனையே உற்றுப் பார்த்துக்கொண்டு நின்றிருந்தான்.

திடீரென்று கூட்டத்தில் சலசலப்பு ஏற்படுவதை உணர்ந்தான் நட்ராஜன். காக்கிச் சட்டையும் காக்கிக் கால்சட்டையுமாகக் கையில் புகையும் பீடியோடு ஒருவன் வந்தான். பெரிய மீசை வைத்திருந்தான் அவன்.

"யாரிவன்?" என்றான் நட்ராஜன்.

"இவர்தான் ஆபீஸ் பியூன்" என்றான் பையன்.

காக்கிச்சட்டைக் கூட்டத்தை உற்று நோக்கினான். இப்போது நிறைய பேர் வந்து சேர்ந்திருந்தார்கள்.

"இன்னாப்பா இது. கும்பல் கூடிக்கிட்டு நிக்கிறீங்க. இங்க இன்னா அவுத்துப் போட்டுட்டா ஆடறாங்க. வரிசையா, கியூவில் நில்லுங்கப்பா. ஆபீஸர் வர்ற நேரமாயிடுச்சி...!" என்றான் காக்கிச்சட்டை...

கும்பல் கலைந்து திரும்பவும் கும்பலாகவே கூடுவதைக் கவனித்துக்கொண்டு நின்றிருந்தான் நட்ராஜன். மீண்டும் ஆபீஸுக்குள்ளிருந்து வெளியில் வந்த காக்கிச் சட்டை கும்பலையே பார்க்க நேர்ந்தது.

"ஏம்பா, நீங்கள்லாம் இன்னா படிச்சவங்கதானா. மாடு மேய்க்கிற பசங்களா? கொஞ்சங்கூட நான் சொல்லச் சொல்ல ரெஸ்பெட்டே இல்லாம, அவன் பாட்டுக்கினு நிக்கிறீங்க. ஏ... யார்ப்பா அது... மஞ்சப்பை... ஏன் திருதிருன்னு முழிக்கிறே? நீ இன்னா? ஊம்... எசேல்சியா... எசேல்சி பசங்கள்லாம் இப்படி வா... வாவா இப்டி நில்லு வரிசையா...!"

கொஞ்சம் பேர் வரிசையாக நின்றனர்

"ஏங்க சார்... எசேல்சி பெயிலுல்லாம் எங்க நிக்குறதுங்க...?"என்றான் ஒருவன்.

"இப்படி இந்தப் பக்கம் அவன்களை ஒட்டி நில்லுங்கப்பா..." என்றான் காக்கிச்சட்டை

எஸ். எஸ். எல். சி பாஸ் வரிசையைவிட ஃபெயில் வரிசை கொஞ்சம் நீண்டு நின்றது. அடுத்தாற்போல பி. யூ. சியும் அதற்கும் அடுத்து டிகிரிகளும் நின்றன. சினிமா கொட்டகை வாசலில் கௌன்ட்டருக்கு முன்னால் நிற்கும் கும்பல் ஞாபகம் வந்தது நட்ராஜனுக்கு.

நட்ராஜன் எந்த வரிசையிலும் சேராமல் ஒதுங்கி நின்றான். வெயில் சுள்ளென்று அடிக்க ஆரம்பித்தது. கையிலிருந்த ஃபைலைத் தலைக்கு மறைவாகப் பிடித்துக்கொண்டு நின்றான்.

"நீ இன்னாப்பா தனியா நிக்கற... சேந்து நில்லுபா..." என்றான் காக்கிச்சட்டை நட்ராஜனைப் பார்த்து.

தான் எதில் சேர்த்தி என்று அவனுக்கு விளங்கவில்லை. ஆபீஸ் வாசற்படிக்கும் ரோட்டுக்கும் இடையில் இருந்த வெளியில் நட்டு

வைக்கப்பட்டிருந்த செடிகளையும், அவற்றில் முளைத்திருக்கும் விதவிதமான புஷ்பங்களையும் பார்த்துக்கொண்டிருந்தான் நட்ராஜன்.

"உன்னத்தாம்பா... ஏ... சொல்லச்சொல்ல பராக்குப் பார்த்துக்கிட்டு நிக்கற... வரிசையில் போயி நில்லுபா..." என்றான் மீண்டும் காக்கிச்சட்டை.

கியூவில் நின்றிருந்த எல்லாரும் தன்னையே, திரும்பிப் பார்த்துக்கொண்டிருப்பதை உணர்ந்தான் நட்ராஜன். வெயில் ரொம்ப உஷ்ணமாகக் காய்வதாகப் பட்டது அவனுக்கு. முதுகில் வியர்வை கசகசத்துக் கோடாக வழிவதை உணர்ந்தான் நட்ராஜன்.

காக்கிச்சட்டை நேராக அவனிடம் வந்தான்.

"நீ இன்னாப்பா எசேல்சியா?" என்றான்.

"இல்லே..."

"பின்ன...?"

"புலவர்...?"

"அது சரி... எசேல்சி பாஸா...?"

"இல்ல... என்ட்ரன்ஸ்...!"

அப்ப... எசேல்சி பெயிலானவங்க வரிசையில நில்லு..."

"நான் புலவர் பாஸ் பண்ணியிருக்கேனே..."

"அது இன்னா டிகிரிபா...!"

"டிகிரி இல்ல... டிப்ளமோன்னும் சொல்ல முடியாது!"

"டிகிரி இல்ல... டிப்ளமாவும் இல்லன்னா, அது இன்னாப்பா எழவு படிப்பு. பெரிய ரோதனையாப் போச்சுபா உன்னோட... சரி... சரி... அப்படியே நில்லு கௌார்க்குகிட்டே போய்ச் சொல்லு..."

காக்கிச்சட்டை திரும்பி நடந்தான். ஆபீஸ் வாசலில் போய் நின்றுகொண்டான். "எல்லாரும் அப்படியே உக்காருங்கப்பா... அவன் அவன் எசேல்சி புக்கையும் செத்திகேட்டையும் எடுத்துக் கையில் வச்சுக்கிங்க...!" என்று சத்தம் போட்டான்.

வரிசைகள் அப்படியே கீழே மண்மீது அமர்ந்தன.

நட்ராஜனுக்கு சிகரெட் பிடிக்கலாம்போல இருந்தது. இங்க பிடிக்கலாமோ, எழுந்துபோய்ப் பற்ற வைத்துவிட்டு வந்தால் ஏதாவது சொல்லுவானோ... மனசைக் கட்டிப்போட்டுக்கொண்டு மண்ணில் ஓரமாக உட்கார்ந்துகொண்டான்.

அப்போது ஒரு ஸ்கூட்டர் வந்து ஓரமாக நின்றது. காக்கிச் சட்டை ஓடிப்போய் சல்யூட் அடித்து நின்றான். ஸ்கூட்டரில் வந்தவர் வெள்ளை சர்ட்டும், வெள்ளை பேன்ட்டும் வெள்ளைத் தலையுமாக வெள்ளை வெளேரென்று இருந்தார். ஸ்கூட்டரை காக்கிச்சட்டையிடம் ஒப்படைத்துவிட்டு விறைப்பாக நடந்து உள்ளே போய் விட்டார். காக்கிச்சட்டை ஸ்கூட்டரைத் தள்ளிக்கொண்டுபோய், பக்கத்தில் இருந்த ஒரு வேப்பமரத்து நிழலில் வெயில் படாமல் நிறுத்தினான். ‘எல்லாரும் அவங்கவங்க எசேல்சி புக்கையும் செத்திகேட்டையும் கையில் எடுத்துத் தயாராக’ வைத்துக்கொண்டார்கள்.

காக்கிச்சட்டை ஒவ்வொருவருடைய கையிலிருந்த காகிதங்களையும் வாங்கி, ரொம்பக் கூர்மையாகக் கவனிப்பவன்போல நெற்றிப் புருவம் எல்லாவற்றையும் சுருக்கிக்கொண்டும் கண்களை இடுக்கிக்கொண்டும் பரீட்சித்தான்.

“ஊம்... சரி யார்ப்பா... பச்ச சட்ட நீ போ உள்ள... எசேல்சியெல்லாம் அந்த வழியா உள்ள போங்கப்பா. மத்த டிகிரியெல்லாம் இந்த வழியா போங்க. ஊம் சத்தம் பண்ணாமே ஒவ்வொருத்தரா போ... ஒர்றாள் போயி முடிஞ்சி வெளியில வந்தப்புறம் இன்னொருத்தர் போணும்... தெரியுதா... ஊம்...”

ஒவ்வொருத்தராக எழுந்து ஆபீசுக்குள் ரிஜிஸ்டர் பண்ணிக்கொள்ளப் போனார்கள். நட்ராஜன் வரிசையைக் கவனித்தான். ரொம்ப நீளமாக இருந்தது. அவன் முறை வர இன்னும் மூணு மணி நேரமாவது ஆகும்போலத் தெரிந்தது.

நட்ராஜனுக்கு நேரம் போவது கஷ்டமாக இருந்தது. வேப்பமரத்தைப் பார்த்தான். இலை ஆடவில்லை. சில காக்காய்கள் கத்திக்கொண்டிருந்தன. விர்ரென்று ஒரு கார் ரோட்டில் வழுக்கிக்கொண்டு ஓடியது. பின்னால் புழுதி, மரம் அளவுக்கு உயர்ந்தது. வெயில் உஷ்ணம் தகித்தது. ஃபைலைத் தூக்கித் தலையையும் முகத்தையும் மறைத்துக்கொண்டான். வானத்தைப் பார்க்க முடியவில்லை. கண் கூசியது.

“ஏய்...” காக்கிச் சட்டைதான் கத்தினான்.

"இன்னா வாத்தியாரே... நம்ம கிட்டயே உன் குயினா வேலையைக் காம்பிக்கிறியே..." என்றான், காக்கிச்சட்டை ஒருவனைப் பார்த்து. அவன் எழுந்து நின்றான். பேன்ட்டும் சிலாக்கும் அணிந்திருந்தான். அந்தப் பையன் கிருதா கொஞ்சம் நீண்டு அடர்ந்து இருந்தது.

"இன்னா சொல்றீங்க!" என்றான் பேன்ட்.

"இன்னாபா ஒண்ணும் தெரியாதவனாட்ட காடு காட்டறே. இது கடலூர் எம்பிளாய்மண்டுல ரிஜிஸ்டரான செத்திபிகேட்டுல்ல?" என்றான் காக்கிச்சட்டை.

"ஆ... மா" என்றான், தடுமாறியபடியே பேன்ட்.

"அங்கியும் பதிஞ்சுட்டு, இங்கியும் பதிஞ்சுக்கலாம்னு வந்துட்டியா... நாங்கள்லாம் எப்பவோ காது குத்திக்கினாச்சுப்பா. ஒருத்தன் ஒரு எம்பிளாய்மண்டுலதான் ஒரு சமயத்துல பதியலாங்கிறது ஒனக்குத் தெரியாதா... ஊம்" என்று உரத்துச் சத்தம் போட்டான் காக்கிச்சட்டை.

அந்த பேன்ட், சுற்றி இருந்தவர்கள் அவர்கள் முகத்தையே பார்த்துக்கொண்டிருப்பதை ஓரக் கண்ணால் கவனித்துக்கொண்டே ஹீனஸ்வரத்தில் சொன்னான்.

"தெரியும்... ஆனா. கடலூர்ல பதிஞ்சு நாலு வருஷத்துக்கு மேல் ஆயிட்டுது. இன்னும் வேல கிடைக்கல. அதான் இங்கே பதியலாம்னு..."

"இங்க பதிய வர்றவன் அத கான்சல் பண்ணிட்டில்ல இங்க வர்ணும் அப்படியே எடுத்தாந்தா இன்னா அர்த்தம். நாங்கள்லாம் இன்னா காதுல லோலாக்கா மாட்டிக்கிட்டிருக்கோம். இது எவ்ளோ பெரிய குத்தம் தெரியுமா? உன்னை போலீஸ்ல கொண்டுபோயி விடலாம் தெரியுமா...?"

"இல்லீங்க... இல்லீங்க... ஏதோ தெரியாம..."

"இன்னாபா தெரியாம... ஒண்ணும் தெரியாது ஒனக்கு. படிச்சவன்தாம்பா நீ... ஒனக்கு ஏன் இப்டி புத்தி பீ திங்கப் போச்சி... ஊம்"

"இல்லீங்க ஏதோ தெரியாம... இனிமே இப்படிச் செய்ய மாட்டேங்... வூட்ல ரொம்ப கஸ்டங்க..."

அந்தப் பையன் இன்னும் கொஞ்ச நாழிகையில் அழுது விடுவான்போல இருந்தது. நாக்கு தழுதழுத்தது. முகம் இரத்தச்

பிரபஞ்சன் | 33

சிவப்பாய் மாறிவிட்டது. நட்ராஜன் மயிர்க் கால்களெல்லாம் குத்திட்டு நின்றது. மார்பு வேகமாக அடித்துக்கொண்டது. கீச்கீச் என்றோர் அணில் குரோட்டன் ஓரத்தில் இவனைப் பார்த்து வாலைத் தூக்கி ஆட்டியது. ஒரு சிறு கல் கிடைத்தால் ஒரே அடியில் அடித்து அதை வீழ்த்தலாம்போல இருந்தது. கல்லைத் தேடிச் சுற்றிலும் நோட்டம் விட்டான்.

“வூட்ல கஸ்டம்னா எங்க தாலிய ஏம்பா அறுக்க வர... பசிக்குமின்னா பீ தின்னுவியா நீ...” என்றான் காக்கிச் சட்டை.

அந்தப் பையன் தலையைக் கவிழ்ந்துகொண்டு நின்றிருந்தான். எல்லாரும் பார்க்கிறார்களே என்ற கூச்சத்தை அவன் இப்போது விட்டுவிட்டான். தாடை வழியாக உருண்டு வந்து மண்ணில் விழுந்த ஈரம் சொட்டுச் சொட்டாகப் பொட்டு மாதிரி மாறுவதை நட்ராஜன் கவனித்தான். இந்நேரம் சுமதி என்ன செய்துகொண்டிருப்பாள் என்று நட்ராஜன் யோசித்தான். சமையலை முடித்துவிட்டிருப்பாள். சாப்பிட்டிருக்க மாட்டாள். தன்னைப் பற்றித்தான் நினைத்துக்கொண்டிருப்பாள். அந்த நம்பிக்கையே திருப்தி தந்தது அவனுக்கு. சுபா தூங்கியிருக்க மாட்டாள். “அப்பா எங்கே போயிருக்காங்க” என்று சுமதி சுபாவைக் கேட்பாள். சுபா ‘ஊ’ என்று உதட்டைக் குவித்துக் கையை மேலே தூக்கிக் காண்பிக்கும். பிறகு ‘டர்ர்ர்’ என்று சத்தமிடும். அதன் பாஷையில் அப்பா ஊருக்குப் போயிருக்கிறார் என்று அர்த்தம். குழந்தைக்கு அரைமணி நேரம் அப்பாவைக் காணவில்லையென்றால், அவர் ஊருக்குத்தான் போய் இருக்கிறார் என்று எப்படியோ தோன்றிவிடுகிறது. சுமதி அடிக்கடி இதைக் கேட்டு ரசிப்பாள். இப்போதும் கேட்டுக்கொண்டிருப்பாள்.

“செரி... செரி இனிமே இந்தமாதிரி காரியமெல்லாம் பண்ணாதே... பண்ணீட்டுப் பொட்ட மாதிரி அழுவாதே... போ... போ...” என்றான் காக்கிச் சட்டை.

கூனிக் குறுகி நடந்து மறைந்தான் பையன்.

எஸ். எஸ். எல். சியில் எல்லாருமே பதிந்துகொண்டு மீண்டவுடன் “நீயும் போயி கௌார்க்கைப் பாரம்பா” என்று நட்ராஜனைப் பார்த்துச் சொன்னான் காக்கிச் சட்டை.

நட்ராஜன் உள்ளே போய் ஒரு கிளார்க்குக்கு முன்னால் நின்றான். கதர் அரைக்கைச் சட்டை அணிந்துகொண்டு கறுப்பாக ஒல்லியாக இருந்தார் அவர். முகம் மலர்ச்சியே இன்றித் துருப்பிடித்த இரும்பு மாதிரி இருந்தது. ஏதோ சம்பளம்

வாங்காது இனாமாக வேலை செய்வது மாதிரி அலுப்போடு உட்கார்ந்திருந்தார் அவர்.

நட்ராஜன் தன் காகிதங்களை மேசைமேல் வைத்தான். மௌனமாக அவற்றைப் புரட்டிப் பார்த்தார் அவர். பேனாவை பட்டென்று மேசைமேல் போட்டார்.

"ப்ச்... நீங்க புலவரில்ல... எஸ். எஸ். எல். சி கேன்டிடேட்ஸ்கூட ஏன் சார் வந்து நிக்கிறீங்க? ஒங்கள மாதிரி எஜுகேட்டட்ஸே இப்படி இருந்தா என்ன சார் அர்த்தம். போங்க... போங்க... அந்த டிவிஷனுக்குப் போங்க" என்றார் அவர்.

முகமெல்லாம் இருண்டுபோன மாதிரி, "எக்ஸ்கியூஸ்மி" என்று கூறிவிட்டு ஆபீஸைவிட்டு வெளியே வந்தான் நட்ராஜன். டிகிரிகள் நின்றிருந்த கியூவில் போய் நின்றான். பசித்தது. மணியைப் பார்த்தான். பன்னிரண்டை நெருங்கிக்கொண்டிருந்தது. ஒரு டீ சாப்பிட்டால் தேவலாம் போலிருந்தது. நாக்கு வறண்டிருந்தது. வெயில் வெள்ளையாகக் கொளுத்திக்கொண்டிருந்தது. டைப் மெஷினிலிருந்து வரும் லேசான சத்தமும், எங்கோ ஏதோ பறவைகள் கத்தும் சத்தத்தையும் தவிர, வேறு சத்தம் ஒன்றும் இல்லை.

கியூ நகர்ந்தது. கீழே உட்காரவும் முடியவில்லை. மணல் சுட்டது. ஸ்லிப்பரையும் மீறி மணல் சுட்டது.

நட்ராஜன் உள்ளே போனான். ஒரு கையைத் தூக்கி விஷ் பண்ணினான். அஃறிணைப் பொருளைப் பார்ப்பது மாதிரி எந்த உணர்ச்சியும் முகத்தில் காட்டிவிடாத ஒரு மனிதர், ஒரு பெரிய மேசையைப் போட்டுக்கொண்டு உட்கார்ந்திருந்தார். ஃபைல்கள், ஒரு பேப்பர் வெயிட், இங்க் துளிகள் உறைந்த ஒரு அழுக்கு டேபிள் கிளாத், இத்யாதிகளோடு அவர் எண்ணெய் வழியும் மூஞ்சியோடு இருந்தார்.

"எஸ்..." என்றார், அந்த மனிதர்.

நட்ராஜன் காகிதங்களைப் பணிவோடு அவர் மேசைமேல் வைத்தான். தொட்டால் தீட்டுப்பட்டுவிடுமோ என்று அஞ்சுவது மாதிரி தன் விரல் நுனிகளால் அதைப் புரட்டினார் அவர்.

நட்ராஜன் முகத்தைப் பார்த்து, மெல்லிய அழூத்தமான குரலில்,

"ஆர் யு எ கிராஜுவேட்?" என்றார்.

நட்ராஜன் நாக்கு மேலண்ணத்தில் ஒட்டிக்கொண்டது. தொண்டைக்குள் சளி வந்து அடைத்துக்கொண்டதுபோல... பேச நினைக்கிறான் முடியவில்லை. உட்கார்ந்து கொள்ளலாமா என்று ஒரு கணம் யோசிக்கிறான். அவரே சொல்லி இருக்க வேண்டும் தானாக எப்படி...?

“இல்லே... புல... வர்...”

“ஈஸ் இட் எ டிகிரி?”

“இல்லே... சார்...”

“இல்லேன்னு தெரியுதுல்ல... பின்ன எதுக்கு என் முன்னால வந்து இப்படி நிக்கறே?”

“சாரி சார்... யாருகிட்டப் பதியறதுன்னு... தயவு செய்து...!” தடுமாறினான் நட்ராஜன்.

“ஆபீஸரைப் போய்ப் பாரு” என்றார் அவர். தன் எண்ணெய் வழியும் மூஞ்சை ஒரு ஃபைலுக்குள் நுழைத்துக்கொண்டார்.

நட்ராஜன் ஏதோ பேரோடு ஆபீஸர் என்று போர்டு போட்டிருந்த ஓர் அறையின் வெளியில் வந்து நின்றான்.

அங்கே ஒரு பெண் – அழகான பெண் – கூந்தலைப் பாப் செய்த பெண் – குறைந்தபட்ச ஆடைகளிலேயே தன் நிறைந்த அழகைக் காட்டிக்கொண்டு ஒரு பெண் உட்கார்ந்திருந்தாள். அவள் முன் ஒரு டைப்ரைட்டர் மிஷின் இருந்தது. அவள் நட்ராஜனைப் பார்த்து மிக வசீகரமாகச் சிரித்தாள். அவள் பற்கள் மிகவும் வெள்ளையாக இருந்ததைக் கவனித்தான் நட்ராஜன். இனிமையாக “எஸ்... ப்ளீஸ்...” என்றாள்.

“ஆபீஸரைப் பார்க்கணும்...”

“ஹோ...” அவள் கிறீச்சிட்டாள். பொறியில் மாட்டிக்கொண்ட எலியின் சத்தம் இவனுக்கு ஞாபகம் வந்தது. கூடவே மதுரமான ஒடிக்குலான் வாசனை அவளிடம் இருந்து கிளம்பி வந்தது.

“இப்போதுதான் ஆபீஸர் வெளியில் போனார். இத்தோடு மூணு மணிக்குத்தான் அவரைப் பார்க்கலாம்...” என்று இங்கிலீஷ்காரர்களின் தமிழில் சொல்லி, அழகாகச் சிரித்தாள் அவள்.

நட்ராஜனுக்கு ஏமாற்றமாக இருந்தது. உடல் தெம்பு எல்லாம் போன மாதிரியும் வெறும் எலும்புக்கூடாகத்தான் அவள் முன்

நிற்பது மாதிரியும் நட்ராஜன் உணர்ந்தான். "தேங்ஸ்" என்று கூறிவிட்டுத் திரும்பினான்.

மணி இப்போது ஒன்றரையை நெருங்கிக்கொண்டிருந்தது. தலையை விண் விண்ணென்று தெறித்தது. நேராக டீ கடையை நோக்கி நடந்தான். சோறு சாப்பிடத் தோணவில்லை. பசித்தது. ஒரு வயதானவரும் ஒரு சிறு பொண்ணும் தையல் இலையில் சோறு சாப்பிட்டுக்கொண்டிருந்தார்கள். ரெண்டு வடையை மென்று டீயைக் குடித்தான். பக்கத்தில் பெட்டிக் கடையில் சிகரெட் பற்ற வைத்துக்கொண்டு வந்து மீண்டும் டீ கடை பெஞ்சில் உட்கார்ந்துகொண்டு, புகைக்க ஆரம்பித்தான்.

மணி மூன்றை நெருங்கிக்கொண்டிருந்தது. இன்னும் ஆபீஸர் வரவில்லை. நிழலுக்கு வேப்ப மரத்தின் கீழ் நின்றுகொண்டிருந்தான் நட்ராஜன். பெரும்பாலும் இப்போது கூட்டம் இல்லை. பொட்டல் வெளியில் உஷ்ணக் காற்று அவன் முகத்தை எரித்தது. பனியன் தெப்பமாக நனைந்து, அக்குள் பகுதி ஈரம் நசநசத்தது. அடிக்கடி பனியனுக்குள் உப்பென்று ஊதிக்கொண்டான்.

கடைசியாக ஸ்கூட்டர் சத்தம் முன்னால் வர, ஆபீஸர் வெள்ளையாக வந்து சேர்ந்தார். காலையில் இருந்த வெள்ளை கொஞ்சங்கூடக் கசங்கவில்லை. இன்னும் வெள்ளை கூடியிருப்பதைப்போல அவனுக்குப் பட்டது. இஸ்திரிகூடக் கலையாமல் இருந்தது. அவர் உதடுகள் வெற்றிலைச் சிவப்பேறி இருந்தன. கண்கள் மட்டும் கொஞ்சம் காலையில் இருந்ததைவிட வீங்கி இருப்பதைப்போல் அவனுக்குப்பட்டது.

அவர் விறைப்பாக கம்பீரமாக ஆபீசுக்குள் நுழைந்தார். நட்ராஜனும் அவர் கூடவே உள்ளே போனான். உள்ளே அதே டைப்பிஸ்ட் அதே அழகான சிரிப்போடு அவனை வரவேற்றாள். வெயிலின் கடுமையான உஷ்ணச் சூழ்நிலையில் இங்கு மட்டும் கொஞ்சம் குளிர்ச்சியாய் இருப்பதற்கு இவள் சிரிப்பும் ஒரு காரணமாக இவனுக்குப்பட்டது.

"இப்போதுதானே ஆபீஸர் வந்தார். ஒரு டென் மினிட்ஸ் ஆப்டர் போங்களேன்..." டைப்பிஸ்ட் கொஞ்சினாள்.

நட்ராஜன் அங்கேயே நின்றுகொண்டு பராக்குப் பார்க்கத் தொடங்கினான். நேருவின் வாசகங்களுடன் கூடிய அவர் கழுத்தளவு படம், லால்பகதூர் சாஸ்திரி, இந்திராகாந்தி, ஆகியோரது சில 'கொட்டேஷன்கள்' அவர்களது படங்களுடன் – இந்திரா காந்திக்கு முன் நெற்றியின்மேல் கொஞ்சம் நரைத்திருந்தது

பிரபஞ்சன் | 37

ரொம்ப அழகாக இருப்பதாகப் பட்டது இவனுக்கு. பெரிய பெரிய மேசைகள், காகிதங்களைக் கண்ணால் தின்றுகொண்டிருக்கும் கழுத்து வளைந்த மனிதர்கள். பரபரப்பாக யார் யாருடைய தலைவிதிகளையோ நிர்ணயித்துக் கொண்டிருக்கும் அவசரக் கைகளின் ஓட்டங்கள்... டிக் டிக்கென்று காலத்தை விரயமாக்கிக்கொண்டிருக்கும் கடிகாரம்... பூட்ஸ் கால்கள், பாட்டாவின் புதுரக செருப்புகள், அவற்றின் நடைச் சத்தங்கள், கிருதாக்கள், கறுப்பின் ஊடே வெள்ளை நெசவுகள், கடிகாரத்தின் நிதானத்தைக் கடிந்துகொள்ளும் அரைக் கண்கள்...

டைப்பிஸ்ட் கொடி மாதிரி அசைந்து அசைந்து அறைக்குள் போய் மிக நிதானமாக வெளியில் வந்தாள்.

"எஸ்... யு மே கோ..." என்றாள் நட்ராஜனைப் பார்த்து.

அவன் அறைக்குள் நுழைந்தான். பெரிய அறை அது. சுத்தமாக இருந்தது. மேலே ஃபேன் அவசரமில்லாமல் மெதுவாகச் சுற்றிக்கொண்டிருந்தது. அழகான கலர் கிளாத் விரித்த பெரிய மேசையின் பின் நன்றாகச் சாய்ந்து ஈஸிசேரில் இருப்பது மாதிரி இருந்தார் அவர். அவரது கண்கள் அரைகுறையாகத் திறந்தும் மூடியும் இருந்தன. அந்த அமைதியான சூழ்நிலையில், அவரிடம் பேசி அந்த அமைதியைக் குலைக்கவும் பயமாக இருந்தது அவனுக்கு. நிமிஷங்கள் கரைந்தன. ஆபீஸர் கண் திறக்கவில்லை. நட்ராஜன் லேசாகக் கனைத்துவிட்டுக்கொண்டான். சட்டென்று விழித்துப் பார்த்த அவர், அவனையே முறைத்துப் பார்த்துக்கொண்டு உட்கார்ந்திருந்தார். பிறகு தலையை மேலும் கீழும் அசைத்து 'என்ன' என்று கேட்பது மாதிரி அவனைப் பார்த்தார்.

நட்ராஜன் தன் காகிதங்களை அவர் முன்னால் வைத்து "நான் புலவர்... பாஸ் பண்ணியிருக்கேன். தமிழ் பண்டிட்டாகப் பதிஞ்சுக்கலாம்னு..." என்று ஒவ்வொரு வார்த்தையாக அவன் அளந்து சொன்னான்.

சாய்ந்து உட்கார்ந்திருந்தவர், அப்படியே கொஞ்சநேரம் இருந்தார். பின் நேராக உட்கார்ந்தார். ஒரு நிமிஷம் காகிதங்களையே உற்றுப் பார்த்தார். நாசூக்காக அவற்றை இப்படியும் அப்படியும் புரட்டிப் பார்த்தார். விரலை காலிங்பெல்லை நோக்கிக் கொஞ்சம் கொஞ்சமாக, உடலை அசைத்துக்கொள்ளாமல் மெல்ல நீட்டினார். அரை நிமிஷம் அப்படியே ஓய்வெடுத்துக்கொண்டார்.

உள்ளே நுழைந்த பியூனைப் பார்த்து "துரைசாமி..." என்று முணுமுணுத்தார் களைத்துவிட்டவரைப்போல சரிந்து படுத்துக்கொண்டார்.

துரைசாமி உள்ளே வந்தான். பேசாமல் நின்றான். கால்கள் விறைத்துப்போய் நின்றிருந்தான் நட்ராஜன். கண்களைப் பிட்டுக்கொண்ட ஆபீஸர் அப்படியே சுற்றும் ஃபேனையே, அது எப்படிச் சுற்றுகிறது என்று ஆராய்பவர்போல உற்றுப் பார்த்துக்கொண்டிருந்தார். பின், என்னமோ எழுதினார். காகிதங்களை துரைசாமியிடம் கொடுத்தார். காலை நீட்டி நன்றாகச் சாய்ந்து அந்த வசதியான நாற்காலியில் படுத்தார். கண்ணை மூடினார்.

நட்ராஜன் ஆபீஸைவிட்டு வெளியில் வரும்போது மணி ஐந்தை நோக்கிக்கொண்டிருந்தது. வெயில் அவ்வளவாக இல்லை. ஆனாலும் உஷ்ணம் இருந்தது. அப்போதுதான் தான் காலையிலிருந்து சிறுநீர் கழிக்காதது திடீரென்று அவனுக்கு ஞாபகம் வந்தது. நினைவு வந்ததும் அடிவயிறு கனத்து முட்டிக்கொண்டு வருவதுபோல் இருந்தது. ஒரு புளிய மரத்து நிழலில் உட்கார்ந்து எழுந்தான். மூத்திரம் மஞ் சளாகப் போயிற்று. நாளைக்குத் தலை முழுக வேண்டும் என்று நினைத்துக்கொண்டான். மீண்டும் அந்தப் பெட்டிக் கடைக்குப் போய் சிகரெட் பற்ற வைத்துக்கொண்டு தான் போக வேண்டிய ஊருக்கு, பஸ்ஸை எதிர்நோக்கிக் காத்திருந்தான் நட்ராஜன்.

1972

சங்கம்

பஸ்ஸைவிட்டு இறங்கினபோதுதான் வெயிலின் உஷ்ணம் அவனுக்குப் புரிந்தது. வெயில் வருவதற்கு முன் பஸ்ஸில் ஏறினவன். உடம்பு சட்டென வேர்த்துப் புழுங்கியது. பனியன் நனைந்து உடம்பு ஜில்லிட்டது. மணிக்கட்டுகளில் முத்துக்களாய் வியர்வை. மணி ஒன்பதுகூட ஆகவில்லை என்று பஸ் ஸ்டாண்டில் கடிகாரம் சொல்லியது.

சுரங்கத்துக்குப் போகும் பஸ்கள் ஒவ்வொன்றாய் வந்து மக்களை நிரப்பிக்கொண்டு சுரங்கத்தை நோக்கி ஓடின.

காலப் பிரக்ஞை அவனை உசுப்ப தான் செல்ல வேண்டிய இடத்துக்கு வழி கேட்டவாறு அவன் நடந்தான். 'வாயில் இருக்கும் வழி' என்று அவன் அப்பா, அவன் புறப்படுகிறபோது சொன்னது ஞாபகம் வந்தது. வழி வாயில் இல்லை, மனசில்தான் இருக்கிறது என்று, திடீரென அவனுக்குத் தோன்ற, இது ஒரு கவி வாசகம்போலத் தொனிக்க, அவ்வரிகளை அசை போட்டவாறு அந்தத் தெருவையும் அந்த வீட்டையும் நெருங்கி நின்றான் அவன்.

"யாரு?" என்றாள் வீட்டுக்குள் இருந்து எட்டிப் பார்த்த நடு வயது ஸ்திரி ஒருத்தி.

"நான்தான்" என்றான் இவன்.

"நான்தான்னா?" என்றாள் அவள்.

"நான்தான் ராஜரத்தினம். பாண்டிச்சேரியிலிருந்து வர்றேன்..." என்றான் அவன்.

"பாண்டிச்சேரியில் யார் வீடு?" என்று கேட்டபடி நடைக்கதவைத் தாண்டி, கூடத்துக்கு வந்தாள் அவள். அவன் தன் அப்பா பேரைச் சொல்லி அறிமுகப்படுத்திக்கொண்டான்.

"அடேடே, உள்ள வாப்பா! இதை முதல்லயே சொல்றதுக்கு என்னா, முழிக்கிறியே" என்றாள் அவள். அதுவரை திறக்காமலேயே இருந்த கூடத்துக் கதவைத் திறந்துவிட்டாள். நடையில் இருந்த பிரம்பு நாற்காலியில் வசதியாக உட்கார்ந்தான் அவன்.

"அவர் இல்லீங்களா?"

"குளிக்கிறாரு..." என்று சொல்லிவிட்டு உள்ளே போனாள் அவள்.

இரண்டு மூன்று காலமான அரசியல்வாதிகள் படமும் சுவரில் தொங்கிக்கொண்டிருந்தன. அலமாரியும் சோபாக்களும் புத்தம் புதுசாய்க் கூடத்தை நிறைத்திருந்தன. 'அவன் என்னடா, நிமிந்துட்டான்' என்று அப்பா சொன்னது ஞாபகத்துக்கு வந்தது.

அவள் டம்ளரில் சூடாக எடுத்துக்கொண்டுவந்து அவனிடம் நீட்டி, "காப்பி சாப்பிடு" என்றாள். அவள் காப்பி என்று அதைச் சொல்லவில்லை என்றால் அது என்ன பானம் என்றே அவனுக்குப் புரிந்திருக்காது.

"அம்மா சௌக்கியமா?"

"ஊம்..."

"அப்பா...?"

"ஊம்..."

"ராமு சித்தப்பா சௌக்கியமா இருக்காங்களா?"

"உம்...?" அவன் நெற்றி சுருங்கியது.

"அதாம்பா உங்க அம்மாவோட ஒன்றுவிட்ட சித்தி ஊட்டுக்காரரு..."

"தெரியாது"

"தெரியாதா... என்ன நீ சொந்தம் பந்தமெல்லாம் தெரிஞ்சு வச்சிக்கிறது இல்லியா?"

"எனக்குச் சொந்தக்காரங்களையெல்லாம் அவ்வளவா தெரியாது"

“ஐய்யெய்ய. பாடாம விட்டது ராகம், போகாம விட்டது உறவுன்னு சொன்னது சும்மாவா? நம்ம மனுஷாளையெல்லாம் நாம்ம தெரிஞ்சு வக்காம... இந்தக் காலத்துப் பிள்ளைகளே அப்பிடித்தான்...”

அவள் இன்னும் குளிக்காமல் இருக்கிறதாக அவனுக்குத் தோன்றியது. ஒரு மாதிரியான வாசனை அவளிடமிருந்து வந்தது.

“வாப்பா...” என்றவாறு அவர் வந்தார். இடுப்பில் துண்டு சுற்றிக்கொண்டிருந்தார். தலை துவட்டியதால் முடி பரந்து கிடந்தது. அவரிடமிருதநு லக்ஸ் வாசனை வந்தது.

“அப்பா நல்லா இருக்காரா?”

“ஊம்... நல்லா இருக்கார்.”

“போன வாரம் பஸ் ஸ்டாண்டுல அவரைப் பார்த்தேன். ரொம்ப இளைச்சுப் போயிட்டாரு – அப்போதான் சொன்னாரு, நீ வேலை இல்லாம இருக்கேன்னு – எதுவரைக்கும் படிச்சிருக்கே நீ?”

“பி.எஸ்.சி”

“இங்கே வேலை பார்க்கிறியா?”

“அதுக்குத்தான் வந்திருக்கேன்”

“இரு வந்துட்டேன்”

அவர் உள்ளே போய் காக்கி பேன்ட்டும், வெள்ளைச் சட்டையுமாய் வந்தார்.

“சாப்பிட்டியா?”

“ஊம்”

“எங்கே?”

“இங்கதான்...”

“இங்க வந்துட்டு ஓட்டல்லே எதுக்குச் சாப்பிட்டு வர்றே, சொந்தக்காரங்க வீடு இருக்கப்போ? காசு தெண்டம்.”

“அதுக்கு ராமு சித்தப்பாவைத் தெரியாதாம்... பார்த்துக்குங்க”

“அவ்வளவோ அபிமானம்”

அவர் டேபிளை இழுத்துப் போட்டுக்கொண்டு அவன் முன்னால் அமர்ந்தார். அவள் பரிமாறினாள். அசைவ வாசனை; சுகமான வாசனை; எறா வறுத்திருந்தாள்.

அவனுக்குப் பசித்தது. பொய் சொல்லியிருக்க வேண்டாம்போல் உணர்ந்தான்.

"இங்க எல்லாம் யூனியன் ரொம்ப பவர்ஃபுல். யூனியன் நினைச்சா ஒருத்தனை வேலைக்கு வைக்கலாம். ஒருத்தனை வேலையைவிட்டு எடுக்கலாம். தெரியுதா? முதல்லே நீ யூனியன் செக்ரட்ரியப் பார்க்கணும். நானும் வர்றேன். அவர் நம்ம சொந்தக்காரரு. தெரியுமில்ல? பாவாடை முதலியார்ன்னு ஒருத்தர் இருந்தார் இல்லே, நம்மூர்ப் பக்கம். அதாம்பா சேலியமேடு முதலியார்ன்னு சொல்லுவாங்கல்ல. அவரோட மச்சினனுக்கு இவர் சகலன், யாரு நம்ம யூனியன் செக்ரட்ரி. இவரு எனக்குத் தம்பி முறையாவுது. சொல்லிப் பாப்போம். போன வாரம்கூட என் கொழுந்தியா மகனைச் சேத்துவிட்டேன். நம்மளவங்கன்னா அவருக்கு உசுரு. ஜாதி ஜனம்ன்னா ரொம்பப் பிரியம். கொஞ்சம் குழம்பு ஊத்து. கட்டாயம் நான் சொன்னா செய்வாரு"

"அவரு கம்யூனிஸ்டுன்னு கேள்விப்பட்டனே."

"ஆமாமா – அந்தக் கட்சிதான் அவரு – நல்ல மனுஷம்பா – எந்தக் கட்சியில் இருந்தாத்தான் என்னா – நல்லா இருக்கணும். அதைப் பார்த்து நாம்ப சந்தோஷப்படணும். எந்த நிலைக்குப் போனாலும் நம்ம ஆளுக நாலு பேருக்கு உதவியா இருந்து கைதூக்கி விடணும். ஊருல என்ன நடக்குதுங்கறே, இப்போ ஐயரு மானேஜ்மன்ட்டுக்கு வந்தப்ப ஐயரு பசங்களா வேலைக்கு வந்தாங்க. பின்னால நல்லமுத்து கவுண்டரு வந்தாரு. ஊருல உள்ள வன்னியன் எல்லாம் தலையை நிமித்திக்கிட்டு நடந்தான். இப்போ முதலியார் வந்திருக்காரு – நம்ப செக்ரட்ரியும் முதலியாரு – ஒண்ணுக்குள்ளே ஒண்ணு. இப்போ எல்லாரும் சௌகரியமா இருக்காங்க. நம்ப செக்ரட்ரி சொந்தமா வீடு கட்டிட்டாரு. கொஞ்சம் காசு கையில இருக்கே ஆளு நிமிந்திடுவாரு. ஆமா பணம் ஏற்பாடு பண்ணி இருக்கியா?"

"ரெண்டாயிரம் தரமுடியும்னு அப்பா சொல்லச் சொன்னாங்க. அதுக்குள்ளே பாத்து முடிக்கணும்னு சொல்லச் சொன்னாங்க"

"நம்பளவங்க அதுக்கு மேல கேக்க மாட்டாங்க. மோரு போடு மோரு சாப்பிடிறியா?"

"வேணாம்"

"சரி வா."

அவரும் அவனும் ரோட்டில் நடக்கிறபோது, பலர் அவருக்கு வணக்கம் சொன்னார்கள். போலீஸ்காரன்கூட அவருக்கு சல்யூட் வைத்தான்.

"ஊருல நமக்கு மதிப்பு ஜாஸ்தி தெரியுமா! வேற ஒண்ணுமில்லே! 'செங்குந்த முதலியார் சங்கம்'ன்னு ஒண்ணு ஆரம்பிச்சிருக்கேன்... சங்கம் ஆரம்பிச்ச பின்னால் அவனவன் நடுங்கிக்கிடக்கிறான்க"

திடீரென்று அவரைச் சந்தோஷப்படுத்த வேண்டும்போல் அவனுக்குத் தோன்றியது.

"இந்த ஊரு சேர்மன்கூட நம்பளவங்களாமே" என்றான்.

"சேச்சே... யார் சொன்னது. அவரு வேற முதலியார் இல்லே... நமக்கும் அவருக்கும் கொள்வினை கொடுப்பினைகூட இல்லே... அந்த ஜாதிக்குமே இல்லே. எல்லாமே முதலியாரா?"

"முதலியார்ன்னு பட்டத்தைப் பார்த்து நம்பளவங்கன்னு நெனைச்சுப்புட்டேன்"

"அவங்களை அச்சரப்பாக்கத்து முதலியார்ன்னு சொல்லுவாங்க"

"ஓகோ..."

"அதெல்லாம் வித்தியாசம் உண்டு. பெரியவங்க காரணமில்லாம செய்ய மாட்டாங்க"

சங்கத்தின் கட்டடம் வந்து சேர்ந்தார்கள். ஒரு பெரிய மேஜைக்கு முன்னால் மற்றவர்களைக் காட்டிலும் பிரகாசமாகவும் சிவப்பாகவும் வெள்ளை வெளேரென்று உடுத்தியும் ஒருவர் இருந்தார். "வாங்க முதலியார்" என்று அவரை வரவேற்றார்.

"நம்ம பையன்" என்று அவனை அவர் செக்ரட்ரிக்கு அறிமுகப்படுத்தி வைத்தார். 'நம்ப' என்கிற வார்த்தைக்கு விசேஷ அர்த்தத்தை அந்தச் சூழ்நிலை நன்கு எடுத்துக் காட்டியது.

"உக்காருங்க..." என்றார் அவர்.

நாங்கள் உட்கார்ந்தோம்.

“அப்போ நாங்க வர்றோம்” என்று அந்த அறையில் இருந்தவர்களெல்லாம் கிளம்பினார்கள்.

“வாங்க, நாளைக்கு சாயங்காலம் மீட்டிங்கில் டிசைட் பண்ணிற வேண்டியதுதான். ஒரு நூறு பேருகூட இல்லே அந்தப் பிசாத்து சங்கத்துல. அவன் ஒரு ஸ்டிரைக் அடிக்கிறான்னா, நம்ம என்ன செரைக்கவா சங்கம் வச்சு இருக்கோம். நாம்பளும் நம்ப ‘ஸ்டென்த்தைக்’ காட்டிடறதுக்காவது ஒரு ஸ்டிரைக் அடிக்கணும். அப்போ வாங்க” செக்ரட்ரி எழுந்து நின்று கும்பிட்டு அவர்களை வழி அனுப்பி வைத்தார்.

“சொல்லுங்க.”

“இவன் நம்ப பையன் அண்ணாச்சி. பி.எஸ்.சி வரைக்கும் படிச்சிருக்கான். உள்ளே தள்ளி விட்டுடணும்”

“நம்ப பையன்னா?”

“உத்ரவேல் முதலியார்ன்னு சொல்லுவேனே – நம்ப ஒண்ணு விட்ட பங்காளி பையன்.”

“ஓகோ, பாண்டிச்சேரியா?”

“ஆமா அண்ணாச்சி.”

“நம்ப வஜிரவேலு சௌக்கியமா...”

அவர் அவனைப் பார்த்துக் கேட்டார்.

அவன் விழித்தான்.

“அதாம்பா... டிப்டி கலெக்டரா இருந்து ரிடையர் ஆனாரே, அவருதான். நம்ப பக்தவச்சலம் காலத்துல ரொம்ப செல்வாக்கா இருந்தார். இப்போ உங்க ஊருலதான் வீடு வாங்கிக்கிட்டு வந்துட்டாருன்னு சொன்னாங்களே...”

“அவன் அவரை அறியமாட்டான்.”

அவர் அவனுக்கு வக்காலத்து வாங்கினார்.

“இந்தக் காலத்துப் பையன்களுக்கு ஜாதி குலம் தெரியறது இல்லே. அவன் உண்டு அவன் வேலை உண்டு”

“அப்படியெல்லாம் இருந்துறக்கூடாதுப்பா. ஜாதி, உறவு, சொந்தம் பந்தம்னு எல்லாம் எதுக்கு ஏற்படுத்தி இருக்காங்க. ஒருத்தருக்கு ஒருத்தர் உதவிக்கத்தானே, என்னையே எடுத்துக்கோ. நான் வாங்காத அடியா உதையா, போகாத ஜெயிலா, என்ன

லாபம் வந்தது எனக்கு? நாலு பொண்ணுங்க சமைஞ்சு வீட்டுல நிக்குது. நான் பண்ண தியாகம் எனக்குச் சோறா போட்டுச்சு. எனக்கு டீ வாங்கியாந்து கொடுத்த பய எல்லாம் எம்.எல்.ஏ. இன்னிக்கு. ஏதோ தெய்வாதீனமா நம்பளவரு மானேஜ்மெண்ட்டுக்கு வந்தாரு? என்னையும் கைதூக்கி விட்டாரு. நானும் நாலு காசு மிச்சம் பிடிக்க முடிஞ்சுது. ஒரு வீட்டை சொந்தமா கட்ட முடிஞ்சது. நாலு பேரு என்னை மதிக்கிறான். மேலிடத்திலே இப்பத்தான் என்னை 'ரெகக்னைஸ்' பண்ணான். இந்தப் பதவியக் கொடுத்தான். என் தியாகம் எனக்குச் சோறு போடல்லே. ஜாதிதான் எனக்குச் சோறு போடுது."

"நல்லா கேட்டுக்க" என்றார், அவனுடன் வந்தவர்.

அவன் பெயர், முகவரி, படிப்பு எல்லாவற்றையும் எழுதி வாங்கிக்கொண்டார் அவர். இன்னும் ஒரு வாரத்தில் பதில் எழுதுவதாகச் சொன்னார்.

அவனைச் சங்கத்துக்கு வெளியே விட்டுவிட்டு அவர் மட்டும் உள்ளே சென்று செக்ரட்ரியோடு கொஞ்சம் தனித்துப் பேசிவிட்டு வந்தார்.

அவர் அவனோடு பஸ் ஸ்டாண்டு வரைக்கும் வந்தார்.

"வீட்டுக்குப் போயி, உன் ஜாதகத்தை அனுப்பி வை"

"ஜாதகமா, எதுக்கு?"

"செக்ரட்ரி கேட்டார். உன்னை அவருக்குப் பிடிச்சுப் போச்சு. உன்னை மாப்பிள்ளை ஆக்கிக்கலாம்னு நெனைச்சுக்கிட்டாரு. அதிர்ஷ்டக்காரன்தான் நீ. உத்தியோகத்துக்கு உத்தியோகம், பொண்ணுக்கும் பொண்ணு. நான் அப்பாவை அடுத்த வாரம் வந்து பார்க்கிறேன்னு சொல்லு"

"சரி..."

"ஜாதகத்தை மறந்துடாதே. ஒண்ணை மட்டும் நல்லா ஞாபகத்துல வச்சுக்கோ. நீ நல்ல நெலமைக்குப் போனா, நம்ப பையன்களைப் பார்த்துக் கைதூக்கி விடணும். எல்லா ஜாதிக்காரனும் அதான் பண்றான். நாம்பளும் அதான் பண்ணணும்..."

"உம்..."

வண்டியில் அவனுக்கு முன்னால் அவர் அமர்ந்துகொண்டார்.

"படிச்சி முடிச்சி ரெண்டு வருஷம் ஆச்சே, இதுவரைக்கும் சும்மாதான் இருக்கியா..."

"ஆமா... ட்ரை பண்ணிக்கிட்டுத்தான் இருக்கேன். வேல கெடைக்கல்லே"

"ஏதாவது யூனியன் ஆரம்பிச்சிருக்கலாம்... சௌகரியமா இருந்திருக்கலாம். உங்க ஊருலதான் நாலு மில் இருக்கே. ஆனந்து எப்பிடி இருந்தான். இப்ப எப்படி இருக்கான். சொந்த பங்களா மாதிரி வீடு, ஸ்கூட்டர், பாங்க் பேலன்ஸ். எல்லாம் யூனியன் லீடர் ஆனப்பறம்தான்..."

அவர் சொல்லும் ஆனந்துவை அவனுக்குத் தெரியும், உண்மைதான்.

"முன்னெல்லாம் கவி எழுதுவியே... இப்பவும் எழுதுவியா?"

"எப்பவாவது..."

"ஒட்டக்கூத்தர் தெரியுமா?"

"ம்... யாரு.?"

"அதாம்பா சோழ ராஜாகிட்டே ஆஸ்தான கவியா இருந்தாரே, அந்த ஒட்டக்கூத்தர்"

"அவரா... தெரியும்... 'உலா' பாடினவர்"

"அது எனக்குத் தெரியாது. அவரு நம்ம ஆளு"

"நம்ம ஆளா?"

"ஆமா, நம்ம ஜாதிக்காரு"

"ஓகோ"

"ஆமா... இதெல்லாம் தெரிஞ்சுக்காம என்ன நீ படிக்கிறே..."

அவரைத் திருப்திப்படுத்த வேண்டும்போல அவனுக்குத் தோன்றியது.

"கம்பர்கூட நம்ப ஆளா?"

"அவன் வெள்ளாள முதலிப்பா. நம்ப ஆளு இல்லே"

"அது எப்படிச் சொல்றீங்க?"

"கம்பனை வைச்சு ஆதரிச்சவரு சடையப்ப முதலி. அவரு வெள்ளாளர். அதனால கம்பனும் வெள்ளாள முதலியாராத்தான்

இருக்கணும். வேற ஜாதியை ஆதிரிக்கிறதுக்கு சடையப்ப முதலிக்குப் பைத்தியமா பிடிச்சிருக்கு?"

"ஓகோ"

"ஆமா, இதெல்லாம் ரொம்பப் பழைய சமாசாரம். இந்தா இதை வச்சுக்கோ..."

அவர் ஒரு புஸ்தகத்தை நீட்டினார்.

"இதுல நம்ப ஜாதியாருங்க எங்க யாரு யாரு என்னென்ன பதவி வகிக்கிறாங்கன்னு எழுதி இருக்கு... உனக்கு எதிர்காலத்துல ரொம்ப பிரயோஜனமா இருக்கும்..."

அவன் புரட்டிப் பார்த்தான். கலெக்டர், கவர்ன்மென்ட் செக்ரட்ரி, ஆபீஸர்கள் பெயர் எல்லாம் முதலியார் பட்டத்தோடு இருந்தன.

"சரி... எனக்கு டைம் ஆவுது. அப்பாவைக் கேட்டதா சொல்லு. உங்க அப்பா எனக்குச் செஞ்ச உதவியாலதான் நானும் மனுஷனா இருக்கேன். உங்க அம்மா போட்ட சோறுதான் என் உடம்பில் இரத்தமா ஓடுது. நீ வாழ்க்கையில நல்ல நிலைமைக்குப் போனா நம்ப பையன்களைக் கைதூக்கி விடணும்... தெரிஞ்சுதா?"

"சரி."

"நான் வர்றேன். ஞாபகத்துல வச்சுக்கோ... ஜாதகம் மறந்திடாதே."

"சரி."

அவர் போனார்.

வண்டி நகர்ந்தது.

சௌகரியமாகச் சாய்ந்து உட்கார்ந்துகொண்டு யூனியன் செக்ரட்ரி பெண்களைப் பற்றிக் கற்பனை பண்ண ஆரம்பித்தான் அவன்.

வெயில் இல்லை.

1978

சலிப்பு

நுகத்தடிகளைக் கழற்றி, அடுத்த அதிகாலை வரை, விடுப்பு பெற்றுக்கொண்டு வீதியில் காலை வைக்கும்போது மாலைக்காற்று என் முகத்துக்குக் குளிர்மை செய்கிறது. சட்டைக்குள்ளே உருவாகி வழிந்த வியர்வை உள்ளேயே உலர்கிறது.

தூங்குமூஞ்சி மரங்கள் அடர்ந்த தார் ரோட்டில் 15 நிமிஷம் உடம்பைக் காலால் சுமந்து நடந்து சென்றால் அந்தப் பள்ளிக்கூடம் வரும். அங்கு அரை மணி காத்திருக்க வேண்டும். அந்தி வெயில் கிள்ளுவதுபோல் காயும். ஆனால் அந்த நாள் முழுவதும் அனலாய்க் காய்ந்த வெயிலைக் காட்டிலும் அது மிருதுவாக இருக்கும். இது பிடிக்கவில்லையாயின், பக்கத்தில் பஸ் நிறுத்தத்துக்காக உள்ள குடையின் கீழ் நிற்கலாம்.

மனுஷர்கள் அங்கு நின்றுகொண்டிருப்பர். அவர்களில் பெரும்பாலோர் இரண்டாவது பைகளைச் சுமந்துகொண்டு, சுமப்பது தவிர தம்மால் வேறு ஒன்றும் கூடாது என்பதாய் நிற்பார்கள். அவர்கள் அன்று விடிகாலையில் உறக்கம் கலைந்து எழுந்தபோதும் பிறகு குளித்துக் கிளம்பியபோதும் தொகுத்துக்கொண்டு வந்தவற்றையெல்லாம் இழந்துவிட்டு, பிறகு அடுத்த நாள் வாழ்வுக்கு ஒரு தொகுப்பு வேண்டி வீட்டுக்குப் போகிறவர்களைப்போல நிற்பார்கள். புதிதாக வந்து குடையின் கீழ் ஒண்டும் ஒவ்வொரு பிராணியையும் ஒவ்வொரு பிராணியும் பகைத்துக்கொண்டு நிற்பார்கள். தந்திக் கம்பங்களில், தாமதமாக வீட்டுக்குப் போகும் காகங்கள் சிலது எச்சம் இடும். சிலது சும்மா கத்தும். மனிதர்கள்

நிற்கிற நெருக்கத்தின் ஊடேயும் இடம் கண்டு நாகூர் ஆடுகள் பழத்தோல் மேயும். உபாதைகளோடும் எரிச்சலோடும் நிற்கும் இவர்கள், தங்கள் எரிப்பை, பஸ்ஸைப் பிடித்து ஏறும் ஒரு நிகழ்த்தல் மூலம், சூழ்நிலையைக் கழிப்பறையாக்கிச் செல்வார்கள்.

மனிதர்களை வேடிக்கை பார்ப்பதிலும் சுவாரஸ்யமானது எனக்கு வேறு ஒன்றும் இல்லை. நனா விரும்பவில்லையானாலும் பள்ளிக்கூடம் விடுகின்ற வரைக்கும் இவர்களை நான் பார்த்தே தீர வேண்டும். நான் உள்ளிட்டு இங்கு இவர்கள் புஜகிரீடமும், சரிகைப் பாவாடையும் கட்டிக்கொண்டு நிற்போம். எங்கள் காதுகளில் குப்பைத் தொட்டிகளில் இருந்து புறப்பட்டு வரும் ஈக்கள் மொய்த்து, மூக்கு, நெற்றி, கழுத்து, முழங்கை முதலான தேவையில்லாத பிரதேசங்களில் மொய்க்கும்போது, இந்த அருவருப்பு பெரிய விஷயம் இல்லாததுபோல எங்களுக்கு மரத்துப் போய்க் காணும். ஈக்களும், கொசுக்களும் எங்கள் சகஜீவிகளாகப் போவதில் எங்களுக்கு ஆட்சேபனைகள் இருப்பதில்லை. வாய் ஓரம் நீளும் இரண்டு பற்கள் எங்கள் நிஜமான நேற்றுகளை நினைவில் கீறி, யதார்த்தங்களை அர்த்தப்படுத்தும். அடிவானம் ஆற்றுப் படுகைச் செம்மண் வரி மணல்களாய் வியாபிக்கும்போது அதன் கீழே நாங்கள் அற்பமாகிப் போவோம்.

காடுகள் அழிந்துபட்டதால் நாடுவாசிகளாகி, அதன் காரணமாக இடமும் காலமும் கிடைக்காதபடியால் நாங்கள் தவத்தை பஸ்ஸுக்காகக் காத்திருக்கும் கணங்களில் செய்து முடிக்க வேண்டியதாயிற்று. ஏதோ ஒரு கொட்டகையின் மதியக் காட்சி முடிந்து ஒரு கூட்டம் ‘திபுதிபு’வென எங்கள் குடையை ஆக்கிரமித்தது. நின்றவர்கள் வந்தவர்களை விரோத பாவத்தோடு பார்த்தார்கள். நேற்றாக மட்டும் இருந்திருக்குமேயானால் இவர்கள் ஒருவரோடு ஒருவர் பாய்ந்து கடித்துக் குதறி இருப்பார்கள். ஆகவே மனசுக்குள் குதறிக்கொண்டார்கள்.

எங்கள் சௌகரியத்துக்காக நாங்கள் நேற்று செய்துகொண்ட அது, கடைசியாக வந்தது. நாங்கள் உயிர் பெற்றதே அதுக்காகத்தான் எனத் தோன்றும்படி, பாய்ந்தும் மிதித்தும், இடித்தும், உராசியும், இறுக்கி அடைத்துக்கொள்ள வேண்டும். என்னைத் தவிர எல்லோரும் அதற்குள் அடைத்துக்கொண்டார்கள்.

எனக்குப் பள்ளிக்கூடம் விடவேண்டும். விட்டுவரும் பையனை அழைத்துக்கொண்டு வீடு போக வேண்டும். அது கூடு எனினும் பொருந்தும். காம்பௌண்டுக்குள் மணிச்சப்தம் கேட்கிறது. சில நிமிஷங்களுக்குள் அதன் சிறைக் கதவுகள் போன்ற

சரித்திரக் கோட்டைச் சுவர்கள் திறந்துகொண்டன. குழந்தைகள் விடுதலை பெற்றார்கள்.

யாரோ ஒரு ராட்சஸன் பின்னால் துரத்திக்கொண்டு வருவதுபோல, அவனுக்குப் பயந்து ஓடி வருவதுபோல, அந்தக் குழந்தைகள் ஓடி வந்தார்கள். அவர்கள் சுவாசிக்க வேண்டி இருந்தது. அவர்களுக்குப் பின்னே அவர்களைப் பயம் காட்டிய அசுரர்கள் ஒவ்வொருவராக வந்தார்கள். அப்போதுதான் மடங்கி இருந்த பூக்கள் எல்லாம் மலர்ந்தன. அசுரர்கள் தம்மால் இயன்ற அளவுக்கு அழிவுப்பணி புரிந்த ஆத்ம திருப்தியோடு எந்திரத்தை எதிர்பார்த்தவாறு, என் அருகில் வந்து நின்றனர். அது வந்து அதைப் பார்த்த பின்னால்தான் அவர்களுக்குத் தம் கொம்புகள் உள் இழுத்துக்கொள்ளும்.

குழந்தைகள் ஓடி வந்து என் கையைப் பற்றியது. மெல்லிசு மெல்லிசான அந்த விரல்கள் என் மரத்துப்போன விரல்களோடு பின்னிக் கொள்ளும்போதுதான் நான் மண்ணுக்கு வருகிறேன். எனக்குள் நின்றுபோய் இருந்த ஏதோ ஒன்று செயலுறத் தொடங்குவதாய்த் தோன்றுகிறது. குழந்தை "அப்பா" என்கிறான்.

குழந்தை காலையில் மலர்ந்து என்னோடு வந்தவன். காலையில் இவனைக் குளிப்பாட்டி விடுபவன் வழக்கமாக நான்தான். அவள் அந்த நேரத்தில் இட்லி சுட்டுக்கொண்டு இருப்பாள். அவள் காலை நேரங்களில் பிறந்தது தொட்டு இட்லிதான் சுட்டுக்கொண்டு இருக்கிறாள். அவள் அம்மா பிறந்தது தொட்டு இட்லி சுட்டாள். இப்போது இவள் முறை. இது செய்யும்போது யாரேனும் இவள் கைகளைத் தொட்டாலோ, அன்றி இவள் செயல்பாடுகளுக்குக் குந்தகம் ஏதேனும் நேர்ந்தாலோ, அந்த க்ஷணத்திலேயே ஜீவன் கழண்டு போய்விடும் என்பதாய் எனக்குத் தோணும்.

நாங்கள் பிறக்கும்போதே பிறந்தது இது. நாளில் மூன்று அல்லது நான்குமுறை தானே இருப்பதை இது நினைவுறுத்தும். அப்போது அதை நாங்கள் நிரப்ப வேண்டும். நிரப்பவில்லையாகில் அது மனசை முறுக்கிக்கொள்ளாமல் இருக்கும்படிக்கு இவள் மாய்ந்து இட்லி சுடுகிறாள். வேக வைப்பாள். கீழே எதையேனும் கொட்டுவாள். அவ்வப்போது சுடுவாள் எதையேனும்.

மாலைக் காலங்களில் நுகத்தடிகள் கழன்ற பிறகு குழந்தையின் விரல்கள் நம் விரல்களோடு பிணைந்த பிறகு, இந்த ஆகாயத்தின் கீழ் வெயில் கூடுகளுக்குப் பின்னால் மறைந்துகொண்ட பிறகு, உபாதைகள் அற்று சும்மா வெறுமே ஆன பிறகு, அவள் ஜென்மம் எவ்வளவு அர்த்தமுள்ளது என்பது புரிகிறது. தூசுப்படலம்

கண்ணை மறைக்கிறது. தூசுகள் விலகினால் மாத்திரமே கண்ணுக்கு வெளிச்சம் வருகிறது.

குழந்தையின் முகம் வதங்கிப்போய் இருந்தது. வகுப்புக் கட்டடங்களுக்குள் காற்று வீசுவதில்லை. கரும்பலகைக்குப் பின்னால் இருந்து உஷ்ணம் உதிக்கிறது. எதிரில் இருக்கும் வெள்ளைச் சுவரில் அது அஸ்தமனம் ஆகிறது. இடைப்பட்ட பிரதேசத்தால் இவன் முகம் கறுகிப்போகிறது. இவன் கைகள், கால்கள் இவனுக்குத் தெரியாமலேயே கொஞ்சம் கொஞ்சமாகச் சிறுத்துப் போவதாக எனக்குப் புரிகிறது. மனசு இவனுக்காக ஈரம் கசிந்தது.

குழந்தையின் விரல்களைக் கையில் எடுத்துக் கொள்ளும்போதுதான் அதன் தேய்மானம் புரிகிறது. அழகின் பேரால் வெட்டி விடப்பட்டு அபத்தமாகிப் போகும் குரோட்டன்ஸ் செடிகளைப்போல, குழந்தைகளின் விரல்கள் தட்டையாகி, கூர்மை மழுங்கி அபத்தமாகி விடுகின்றன. இந்த முகாமுக்கு இவன் அனுப்பப்பட்டே தீர வேண்டும் என்கிற மேல், மத்திய தரத்து விதிகளுக்குக் கட்டுப்பட வேண்டிய நிர்ப்பந்தம் என்னைச் சூழ்ந்ததில் எனக்கு வெட்கமாக இருந்தது.

இவனுடையதுபோல இவன் அம்மாவின் விரல்களும் எனக்குப் பரிச்சயமானவைதான். அவை பிதுரார்ஜிதமாகி என்னிடம் வந்தவை. அவள் தாய், அவள் விரல்களை இளமையிலேயே அரிந்துவிட்டிருந்தாள். அவளை நான் முதலில் அறிந்தபோது, அங்ஙனம் அறிந்தது அவள் விரல்களின் மூலம்தான். அவை தட்டையாக சதுரமாக, விகசிக்கும் விஸ்தீரணம் இன்றி, புகை வாசனையோடு கூடி இருந்தன.

விரல்களும் உள்ளங்கைகளும் சேரும் இடத்தில் தோல் கெட்டித்துப் போய் சின்னச் சின்ன முடிச்சுகளாய் இருந்தன. சம தூரங்களில் இழுக்கப்படும் இரண்டு கோடுகளைப்போல நீண்டு இரண்டாம் பிறையைப்போல, முனையில் வளைந்து சேர்ந்தது.

குழந்தையின் முகம், வாடின பூவாய், கசங்கிப்போய் இருந்தது. காலையில்தான் மலர்ந்தது இது, மாலைக்குள் வாடும். விடுமுறை நாட்களில் இது வாடாது. பின்னும் விரிந்து மலரும். அவன் வழக்கம்போலப் பேசத் தொடங்கினான். ஒரு வினையை அல்லது தொழிலைக் குறித்து வருவது வினைச்சொல். (First person singular, plural) சேர்ந்தால் அது Past tense பிற்காலச் சோழர்களில் தலைசிறந்தவன் ராஜராஜ சோழன்...

மாலைகளில் பெரும்பாலும் அவனும் நானும் நடந்துதான் வீடு திரும்புவோம். மாலைக் காலம் என்பது ஒன்று நடந்து வரும்போதுதான்; பகல் காலத்துக் கிரியைகளில் இருந்து சற்று விச்ராந்தி பண்ணிக்கொள்ள முடிகிறது என்பதும் ஒன்று. மெயின் ரோட்டுக் களேபரத்தில் தப்பிக்க சின்னச் சின்னச் சந்துகளின் வழியாகத் திரும்பி நடப்போம். பஸ், லாரி, கார் முதலான அசுர வாகனங்கள் தங்கள் பேரிரைச்சலால் அச்சுறுத்தாது. குறைந்த பட்சம் சைக்கிள்கள் வரும். அது பரவாயில்லை. நிம்மதியாகப் பேசிக்கொண்டு நடைபோடலாம்.

அவளது விரல்கள் நீண்டு முனையில் பிறையாக வளைந்தவை. எனவே கூர்மை இல்லாதவை. வரவர சூழ்நிலைகள் சகிக்க முடியாமல் போய்விடுகின்றன. வெயில் கடுமையாகக் காய்கிறது. விறகு எரிய அடம்பிடிக்கிறது. வெப்பம், புகை. நான், பசி என்னைத் தின்ன நடந்து வீடு வருகிறேன். இது உச்சி நேரத்தில் நடந்தது. சட்டை, உள்பனியன் எல்லாம் நனைந்து உடல் வெப்பத்தில் சூடேறிப் பின் குளிர்ந்தன.

முன்னாடி நடக்கும் மனிதர்கள் மங்கலாகத் தெரிந்தார்கள். தார் சில இடங்களில் உருகி, செருப்புகளில் அப்பிக்கொண்டு தூக்க, அவை வேறு கனமாக இருந்தன. நிழல் தரும் தருவென வீட்டுக்குள் நுழைந்தேன். எதையேனும் தின்ன வேண்டும் என்கிற பசி, குடல்கள் முறுக்கிக்கொண்டு உடல் வெலவெலத்து, காதுகள் நுண்மைகொண்டு இரைந்தன. பட்டனைக் கழட்டியவாறு "சோறு போடு" என்கிறேன்.

குழந்தை பெஞ்சில் உட்கார்ந்து மனப்பாடம் செய்துகொண்டிருக்கிறாள். ஒரு முனையில் அவள்.

"கெடைச்சுதா..."

"இல்லே... சோறு போடு..."

கிடைக்க வேண்டியது பணம். அவளுடைய சகோதரிக்குக் கல்யாணம். அன்பளிப்புக் கடமை. என் சக்திக்கு மீறிய பணம் அலைச்சல், அலைச்சல்.

"கிடைக்கலேன்னா... என்னத்த பண்ணப் போறீங்க...!"

"எதையாவது பண்ணலாம் சோறு போடு."

"எனக்குத் தெரியும். உங்களால் முடியாது."

"உங்களால எதுதான் முடிந்தது. வழக்கம்போல நான்தான் ஏதாவது ஏற்பாடு செய்யணும்..."

“செய்வோம். முதல்ல சோறு போடு...”

“சோறேன்னு வீட்டுக்குள்ள நுழையாதீங்க. அதுதான் தரித்திரம் நம்மைவிட்டுத் தொலையமாட்டேங்குது”

அந்த க்ஷணத்தில்தான் என் கோரைப் பற்கள் நீளக் குகையைவிட்டு வெளியே வந்து கோரப் பசியோடு...

மாலைகளில் மனிதர்கள் சௌஜன்யமாகிப் போகிறார்கள். சமயங்களில் முதலாளி சிரித்துப் பேசுகிறார். சமயங்களில்தான் நண்பர்கள்கூட உண்மை பேசுகிறார்கள். சமயங்களில்தான் ஸ்திரிகள் மனைவிகளாகவும், புருஷர்கள் கணவர்களாகவும் ஆகிறார்கள்.

லொடலொடவென்று பெரும் சப்தம் வர, நாங்கள் ஓரத்தில் ஒண்டிக்கொண்டோம். ஒரு கட்டை வண்டியை இரண்டு பேர் இழுத்துப் போனார்கள். வண்டியில் கார் டயர்கள் அடுக்கி இருந்தன.

குழந்தை கேட்டான்.

“அப்பா – நாளைக்கு லீவுதானே?”

“உம்...”

“பீச்சுக்குப் போவமா...”

“உம்...”

“இல்லப்பா... சினிமாவுக்குப் போவம்...”

“உம்...”

“அதான் ஜாலியா இருக்கும்...”

“நீதான் எங்ககூட சினிமாவுக்கே வரமாட்டறியே...”

“இல்லடா வர்றேன்...”

“அம்மா கூப்பிடற சினிமாவுக்குன்னா நீ வரமாட்டே...”

“இல்லடா வருவேன்...”

“வருவே...?”

“உம்... வருவேன்...”

“நீ... நானு... அம்மா... எல்லாம் போவோம்...”

“சரி...”

“அம்மா வந்தா அழைச்சுக்கிட்டு போவாயா...?”

"ஏன்... போவேனே..."

"ஏம்ப்பா... அம்மாவை அடிச்சே..."

"ப்ச்... தப்புதான்..."

குழந்தையிடம் என்ன சொல்ல? அலுத்துக் களைத்து வந்தவனை, வாசற்படியிலேயே நிறுத்தி விசாரிக்கும் இங்கிதமற்ற தன்மை. ஆற, ஆமர, சாப்பிட்டு முடித்த பின்னால் பேசினால் என்ன குடிமுழுகிப் போகும்?

"கோவத்துல தப்புப் பண்ணிட்டேன்... யாரையும் அடிக்கப் படாதுதான்..."

"அம்மாவுக்குந்தானே கோவம்..."

"ஆமா..."

"ஆனா அவங்க மட்டும் உன்னை ஏன் அடிக்கலே?" அவள் மட்டும் என்னை அடிக்கவில்லை. எது அவளைத் தடுத்தது? மத்தியானம் என்னை, அவள் கேட்கும் விஷயத்தைச் சொல்லவிடாமல் தடுத்தது எது? அதைப் புரிந்துகொள்ளாமல், என்னை இம்சிக்கத் தூண்டியது எது அவளை? நான் யாரை, எதை அடித்தேன்...

இரண்டு பேரும் கண்ணாமூச்சிதான் ஆடி இருக்கிறோம். கண்ணில் துணியைக் கட்டிக்கொண்டு இருட்டாக்கிக்கொண்டு பிடிக்கிற விளையாட்டு. நான் தூணைப் பிடிக்கிறேன். அவள் பந்தக்காலைப் பிடிக்கிறாள்.

வீட்டுக்குள் நுழைந்ததும் குழந்தை "அம்மா" என்கிறான். அவள் வந்து பையை வாங்கிக்கொள்கிறாள். "சரசு..." என்று பேசத் தொடங்குகிறேன். 'உஸ்...' என்று விரலை வாயில் குறுக்காக வைத்து "முதல்ல காப்பி... அப்புறம் குளியல்... அப்புறமா உக்காந்து எல்லாம் பேசலாம்..." என்கிறாள். அவள் முகம் கழுவி, பொட்டிட்டு ஆடை மாற்றி எல்லாவற்றையும் மாற்றிக்கொண்டு புதுசாக நிற்கிறாள்.

நான் சுமைகளைக் களைந்துபோட்டுக் குளிப்பதற்காகப் போனேன். சூரியன் அஸ்தமனாமாகிப் போனான். உலகம் சுகமாகிறது...

1977

சூரியனைப் பார்க்காமல்

எங்கள் ஊர் ரொம்பச் சின்ன ஊர். தீப்பெட்டி மாதிரி முக்கியமான தெருக்களே நாலுதான். நாலில் நடுவாக இருப்பது காந்தி வீதி. அங்குதான் அந்தப் பள்ளிக்கூடம் இருந்தது. நான் படித்த பள்ளிக்கூடம். அந்தப் பள்ளிக்கூடத்தின் சுற்று மதில்சுவர் ரொம்ப உயரமாக இருக்கும். எங்கள் ஊர் சிறைச்சாலை மதிலைக் காட்டிலும் உயரமானது. சிறையில் இருந்து மதிலை ஏறிக்குதித்துப் பல கைதிகள் தப்பித்ததாகச் செய்திகள் வருவதுண்டு. எங்கள் பள்ளிக்கூடத்து மதிலை ஏறிக்குதிக்க மனுஷனாகப் பிறந்த எவனாலும் முடியாது. அப்படி இருக்க, சிறைச்சாலையை எங்கள் பள்ளிக்கூடத்துக்கு மாற்றாதது ஏன் என்று இன்று வரையிலும்கூட எனக்கு விளங்கியதே இல்லை.

பள்ளிக்கூடத்து வாசல் ரொம்ப அகலமானது. பழங்காலத்து அரண்மனைகளில்தான் அந்த மாதிரி அகலமும் உயரமுமான வாசல்கள் இருக்கும். அதற்குக் காரணங்கள் இருந்தன. யானை, குதிரை, தேர் முதலான வாகனங்களில் வீரர்கள் ஏறிக்கொண்டு கொடி பிடித்துக்கொண்டு போக வேண்டியிருந்தது. ஆகவே அரண்மனைக்கு அது தேவைதான். பள்ளிக்கூடத்துக்கு அது அவசியம்தானா? நான் அங்கு படித்த கால – அதாவது 1960க்கு முன்புவரை – எந்த மாணவனும் யானை மீதோ, குதிரை மீதோ ஏறிக்கொண்டு கூட்டமாகப் பள்ளிக்கூடம் வந்ததே இல்லை.

பள்ளிக்கூட வாசலுக்கு இரு கையிலும் மதிலை ஒட்டிப் பல விதமான வியாபாரங்கள் நடந்தன. பல வண்ணங்களில் அச்சடிக்கப்பட்ட தீப்பெட்டி

லேபிள் தாள்கள், வீணாகிப் போன சினிமா பிலிம்கள், சீசன்களில் நாவல்பழம், எல்லாக் காலத்திலும் ஐஸ், மாங்காயை வெட்டி மிளகாய் உப்புக் காரம் போட்ட துண்டங்கள், காலணா அரையணாவுக்கு அள்ளிக் கொடுக்கிறார்போலச் சின்னச் சின்ன மிட்டாய்கள் என்று பலரும் கடை போட்டிருப்பார்கள்.

அந்தக் கடைகளில் ஒன்றாக, மயிர் மிட்டாய் தாத்தா கடையும் இருக்கும். தாத்தாவின் கடை வாசலை ஒட்டி இருக்கும். பள்ளிக்கூடத்தைவிட்டுப் பையன்கள் வீதியில் வழியும்போது முதலில் அவர் கடையைத்தான் மொய்க்க நேரும்.

தாத்தா மதில் சுவரில் முதுகை முட்டுக்கொடுத்துக்கொண்டு உட்கார்ந்திருப்பார். அவ்வாறு அவர் முட்டுக்கொடுத்துக்கொண்டு உட்காரவில்லையெனில், சுவர் விழுந்துவிடக்கூடும் என்று தோன்றுவதுண்டு. அதன் காரணமாகவே அவர் முதுகில் அழுக்கடைந்து சட்டை அப்பகுதியில் மட்டும் கறுப்பாய்க் காட்சி அளிக்கும். தாத்தாவின் முன்னால் கிளாஸ்கோ பிஸ்கட் டின் ஒன்று இருக்கும். அதன் வாயைத் துணி போட்டு மூடி இருப்பார். அவர் கை நுழையும் அளவுக்குத் துணியில் பொத்தல் இருக்கும். நாங்கள் மயிர் மிட்டாய் கேட்கும்போது அந்தப் பொத்தலில் கையைவிட்டு, மிட்டாய் எடுத்து, துண்டு துண்டாய்க் கிழித்து வைக்கப்பட்டிருக்கும் காகிதத்தில் வைத்துக் கொடுப்பார்.

பெரும்பாலும் எங்கள் தீர்ந்துபோன நோட்டுகளின் காகிதங்களாகவே அவை இருக்கும். என் தீர்ந்துபோன நோட்டுகளை நான் தாத்தாவிடம் கொடுத்துவிடுவேன். துரதிருஷ்டவசமாக என் நோட்டுகள் சீக்கிரம் தீர்ந்துவிடுவதில்லை. நான் அடிக்கடி தொல்லை பண்ணுவதாக நினைத்து, அப்பா எனக்கு 400 பக்க நோட்டுகளை வாங்கிக் கொடுத்து விட்டார். அந்தச் சனியன்கள் பல மாசங்கள் தீராமலேயே இருப்பதால் நான் வெள்ளைத் தாள்களை ரகசியமாகக் கிழித்தும் போட்டுவிடுவேன். அப்புறம் திருப்தியாகத் தாத்தாவுக்குக் கொடுத்துவிடுவேன். அதற்காகக் கணிசமாகத் தாத்தா மயிர் மிட்டாய் கொடுப்பார்.

தாத்தாவை நான் முதலில் பார்த்தது என்று? எனக்கு ஞாபகம் இல்லை. ரொம்பச் சின்ன வயதில் இருந்தே நான் அவரோடு சினேகமாய் இருக்கிறேன். இரண்டாம் வகுப்பில் இருந்தே என்று நினைக்கிறேன். அதற்கும் பல காலத்துக்கு முன்பே, தாத்தா அங்கு வந்துவிட்டார். எங்கள் பள்ளிக்கூடத்து ஆண்டு விழாக்களில் பேச, பிரமுகர்கள் வருவார்கள். அப்போது அவர்கள் அவர்களின் பால்ய கால வாழ்க்கையை நினைவு

கூர்வார்கள். புதிதாகக் கட்டப்பட்ட வகுப்புகள் இருந்த இடத்தில், அந்தக் காலத்தில் தூங்குமூஞ்சி மரங்கள் இருந்தன என்பார்கள். தங்களுக்குப் பாடம் எடுத்து, பின் இறந்துபோன வாத்தியார்களை நினைவுகூர்ந்து வருந்துவார்கள்.

ஃபாதர் பீட்டர், தங்களை அடிக்க நேர்ந்த சம்பவங்களைக் கூறி, அவர் அன்று அடிக்காமல் இருந்திருந்தால் இன்று தாங்கள் இந்த நிலைக்கு வர முடிந்திருக்காது என்பார்கள். எனவே ஆசிரியர் உங்களை அடிக்கிறார் என்றால் அது கோபத்தினால் அல்ல. உங்களை முன்னேற்ற வேண்டும் என்கிற தாபத்தினால்தான் என்று சொல்வார்கள். நாங்கள் கட்டாயம் கைதட்டி மகிழ்வோம். ஆனால், எந்தப் பெரியவர்களும் தாத்தாவிடம் மிட்டாய் வாங்கித் தின்று சந்தோஷப்பட்டதைச் சொல்லுவதே இல்லை. இது ஏன் என்று இன்றுவரை எனக்குப் புரிந்ததே இல்லை.

தினமும் பள்ளிக்கூடம் புறப்படும்போது அம்மாவிடம் நான் காசு வாங்கிவிடுவேன். பெரும்பாலும் அம்மாவே கொடுப்பாள். இல்லையென்றால் நான் கேட்டு வாங்கிக்கொள்வேன். அம்மா சமயங்களில் ஓரணா கொடுப்பாள். ஓரணாக் காசுகள் எனக்குப் பிடிப்பதில்லை. அதைக் காட்டிலும் நாலு காலணா கொடுத்தால்தான் சந்தோஷப்படுவேன். காலணாக் காசுகளை சுண்டுவிரல் மோதிரம்போல் போட்டுக்கொள்ள முடியும். இரண்டு சுண்டுவிரல்களிலும் இரண்டு காலணாக்களைச் செருகிக்கொண்டு மீதியை ஜோபியில் போட்டுக்கொள்ளலாம். காசோடு நேராகத் தாத்தாவிடம்தான் போனேன்.

மற்ற பையன்களுக்குக் கொடுப்பதைக் காட்டிலும் எனக்குக் கூடவே கொடுப்பார். மிட்டாய்களில் எனக்கு மிகவும் பிடித்தது மயிர் மிட்டாய்தான். தாத்தாவின் மீசையைப்போலவே இருக்கும். தாத்தாவின் தலையும் மீசையும் சுத்தமான வெள்ளை. தவறிப் போய்க்கூட கரு மயிர் இருக்காது. மீசை சாதாரண மீசை இல்லை. மூக்குக்குக் கீழே தொடங்கி காதுவரை மொத்தமாகவும் அடர்த்தியாகவும் நீளும் மீசை அவருடையது. அந்த மீசைதான் என்னை அவர்பால் முதன்முதலில் இழுத்திருக்கக் கூடும்.

தாத்தா நிறமும் சிவப்புதான். சாதாரண சிவப்பானவர்களைக் காட்டிலும் பார்த்த மாத்திரத்தில் பளிச்செனத் தெரிந்து வேறுபடுத்திக் காட்டத்தக்க சிவப்புக் கமலாப் பழத்தோல் மாதிரி இருப்பார். அவர் சிரிப்பு யாருக்கும் தெரியாது. ஏனெனில் பல்லை மீசை மறைத்துவிடும். கன்னம் மேலேறி, கண்களைச் சுருக்கும்போதுதான் தாத்தா சிரிக்கிறார் என்று புரியும். சிரிப்புக்குப்

பல்லா தேவை? என்னைத் தூரத்தில் பார்த்துவிட்டவுடனே தாத்தா துணிக்குள் கையைவிட்டு மிட்டாயை எடுத்து பேப்பரில் வைத்துவிடுவார். காசை அப்புறம் வாங்கிக்கொள்வார். அம்மாவிடம் சில நேரங்களில் சில்லறை இருக்காது. அல்லது நான் காசு வாங்கிக்கொண்டு வர மறந்துவிடுவேன்.

அப்படித்தான் ஒரு முதல் நாள் கையில் மிட்டாயை வாங்கிக்கொண்ட பிறகே நான் கொண்டுவராதது தெரிந்தது. இடது கையில் மிட்டாயை வைத்துக்கொண்டு வலது கையால் என் எல்லா ஜோபிகளையும் நான் தடவிக்கொண்டே நின்றேன். தடவுவதால் மட்டுமே காசு ஜோபியில் வராது. வாங்கிப் போட்டுக்கொண்டு வந்திருக்க வேண்டும். தாத்தா புரிந்துகொண்டு கன்னங்கள் கண்களுக்குப் போய்ச் சுருங்க, “நாளைக்குக் கொடு” என்றார். கடன் வாங்கும் பழக்கத்தைத் தாத்தாதான் எனக்குத் தொடங்கி வைத்தார்.

அதற்கப்புறம் அவருக்கும் எனக்கும் வியாபாரி, வாங்குபவன் உறவு இருந்த ஞாபகம் இல்லை.

தாத்தாவின் நினைவுப்படுத்தும் மீசையைப்போலவே இருக்கும் மயிர் மிட்டாய் எனக்கு ரொம்ப இஷ்டமானது. பிற்காலத்தில் நான் சாப்பிட்டிருக்கும் சோன்பப்டிக்கெல்லாம் அந்தச் சுவை, வாசனை இருந்ததே இல்லை. வெள்ளையாகச் சற்றே மஞ்சளாகவும், பஞ்சு மாதிரி இருக்கும். அது எப்படியோ எப்போதும் அது சூடாகவே இருக்கும். விண்டு வாயில் போட்ட மாத்திரத்தில் கரைந்து வாயெல்லாம் இனிக்கும். நாக்கைச் சப்புக் கொட்டிக்கொண்டே சாப்பிட வேண்டும். இந்த மிட்டாய் விஷயத்தில் ரொம்ப நிதானம் வேண்டும். அவசரமாகத் தின்பது கூடாது.

கொஞ்சம் கொஞ்சமாக கட்டைவிரல் சுட்டுவிரல் இரண்டையும் சேர்த்துப் பொடி எடுப்பதுபோல – இரவல் மட்டையில் பொடி எடுப்பதுபோல – எடுக்க வேண்டும். நடு நாக்கில் வைக்க வேண்டும். அப்படி அதில் லயித்தால், மிட்டாய் கரைந்து நாக்கின் இதர பகுதிகளுக்கும் பரவும். இனிப்பு வாயெல்லாம் மணக்கும். நான் அப்படித்தான் அந்த மிட்டாயை அனுபவித்து இருக்கிறேன். ஏழே முக்கால் மணிக்குப் பள்ளிக்கூட வாசலில் தாத்தாவின் முன்னால் நின்று காலணா மிட்டாயைத் தின்னத் தொடங்கினால் எட்டு மணிக்கு பியூன் ராமலிங்கம் பள்ளிக்கூடத் தொடக்க மணி அடிக்கும்வரை தின்றுகொண்டேயிருப்பேன்.

தாத்தா வீட்டில் இருப்பவர்களைப் பற்றியெல்லாம் அடிக்கடி விசாரிப்பார். அப்பா எப்படி இருக்கார்? அம்மா எப்படி இருக்காங்க? தம்பிகள் எல்லாம் எப்படி? என்ன படிக்கிறாங்க? எப்படிப் படிக்கிறாங்க? மணி எப்படி இருக்குது? (மணி எங்கள் வீட்டு நாய். வெள்ளையாக – குச்சு நாய்) வாரத்தில் ஒரு நாளாவது இவர்களையெல்லாம் விசாரிப்பார். அப்பாவை அவர்களுக்குத் தெரிந்திருந்தது. பெரியவர்களைப் பெரியவர்கள் எப்படியோ தெரிந்துவைத்துக் கொள்கிறார்கள். அம்மாவை தாத்தா பார்த்தே இருக்க மாட்டார். ஆனாலும் விசாரிப்பார்.

கோடை விடுமுறைகளிலும், கால், அரைப் பரீட்சை விடுமுறைகளிலும் நான் ஊருக்குப் போய் விடுவேன். விருத்தாசலத்தில் இருக்கும் தாத்தா வீட்டுக்குப் போய் விடுவேன். லீவு நாட்கள் முடிந்து பள்ளிக்கூடம் தொடங்கும் நாள் நெருங்க நெருங்க மீண்டும் பள்ளிக்கூடம் போக வேண்டுமே என்கிற விசாரம் என்னைப் பிடித்துக்கொள்ளும். லீவை அனுபவிக்கவே தோன்றாது. அந்த விசாரத்துக்கூடேயும் லீவு முடிந்தால் தாத்தாவைப் பார்க்கப் போகிறோம் என்கிற சந்தோஷமும் வராமல் இருக்காது. அப்பா சமயங்களில் என்னைப் பள்ளிக்கூடத்தில் இருந்து அழைத்துப்போக வருவார். வீட்டு மணி அடிப்பதற்கு முந்தி வந்து விட்டாரானால் தாத்தாவோடுதான் பேசிக்கொண்டிருப்பார் அப்பா. அந்தச் சமயங்களில் மட்டும் தாத்தா நின்றுகொண்டிருப்பார். அப்பா நிற்கும்போது அவரோடு பேசுபவர் உட்கார்ந்திருப்பது சரி அல்லவே.

ஒருமுறை எனக்குப் பெரிய ஜுரம் வந்தது. மாதக் கணக்கில் படுத்திருந்தேன். தலைமயிர் எல்லாம் கொட்டிப் போய் விநோதமாக இருந்தேன் என்று பின்னால் எல்லோரும் சொன்னார்கள். என் மார்பு எலும்புகள் எனக்கே தெரிந்தன. அம்மா கையில் காசு முடிந்த மஞ்சள் துணி கட்டியிருந்தாள். குல தெய்வத்துக்கும், திருப்பதிக்கும், அந்தோணியார் கோயிலுக்கும் வேண்டிக்கொண்டிருந்தாள். காலை நேரங்களில் ஜுரம் சுத்தமாக இறங்கி உடம்பும் மனசும் உற்சாகமாக இருக்கும். மாலையில் உடம்பு நெருப்பில் போட்ட இரும்பு மாதிரி சுடும். சுயநினைவே இருக்காது. காலையில்தான் எல்லாமே தெரியும்.

வெகு தொலைவில் இருக்கும் சொந்தக்காரர்கள் எல்லாரும் என்னைச் சுற்றி உட்கார்ந்திருப்பார்கள். அம்மா தலை கலைந்து அழுக்குப் புடவையோடு என் தலைமாட்டில் உட்கார்ந்து கிடப்பாள். அப்பா தினமும் ஷேவ் செய்துகொள்பவர், என்ன

காரணத்தாலோ அப்பா பெரிசாக அந்தச் சமயத்தில் தாடி வளர்த்திருப்பார். யார் யாரோ என்னைப் பார்க்க வந்தார்களாம். மிட்டாய்த் தாத்தா வாரத்துக்கு ரெண்டுமுறை என்னைப் பார்க்க வந்ததாக அம்மா அப்புறம் சொன்னாள்.

அப்பா எதேச்சையாக ஒருநாள் சொன்னார், தாத்தா வடக்கத்திக்காரராம். அவர் ஊரில் இரண்டு சாதியாருக்கு இடையில் தோன்றிய அடிதடி தகராறில், தாத்தாவின் மனைவியும் குழந்தைகளும்கூடக் கொல்லப்பட்டார்கள் என்றும் தனியாக இந்த ஊருக்கு வந்து காலம் தள்ளுகிறார் என்றும் அப்பா சொன்னார்.

ஆறாம் வகுப்புப் படிக்கும்போது எனக்குப் பெரிய சிக்கல் வந்தது. கிளாஸ் டீச்சர், அர்ச்சுனன் சார் ஒருநாள் வகுப்புக்குள் வந்து எல்லாரையும் ஒரு பார்வை பார்த்துவிட்டு வகுப்புத் தலைவனாக என்ன காரணத்தாலோ என்னை நியமித்து விட்டார். வகுப்புத் தலைவனான என்னுடைய கடமை, தினம் பள்ளிக்கூடம் தொடங்க அரைமணி முன்கூட்டியே வந்து வகுப்புக் கதவைத் திறந்து வைப்பது, அன்றைக்குத் தேவையான சாக்கட்டிகளைக் கொண்டுவந்து வைப்பது. பிளாக் போர்டைத் துடைத்துச் சுத்தமாக வைப்பது, அட்டெண்டன்ஸ் ரிஜிஸ்டரைக் கொண்டுவந்து, கொண்டுபோய்க் கொடுப்பது முதலியனவாம். வகுப்பைத் திறந்து வைக்க சௌகரியமாகச் சாவியையும் என்னிடம் கொடுத்து வைத்திருந்தார்.

அர்ச்சுனன் சார் பள்ளிக்கூடத்திலேயே முக்கியமான வாத்தியாராகக் கருதப்பட்டார். பள்ளிக்கூடக் கணக்கு வழக்கையெல்லாம் அவர் பார்த்துக்கொள்வார். அதற்கென்றே கம்பிக் கதவு போட்ட கதவுகளுக்குப் பின்னால் இரண்டு மூன்று பேர் எப்போதும் உட்கார்ந்துகொண்டு வேலை பார்த்துக்கொண்டிருந்தார்கள். சம்பளம் கட்டப் போகும் போதெல்லாம் இவர்கள் நீளநீளமான நோட்டுகளை வைத்துக்கொண்டு எழுதிக்கொண்டிருப்பார்கள். பிறகு இந்த நோட்டுகள் எல்லாம் அர்ச்சுனன் சாரிடம் வரும். சார், வேறு நோட்டில் இன்னும் வேறு கணக்கு எழுதுவார். வகுப்புகளில்கூட அவர் சமயங்களில் இந்தக் கணக்கு எழுதுவதை நான் பார்த்திருக்கிறேன்.

இந்தப் பள்ளிக்கூடத்துக்கு அர்ச்சுனன் சார் சின்ன வயசிலேயே வேலைக்கு வந்து விட்டாராம். ரொம்ப அனுபவம் எல்லாம் உள்ளவராம். மற்ற சார்களுக்குத் தேவையான விஷயங்களை எல்லாம் – வீடு பார்த்துக் கொடுத்தல் – ரேஷன்

கார்டு வாங்கிக் கொடுத்தல் போன்ற காரியங்களுக்கு அர்ச்சுனன் சார்தான் முன்னால் வந்து உதவுவார். மற்ற சார்கள் பெரிய சாரைப் பார்த்து லீவு வாங்கப் பயப்படும் நேரங்களில் இவர் போய்ச் சொல்லி லீவு வாங்கிக் கொடுப்பார்.

அர்ச்சுனன் சார், விடுமுறைவிட்டுப் புதுசாகப் பள்ளிக்கூடம் தொடங்கும் நேரத்தில் பையன்களையெல்லாம் தனித்தனியாகக் கூப்பிட்டு தன்னிடம் டியூஷன் வைத்துக்கொண்டால் நிச்சயம் அந்த வருஷம் பாஸ் என்று சொல்லுவார். வைக்காதவன் எல்லாம் 'குளோஸ்' என்று உறுதியாகச் சொல்லி அனுப்புவார். என்னிடம்கூடச் சொன்னார். அப்பா வேண்டாம் என்று விட்டார். நிறைய பையன்களின் அப்பாக்கள் மறுநாளையே பள்ளிக்கூடம் வந்து, டியூஷனுக்கு ஏற்பாடு செய்துவிட்டுப் போனார்கள்.

அர்ச்சுனன் சார் ஒருநாள் வகுப்பில் "துணிக்கடை வச்சிருக்கிறவர் மகன் எவனாவது இருக்கானாடா இங்கே" என்றார். பிலவேந்திரன் எழுந்து நின்றான். "பலசரக்குக் கடைக்காரன் மகன்?" என்றார். யாரும் இல்லை. பிலவேந்திரனைச் சாயங்காலம் கிளாஸ் விட்டதும் வந்து தன்னைப் பார்க்கச் சொன்னார். பிலவேந்திரன் அப்புறம் என்னிடம் சொன்னான். அவனையும் அழைத்துக்கொண்டு சார் கடைக்கும் போனாராம். பிலவேந்திரனின் வாத்தியார் என்றதும் அவன் அப்பா "வாங்க... வாங்க..." என்று வரவேற்றாராம். காப்பி டிபன், கடைக்கே வரவழைத்தாராம்.

அப்புறம் மாசாமாசம் கொஞ்சம் கொஞ்சமாகப் பணம் கொடுப்பதாகச் சொல்லி சட்டை வேஷ்டியெல்லாம் எடுத்துக்கொண்டாராம். எங்கள் அப்பா அப்போது கள்ளுக்கடை கான்டிராக்ட் எடுத்திருந்தார். அர்ச்சுனன் சார் என்னைக் கூப்பிடவில்லை. சாவியின் உருவத்தில் சனியன் வந்தது தெரியாமல் அதைக் கையில் வைத்துக்கொண்டு சுற்றிக்கொண்டிருந்தேன்.

சாவியின் தலைத் துவாரத்தில் விரலை நுழைத்துக்கொண்டு திரிந்தேன். பார்ப்பவருக்கு எனக்கு ஆறு விரலோ எனத் தோன்றும் படியாக என் கையோடேயே சாவி தொங்கிக்கொண்டிருந்தது. ஒரு வகுப்பின் சாவியையே நான் வைத்துக்கொண்டிருப்பது எனக்குப் பெருமையாகவே இருந்தது. என்னோடு படித்த பலருக்கும் அது பொறாமையைக் கிளப்பிவிட்டுவிட்டது. என் எதிரிகளாக இருந்த முருகேசன், ஆல்பர்ட், ரங்காச்சாரி, போன்றோர் என்னைக் கண்டு பொறாமை அடைந்து இருப்பது குறித்து எனக்கு ஆனந்தமாகவே

இருந்தது. நான் ரொம்பப் பெரியவனாகி விட்டதாகத் திடீரென்று உணர்ந்து சில பையன்களோடு பேசுவதையே விட்டுவிட்டேன். இந்தப் பெருமையும் ஆனந்தமும் ரொம்ப நாள் நீடிக்கவில்லை. ஒருநாள் எப்படியோ அந்தச் சாவி தொலைந்துவிட்டது.

சாவி தொலைந்துவிட்டது என்று அறிந்த அந்தக் கணம் இன்றும் எனக்கு நினைவில் இருக்கிறது. உடம்பு குப்பென்று வியர்த்துவிட்டது. வீடு முழுக்க சாவியைத் துழாவிவிட்டேன். பேனா மூடிகள், பேனாவின் அடிப்பக்கம், தொலைந்து விட்டது என்று நினைத்திருந்த அம்மாவின் சின்ன சுருக்குப்பை, பேனாக்கத்தி, ஒரு மரப்பாச்சி பொம்மை எல்லாம் கிடைத்தது. சாவி மட்டும் கிடைக்கவில்லை. மறுநாள் காலையே அபாயங்கள் நிகழ ஆரம்பித்தன. காலையில் மணி அடித்து வகுப்புக்கு வரிசையாகப் பையன்கள் வருகிறார்கள். வரிசை கதவுக்கு முன் வந்து பிரேக் போட்டாற்போல நின்றுவிட்டது. பின்னால் வந்தவர்கள் முன்னால் வந்தவர்களோடு மோதிக்கொண்டார்கள். கதவு திறக்கப்படவில்லை. திறக்க வேண்டியவன் நான். அர்ச்சுனன் சாரிடம் சென்று சாவியை மறந்துபோய் வீட்டில் வைத்துவிட்டு வந்துவிட்டதாகப் பொய் சொன்னேன்.

'ஹும்...' என்றார், அர்ச்சுனன் சார். அவர் கண்கள் ரொம்பவும் சிறிசு. ஆனால் கண்ணாடியின் வழியாகத் தெரியும் கண்கள் பார்க்கப் பயங்கரமாய் இருக்கும். அவருக்குத் தொடைக்கு மேலே பின் பக்கத்தில் சொறி இருந்தது. அஞ்சு நிமிஷத்துக்கு ஒருமுறை பின் பக்கத்தைச் சொறிய வேண்டியிருக்கும். சொறிந்தால் எரிச்சலாய்த்தான் இருக்கும். எரிச்சல் வந்தால் மனிதர்கள் பிற மனிதர்கள்மீது அந்த எரிச்சலைக் காண்பிக்க வேண்டியிருக்கும்.

அர்ச்சுனன் சாரின் 'ஹும்' என்கிற சொல்லுக்கு அர்த்தம் அதிகம். அட அயோக்கியா, அட மக்கு, அட உதவாக்கரை முதலாகப் பல அர்த்தங்கள். "ராமலிங்கத்திடம் போய் நான் கேக்கறேன்னு சொல்லி சாவியை வாங்கியா" என்றார். வகுப்பு வாத்தியார்களுக்கு ஒரு சாவி இருப்பதுபோல, பியூன் ராமலிங்கத்திடமும் ஒரு சாவி இருக்கும். நான் போய்ச் சொன்னவுடன் ராமலிங்கம் சாவிக் கொத்தைத் தூக்கிக்கொண்டு 'சலுங் சலுங்' என்கிற சப்தத்தோடு என்னோடு வந்தான். பையன்கள் அபூர்வமாக, வகுப்பு தொடங்குவதற்கு ஏற்பட்ட இடையூறை ரசித்தவாறு நின்றிருந்தார்கள்.

எனக்கு ஏதோ சங்கடம் ஏற்பட்டுள்ளதை உணர்ந்துகொண்ட முருகேசன், ஆல்பர்ட் முதலான அயோக்கியர்கள்

ரொம்பவும் சந்தோஷப்படுவதை ஓரக்கண் பார்வையிலேயே என்னால் புரிந்துகொள்ள முடிந்தது. ராமலிங்கம் கதவைத் திறந்துகொண்டிருக்கும்போது, பிரின்ஸ்பால் அந்தப் பக்கமாக நடந்து வந்தவர் பையன்கள் நிற்பதையும், ராமலிங்கம் கதவைத் திறந்துகொண்டிருப்பதையும் பார்த்ததோடு, அர்ச்சுனன் சாரை மிகவும் அழுத்தமாகப் பார்த்துக்கொண்டே நடந்து போய்விட்டார்.

சார் மீண்டும் ஒரு முறை ‘ஹும்’ என்றார் என்னைப் பார்த்து.

முதல் நாள் அபாயம் எப்படியோ முடிவுக்கு வந்தது. இனி அடுத்த நாள் காலை நடக்கப் போகும் சங்கடங்களை நினைக்கையில் பாடத்தில் கவனம் செலுத்த முடியவில்லை, சாப்பிட முடியவில்லை, என்னை சோகம் கவிழ்ந்துகொண்டது. அம்மா உடம்புக்கு என்னடா என்றாள். திடீரென்று ஒரு நினைப்பு வந்தது. கதவைத் திறக்கும்போது சாவியை அதிலேயே வைத்து விட்டோமோ என்று தோன்றியது. ரொம்ப யோசனைக்குப் பின்னால் ராத்திரி சாப்பாடு நேரத்துக்குப் பின், அர்ச்சுனன் சார் வீட்டுக்குப் போனேன்.

அவர் வீட்டு அறையில் விளக்கு எரிந்தது. கதவைத் தட்ட தைரியம் இல்லாமல் அந்தத் தெருவின் இரண்டு முனைகளுக்கும் இரண்டுமுறை நடந்தேன். மூன்றாம்முறை நடந்தேன். மூன்றாம்முறை நடந்தபோது சார் தெருவாசற்படியில் ஈசிசேர் போட்டுக்கொண்டு படுத்திருந்தார். அவர் பக்கத்தில் பெரிய மனுஷிபோல அவர் மகளும் உட்கார்ந்திருந்தாள். திக் திக்கென்று நெஞ்சு அடித்துக்கொள்ள, அவர் அருகில் போய் நின்றேன். கண்ணாடி இல்லாமல் இருந்தார். அதனால் “யாரது” என்றார். “வைத்தி” என்றேன். “ஹும்” – என்றார். புரியவில்லை என்பதாக அர்த்தம். நான் “எஸ். வைத்தியலிங்கம். சிக்ஸ்த் கிளாஸ் ஏ” என்றேன்.

“என்னடா இந்த நேரத்தில்” என்றார். “இந்தத் தெருவில் எங்க மாமா இருக்கார். அவர் வீட்டுக்கு வந்தேன்” என்றேன். “யாரு உங்க மாமா” என்றார். நான் பேசாமல் இருந்துவிட்டு “சாவி தொலைஞ்சு போச்சு சார்” என்றேன்.

“என்ன சாவி?”

“நம்ம கிளாஸ் சாவி...”

“ஹும்”

அவர் மகள் என்னையே பார்த்துக்கொண்டிருந்தாள். எனக்குச் சங்கடமாக இருந்தது.

“நேற்று கதவைத் திறந்தபோது அதிலேயே சாவியை விட்டுட்டேன்னு தோணுது”

பிறகு –

“பச்” என்றார். “அந்த மாதிரி சாவி வாங்கணும்னா பத்து ரூபா ஆவும். நாளைக்கு வரும்போது பத்து ரூபாவோட வா...” என்றார். அவர் மகள் “அப்பா வெற்றிலை இல்லேன்னு சொன்னீங்களே” என்று ஞாபகப்படுத்தவே, சார் “அந்த முனைக் கடைக்குப் போயி, நாலணா வெத்திலை வாங்கி வர்றியா” என்றார். அந்தப் பெண் என்னிடம் காசைக் கொடுத்தாள்.

புதிதாக அப்போதுதான் அறிமுகமாகி இருந்த அந்தக் காசைப் புரட்டிப் பார்துக்கொண்டே கடைக்குச் சென்று வெற்றிலையை வாங்கிக்கொண்டுபோய் அவரிடம் கொடுத்தேன். “சரி... நாளைக் காலையில் பணத்தோடு வந்து சேர்” என்றார்.

இரவு முழுவதும் எனக்குத் தூக்கம் பிடிக்காமல் இருந்தேன். புரண்டு புரண்டு படுத்தேன். சத்தம் இல்லாமல் அழுதேன். சொல்ல முடியாத பயம் என்னுள் இருந்தது. என் காரணமாக ஒரு வகுப்புப் பையன்கள் முப்பத்தாறு பேர் வெளியே நிற்கிறார்கள். அர்ச்சுனன் சாரைக் கூப்பிட்டு பிரின்சிபால் திட்டுகிறார். அர்ச்சுனன் என்னை உதைக்கிறார். பியூன் ராமலிங்கமும் என்னைத் திட்டுகிறான். தொடர்ந்து இந்த மாதிரி நினைவுகளே எனக்கு வந்துகொண்டிருந்தன.

அம்மாவிடம் சொல்லியிருக்கலாம். பின்னாளில் தோன்றியது. ஆனால் அப்போது சொல்லவில்லை. அம்மாவிடம் சொல்லியிருந்தால் அப்பாவிடம் சொல்வாள். அம்மாவிடம் இருந்த அன்னியோன்னியம் என்ன காரணத்தாலோஅப்பாவிடம் ஏற்படாமல், ஏதோ ஒரு முடிச்சு விழுந்துவிட்டிருந்தது.

காலையில் சாப்பிட்டுவிட்டதாகப் பேர் பண்ணிவிட்டுப் பள்ளிக்கூடம் கிளம்பினேன்.

வழியில், அப்படியே எங்காவது ஓடிவிடலாமா என்றுகூடத் தோன்றியது. நல்லவேளையாக அப்படிச் செய்யவில்லை. பள்ளிக்கூடம்தான் போனேன். தூரத்தில் என்னைக் கண்டுகொண்ட தாத்தா, துணிக்குள் கையைவிட்டு மிட்டாயை

எடுத்து பேப்பரில் வைத்து நான் அருகில் வந்ததும் என்னிடம் நீட்டினார்.

"வேணாம்" என்றேன்.

"ஏன் – காசு இல்லியா... நாளைக்குக் கொடேன்"

"அதுக்கில்லே – வேணாம்..."

தாத்தா என்னை முறைத்துப் பார்த்தார்.

"ஏன் மூஞ்சி ஒரு மாதிரியா இருக்கு உடம்பு சரியில்லையா..."

இப்போதும் நன்றாக ஞாபகம் இருக்கிறது. நான் அழத் தொடங்கினேன். தேம்பித் தேம்பி அழுதேன். நான் அழத் தொடங்கியதுமே, தாத்தா என் தோளில் கை வைத்துக் கொஞ்ச தூரத்தில் எதிர்ப்புறத்தில் இருந்த பூவரச மர நிழலுக்கு அழைத்துச் சென்றார். நான் அழுது ஓயும்வரை காத்திருந்துவிட்டுப் பிறகு கேட்டார்.

"என்ன நடந்தது. சொல்லு – எதுக்காக அழறே – அப்பா அடிச்சாரா?"

நான் தலையை ஆட்டினேன்.

"அம்மா திட்டினாங்களா?"

நான் 'இல்லை' எனத் தலையை அசைத்தேன்.

"பின் ஏன் அழறே?"

"சாவியைத் தொலைச்சுட்டேன்..." என்று தொடங்கி, அது என்னிடம் வந்தது காரணம் முதலான அனைத்தையும் சொன்னேன்.

"பத்து ரூபாயா கேட்டான் அந்த வாத்தி?"

"ஆமா."

"ஒரு சாவியோட விலை ஒரு ரூபாகூட இல்லே தெரியுமா?"

"தெரியாது..."

தாத்தா கொஞ்ச நாழி சும்மா இருந்தார்; பிறகு தன் அழுக்குச் சட்டையில் இருந்து ஒத்தை ரூபாயும் சில்லறையுமாக இருந்த எல்லாவற்றையும் பொறுக்கி எண்ணி என்னிடம் பத்து ரூபாயைக் கொடுத்தார்.

நான் மறுக்காமல் அதை வாங்கிக்கொண்டுபோய் அர்ச்சுனனிடம் கொடுத்தேன். நான் போன நேரத்தில் வகுப்பு அறை திறந்தே இருந்தது. அவர் வாங்கிச் சட்டைப் பையில் வைத்துக்கொண்டார். அன்று மாலையே அவர் வேறு ஒரு சாவியை என்னிடம் கொடுத்தார்.

பள்ளிக்கூடம்விட்டு வீடு திரும்பும் வழியில் அந்தச் சாவியையே பார்த்துக்கொண்டு நடந்தேன். அது ஏற்கெனவே என்னிடம் இருந்த சாவிபோல இருந்தது. ஒருமுறை என் பக்கத்தில் உட்கார்ந்திருக்கும் முத்துக்கிருஷ்ணன் சின்ன அரம் ஒன்றைக்கொண்டு வந்திருந்தான். அதனால் டெஸ்க்கின் ஓரத்தை அறுத்தான். மாவு மாதிரி மரத்தூள் உதிர்ந்தது. எனக்கும் ஆசையாக இருந்தது. அரத்தை வாங்கி என் கையில் இருந்த சாவியை உராய்ந்தேன். கோடு விழுந்தது. என் இன்ஷியலையும் போட்டுப் பார்த்தேன்.

கோணல்மாணலான கோடாக இருந்தாலும் என்னால் என் இன்ஷியலைப் புரிந்துகொள்ள முடியும். அது இந்தச் சாவியிலும் இருந்தது. சாவி தொலைந்த அன்று முதல் நாள் கதவைத் திறந்து சாவியை எடுக்காமல் கதவிலேயே விட்டுவிட்ட ஞாபகம் லேசாக எனக்கு இருந்துகொண்டே இருந்தது...

நான் படித்த பள்ளிக்கூடத்திலேயே என் பையனும் படிக்கிறான். அவனைப் பள்ளிக்கூடத்தில் விட்டுவிட்டு நான் அலுவலகம் போகிறேன். சூரியன் பிரகாசமாக இருந்தது. பலர் தார் ரோட்டையே பார்த்துக்கொண்டு நடந்தார்கள். சூரியனைப் பார்க்காமல் நாம் வாழ்ந்துகொண்டிருக்கிறோமோ என்று தோன்றியது.

1979

தலை சாய்க்க

கடையைக் கட்டிக்கொண்டு வீட்டுக்கு வந்து சேர, எனக்கு ராத்திரி ஒன்பதுக்கு மேலாகிவிட்டது. சாயங்காலத்திலிருந்தே வானம் இருட்டிக்கொண்டு இதோ பெய்யப் போகிறேன் என்பதுபோல என்னை பயம் காட்டிக்கொண்டிருந்தது. என் கூடவே மழையும் என் வீட்டுக்கு வந்தும்விட்டது.

எனக்குப் பயம்தான்.

மழை பெய்தால் வீடு ஒழுகும், கூரையிலிருந்து சுவர் வழியாகத் தரையில் வழியும். நாலாபுறமும் தண்ணீர் தேங்கும். படுக்கையை எங்கு விரிப்பது? நான் தூங்க வேண்டும். என் மனைவி தூங்க வேண்டும். என் குழந்தை தூங்க வேண்டும். வேண்டுமானால் நான் மட்டும் படுக்கையைச் சுருட்டி அதன் மேல் உட்கார்ந்துகொண்டு, விடிய விடிய சிகரெட் துணையோடு விழித்துக்கொண்டிருக்கலாம். என்னைக் கட்டிக்கொண்ட தோஷத்திற்காக என் மனைவியும் வேண்டுமானால், என்னோடு கண் விழிக்கலாம். ஆனால், குழந்தை...? மழை வலுக்காமல் சும்மா லேசாகத் தூறிக்கொண்டிருந்தால் பரவாயில்லை! சமாளித்துக்கொள்ளலாம்.

யோசித்தவாறே, அறைக்குள் நுழைகிறேன். சுசீலாவைக் காணோம். ஒரு சொந்தக்காரர் கல்யாணத்துக்குப் போயிருப்பதாக அம்மா சொன்னாள். சரி! வரட்டும் என்று காத்திருந்தேன். ஏதோ ஒரு பத்திரிகையை எடுத்து வைத்துக்கொண்டு வாசிக்க ஆரம்பிக்கிறேன்.

கொஞ்ச நேரம் கழிந்திருக்கும். மல்லிகை வாசனை என் புலனைத் தொடும்போதுதான் நிமிர்கிறேன். சுசீலா தோளில் குழந்தையோடு உள்ளே நுழைகிறாள். அவளுக்குப் பின் நிழல் தட்டுகிறது. சுசீலா அமர்ந்த குரலில் என்னிடம் சொன்னாள். "அம்மா வந்திருக்காங்க... ராத்திரி இங்கதான் தங்கப் போறாங்க..."

எனக்குத் திக்கென்றது. மீண்டும் அவள் என் முகத்தைப் பார்த்தவாறே ஒரு விதமான குற்றம் செய்த மனோபாவக் குரலில் சொன்னாள். "சாப்பாடெல்லாம் அங்கேயே ஆச்சு... ராத்திரி தங்கி விடிஞ்சதும் போறேன்னுட்டாங்க..."

எங்கள் வீடு இரண்டு பகுதிகளைக்கொண்டது. ஒரு பக்கம் ஓடு வேய்ந்த அறை. இடையில் நடை, மறுகையில் கூரை போட்ட நீண்ட ஹால் மாதிரியான பகுதி. ஓடு வேய்ந்தது எங்கள் பகுதி. இந்த அறைதான் நான், சுசீலா, குழந்தை எல்லோரும் புழங்க, இருக்க, தூங்க, சம்சாரம் பண்ண. கூரை வேய்ந்த பகுதி என் அப்பா, அம்மா, இரண்டு தம்பிகள், ஓர் எடுபிடி – துணைக்காக ஒதுங்கிய அனாதை, ஒரு நாய் ஆகியோர் இல்லறம் பேண என் அறையுஞ் சரி... இந்தக் கூரை ஹாலும் சரி... இன்னோர் அந்நியருக்கு இடம் தரும் விசாலம் கிஞ்சித்தும் இல்லை. அதிலும் ஒரு ஸ்திரி அசந்து தூங்க இவை லாயக்கானவையே இல்லை.

நான் அவளைப் பார்த்தேன். அவள் என்னைப் பார்த்தாள். மாமி என் அம்மாவோடு பேசும் சத்தம் எனக்குக் கேட்டது. தூங்கும் குழந்தையைப் பாயை விரித்துப் படுக்கப் போட்டோம்.

"மழை தூறுதா...?" நான் கேட்டேன்.

"ஆமா... லேசா தூறிக்கிட்டுத்தான் இருக்கு. மழை இல்லேன்னா நீங்க நடையிலே பெஞ்சைப் போட்டு அதிலே படுத்துக்கலாம்... அம்மா இங்க அறையில என்கூடப் படுத்துக்கிடட்டும்..." என்றாள் அவள்.

"மழை இல்லேன்னா பிரச்சனையே இல்ல... நான் எங்க வேணாலும் படுத்துக்கலாம். உங்கம்மா இங்கேயே படுத்துக்கட்டும்... எப்பிடியாவது சமாளிச்சுக்கலாம்..." என்று கூறிவிட்டு எழுந்தேன்.

சாப்பிடும்போதே, மாமி அறைக்குள் போய்விட்டாள். மாப்பிள்ளை முன் நிற்காத பழங்கால வாழ்க்கைமுறை கொண்டவர் அவர். வந்த விருந்தாளிக்குத் தொந்தரவு இல்லாமல் இரவைக் கழிக்கத் துணை செய்ய வேண்டிய பொறுப்பு எனக்கு உண்டு.

யோசித்தபடி சாப்பிட்டு எழுந்தேன். மனைவியைக் கூப்பிட்டு அவள் அம்மாவுக்கு அறையிலேயே படுக்கையைப் போடச் சொன்னேன். எனக்கு, பாய் தலையணையை எடுத்து பெஞ்சில் போட்டு வைக்கும்படிக் கூறிவிட்டுத் தெருவில் இறங்கி நடந்தேன்.

ஒரு ரெண்டு மணி நேரத்தை நான் எங்காவது கழிக்க வேண்டும். அதற்குள் எல்லாரும், எப்படியாவது எங்காவது படுத்துத் தூங்கிவிடுவார்கள். என்னைப் பற்றின பிரச்சனை இல்லை. எப்படியாவது இரவைக் கழித்துவிடலாம்.

சந்து திரும்பி பஸ் ஸ்டாண்டின் பெரிய மணியைக் கவனித்தேன். மணி 10.10 சினிமாவுக்குப் போகலாம் என்று தோன்றியது. முடிவெடுப்பதற்குள் தூறல் வலுத்தது. மழைத்துளி கனமாக, படபடவென்று பெருமழையே பிடித்துக்கொண்டது. ஒதுங்க இடம் இல்லை. ஒரு பக்கம் கொடுக்காப்புளி மரங்கள், ஒரு பக்கம் பொட்டானிக்கல் கார்டனின் குட்டை மதில்சுவர். நனைந்துகொண்டே நடந்தேன். சைக்கிள் ரிக்ஷாக்கள் லொட லொடத்த மணிச்சத்தத்துடன் என்னைக் கடந்து வேகமாகச் சென்றன. சினிமா தியேட்டர்களுக்கு இன்னும் இரண்டு பர்லாங்காவது நடக்க வேண்டும். மழை என் தலையைச் சுத்தமாக நனைத்துவிட்டது. தலையிலிருந்து கழுத்து வழியாக வழிந்த நீர் சட்டையின் பின்புறத்தை நனைப்பது சில்லென்ற உணர்வாக எனக்குப் புரிகிறது. பனியன் இல்லாத வெறும் டெர்லின் சட்டை. அது உடம்போடு நன்றாக ஒட்டிக்கொண்டது.

ஒதியஞ்சாலை ரவுண்டானாவில், மக்கள் ஆங்காங்கே ஒதுங்கி நின்றிருந்தார்கள். நானும் கொஞ்சம் ஒதுங்கிப் போகலாமா என்று யோசிக்கிறேன். வேண்டாம்! டைம் ஆகி விடும். இப்போதே சினிமா தொடங்கி இருக்கும். தொண்ணூறு பைசா கொடுத்துப் பாதிப் படம் பார்ப்பது அக்ரமம். தவிர சினிமாவுக்கே போகாமல் எங்காவது ஒதுங்கியிருந்துவிட்டு வீட்டுக்கே திரும்பலாம் என்று ஒரு யோசனையும் எனக்கு வந்துகொண்டிருக்கிறது. ஆனால், ரெண்டு, மூணு மணி நேரம் ஓர் இடத்தில் எப்படி நின்றுகொண்டிருப்பது? எனவே சினிமாவுக்குப் போவதே உத்தமம் என்று பட்டது. ஒரு சினிமா தியேட்டர் தெரிகிறது. ஒரு பழைய தமிழ்ப் பட பேனர் என் கண்களை மறைத்த மழை மூட்டத்தின் வழியாகத் தெரிகிறது. அந்தப் படமும், அதன் நடிகர்களும் எனக்குப் பிடிக்காதவர்கள். எனவே மேலும் நடந்தேன். இரைத்தது. மழை வேறு விடாது என் முகத்திலும் தலையிலும் பெய்தவாறு இருக்கிறது. அதோடு மழையில் ஊறிய

மண் மணம் இலேசாகவும் சில இடங்களில் அழுத்தமாகவும் என் நாசிக்கு வந்தது. காடா விளக்கு வெளிச்சத்தில் பட்டாணி வண்டிக்காரன் வறுத்த பட்டாணிகளை மட்டும் பிளாஸ்டிக் போர்வையால் மறைத்துவிட்டுத் தான் மட்டும் நனைந்தவாறு நின்றிருந்தான். இரண்டு பன்றிகள் தன் குட்டிகளோடு என்னைக் கடந்து ஓடின.

நான் நடந்துகொண்டிருந்தேன். தூரத்தில் ஒரு தியேட்டர் தெரிகிறது. நிம்மதியாக இருந்தது. தெரு வாசல் இன்னும் மூடப்படவில்லை. கவுன்டரில் கூட்டமே இல்லை. சுலபமாக டிக்கெட் வாங்கிக்கொண்டேன். கவுன்டரை அடுத்த சுவர் சார்ப்பில் ஒருத்தி நின்றிருந்தாள். மழை அவள் முகத்தில் வழிந்து அவள் கையில் ஏந்திக்கொண்டிருந்த பச்சைக் குழந்தையின் மேலும் வழிந்தது. பேனர் வெளிச்சத்தில் குழந்தையை நன்றாகவே பார்க்க முடிந்தது. அது தூங்குகிறதா அழுகிறதா என்பதை நிச்சயிக்க முடியவில்லை. டிக்கெட் போக, மீதிச் சில்லறையை அவளிடம் கொடுத்தேன். அவள் வாங்கிக்கொண்டு டீ கடைப் பக்கம் நடப்பதைப் பார்த்தேன்.

படம் ஆரம்பத்திலிருந்து மெக்ஸிகோவின் கொள்ளைக்காரர்கள் கண்டமானிக்கிச் சுட்டுக்கொண்டிருந்தார்கள். குதிரையின்மீது ஏறிக்கொண்டு பறக்கிறார்கள். கூடவே பிறந்தாற்போல் விரலோடு விரலாய் துப்பாக்கி அவர்கள் கையில் தொங்குகிறது.

என் திருப்தியெல்லாம் இன்னும் கொஞ்ச நாழி திருப்தியாக உட்கார்ந்திருக்கலாம் என்பதாக இருந்தது. அதற்குள் மழையும் ஓய்ந்துவிடும். இந்நேரம் எல்லோரும் படுத்துவிட்டிருப்பார்கள். அப்பாவும் வந்திருப்பார். சாப்பிட்டுவிட்டுப் படுத்திருப்பார். இல்லையென்றால், சுருட்டைப் பிடித்துக்கொண்டு காறிக் காறித் துப்பிக்கொண்டு உட்கார்ந்திருப்பார். யார் முகத்தில் அவர் துப்புகிறார் என்பது நாளதுவரை நான் அறியாத மர்மமாகவே இருக்கிறது. ஆனால், யாரையாவது மனசுக்குள் வைத்துக்கொண்டுதான் அவர் துப்புகிறார் என்பது நிச்சயம். ஒருவேளை அது நானாகவும் இருக்கலாம். என் முகமாகவும் இருக்கலாம்.

தியேட்டருக்குள் எல்லா ஃபேன்களும் சுற்றின. ஈரச் சட்டையும், தலையிலிருந்து வழிந்துகொண்டிருக்கும் நீரும், எனக்குக் குளிரைத் தந்தன. நெற்றி வழியாகக் கண்களை மறைக்கும் நீரை அடிக்கடி சுண்டி எறிந்துகொண்டிருந்தேன். கைகளைத் தேய்த்துச் சூடு உண்டாக்கிக் கொள்கிறேன். பாக்கெட்டில்

கைவிட்டு சிகரெட்டை எடுத்தேன். சிகரெட் நனைந்து பேப்பர் கழண்டு போய் வெறும் புகையிலைப் பிசுபிசுப்போடு என் கையில் சிக்கியது. விதிதான்! என்ன செய்வது!

படத்தில் எவளோ ஒருத்தியைப் பலர் பலாத்காரம் செய்வது தெரிகிறது. திடீர் என்று குதிரை வீரன் பாய்ந்து வந்து கனல் பறக்கச் சுட்டுத் தள்ளுகிறான். அவளை அலாக்காகத் தூக்கிக் குதிரைமீது வைத்துக்கொண்டு போய்விடுகிறான்.

ஒருவழியாகப் படம் முடிந்து வெளிவருகிறேன். மணி 12.40. மழை விட்டிருந்தது. ஒரு டீ குடித்தேன். சிகரெட் பற்ற வைத்துக்கொண்டேன். வீட்டை நோக்கி நடந்தேன்.

தெருவே நிசப்தமாக இருக்கிறது. தார் ரோடு, குளிப்பாட்டப்பட்ட குழந்தை மாதிரி பளிச்சென்று விளங்குகிறது. ஈரம் கலந்த காற்று என்னைத் தழுவும் போதெல்லாம் என் உடல் சிலிர்க்கிறது. இந்தத் தனிமையும் நடையும் எனக்கு எதையெல்லாமோ விளக்குவதாகத் தோணுகிறது. வாழ்க்கையே ரொம்ப ரம்யமானதாக நான் உணர்கிறேன்.

தெருவெங்கும் டியூப் விளக்குகள் பளீரென்று மிக அதிக சக்தியோடு பிரகாசிக்கிறது. அந்த ஒளியில் மின்சாரக் கம்பிகளில் தங்கிய மழைத்துளிகள் முத்துச்சரம் மாதிரி மினுக்குகிறது. எங்கோ பெயர் தெரியாத பறவை ஒன்று ஒரே தடவை கூவிவிட்டு அமைதியாகிவிடுகிறது. என் காலடிச் சத்தத்தைத் தவிர ஓசைகளே அடங்கிப் போனது மாதிரி எனக்குத் தெரிகிறது.

என் அப்பாதான் கதவைத் திறந்தார். சுருட்டுப் புகை வீட்டையே வளைத்துக்கொண்டு நின்றது. பெஞ்சின்மேல் பாயும், தலையணையும் போடப்பட்டிருக்கிறது. படுத்துக்கொள்கிறேன். அடுத்த பகுதியில் அப்பா காறித் துப்பும் சத்தம் கேட்கிறது. என் தலை ஈரம் இன்னும் காயவில்லை. சட்டையும் நசநசவென்று இருக்கிறது. டவல் அறையில் இருக்கிறது. வேட்டியும் ஈரம்.

ஆனாலும், அன்று முழுவதும் வேலை செய்த அசதி கண்ணைச் சொருகுகிறது. எத்தனை நிமிஷம் நான் தூங்கியிருப்பேன் என்ற உணர்வு எனக்கில்லை. யாரோ இழுப்பதுபோல உணர்கிறேன். திடுக்கிட்டு விழிக்கிறேன். ஜன்னலில் கட்டியிருந்த மாடுதான் என் பாயின் ஒரு பகுதியை சுவாரஸ்யமாக மென்றுகொண்டிருக்கிறது. எனக்கு வெறுப்பு 'சே' என்று மாட்டை விரட்டுகிறேன். மாடு கழுத்தை மட்டும் இழுத்துக்கொண்டு என்னையே பார்க்கிறது.

பெஞ்சை கொஞ்சம் இழுத்துப் போட்டுக்கொண்டு படுத்தேன். பக்கத்தில் சாக்கடை. வீட்டுச் சாக்கடைதான். குளியல் அறையிலிருந்து ஓடி வருவது அது. குளியல் அறை குளிப்பதற்கு மட்டுமின்றி சமயா சமயங்களில் சிறு உபாதைகள் தீர்க்கும் அறையாகவும் எங்களுக்குப் பயன்படுவது வழக்கம்தான். உக்கிரமான நாற்றம் அது.

எழுந்து உட்கார்ந்துகொண்டேன். பெஞ்சை இந்தப் புறம் இழுத்துப் போடலாமா என்று பார்க்கிறேன். மாடு ஆவலோடு என்னையே பார்த்தது. எனக்கு அந்த இருட்டிலும் அதன் கண்கள் பிரகாசிப்பது தெரிகிறது.

உட்கார்ந்துகொண்டே இருந்தேன். பன்னீர் தெளிப்பதுபோல லேசான தூறல் என் மேல் விழுந்துகொண்டே இருக்கிறது. மேலே வானம் ஒரே கறுப்பாக ஒரு நட்சத்திரம்கூட இல்லாது விதவைத் தன்மையோடு கிடந்தது. சுசீலா போர்வையை எடுத்துப் போடவில்லை. மறந்திருக்க மாட்டாள். விருந்தாளிக்கு போட்டிருப்பாள். வேஷ்டியை எடுத்துப் போர்த்திக்கொண்டேன். சமயா சமயங்களில் தலை சாயும், நிமிர்ந்துகொள்வேன்.

தெருவில் யாரோ பேசிக்கொண்டு போவது கேட்கிறது. சுவர்க்கோழி விட்டுவிட்டுக் கத்திக்கொண்டிருப்பது மட்டும்தான் ஓசை. நாய் சில நிமிடங்களுக்கொருமுறை படபடவென்று நெட்டி முறித்துக்கொள்ளும். அது உடம்பைச் சிலிர்த்துக்கொள்ளும் போதெல்லாம், ஒரு கெட்ட நாற்றம் அதன் உடம்பிலிருந்து வரும்.

சீக்கிரம் விடிந்துவிடும். எல்லோரும் கல்யாணத்துக்குப் போய் விடுவார்கள். கொஞ்ச நேரம், அறையில் படுத்து நிம்மதியாகத் தூங்கலாம். இந்த நினைப்பே எனக்கு நிம்மதியையும் உற்சாகத்தையும் தருகிறது.

குழந்தை சிணுங்குகிறது. சுசீலா தட்டித் தூங்கப் பண்ணுகிறாள் என்பதெல்லாம் ஒலி ரூபமாக எனக்குக் கேட்கிறது. குழந்தை போஷிக்காமல் இளைத்தும் களையின்றியும் இருக்கிறான். காசு வரும்போது நல்ல டானிக் வாங்கிக் கொடுக்க வேண்டும். சினிமா தியேட்டரில் நான் பார்த்த குழந்தை என் நினைவுக்கு வருகிறது. மழை அந்தக் குழந்தையைக் குளிப்பாட்டிக்கொண்டிருக்கிறது. பச்சைச் சிசுவின் சிவப்பு மாறாத குழந்தை அது. தூங்குகிறதா? அழுகிறதா? செத்துப்போய்க் கிடந்ததா?

தெருக்களில் பேச்சுச் சத்தம் கேட்கிறது. பாத்திரங்களின் சத்தம். எங்கோ ஒரு வீட்டில் மழைக்காலத்திலும் நீர் தெளிக்கும் சத்தம்.

விடியப் போகிறது. சந்தோஷமாக இருக்கிறது. விடியட்டும் எல்லாரும் எழுந்து அவரவர் காலைக் கடனை முடித்து கல்யாணத்துக்குப் புறப்படட்டும். கொஞ்சம் நடக்கலாம் என்று தோன்றியது. ஓசைப்படாமல் கதவைத் திறந்துகொண்டு வெளியில் வருகிறேன்.

நான் திரும்பி வரும்போது எல்லோரும் கல்யாணத்துக்குப் போயிருப்பார்கள். நான் நிம்மதியாகத் தூங்கலாம். இரவெல்லாம் விழிப்பும் தலை ஈரமும் சேர்ந்து நெற்றி 'விண்விண்' என்று தெறித்துவிடும்போல் இருந்தது. உடம்பு அனலாய்க் கொதித்தது. அதனால் என்ன? தூங்கத்தானே போகிறோம்...?

1977

பகை

குளித்து முடித்து, கண்ணாடி முன் நின்று தலை சீவும்போது எனக்குத் தெரிந்தது.

என் முகம் மாறிப் போய்விட்டது. வாஸ்தவம்தான். அதற்காகக் கவலைப்பட்டுக்கொண்டிருக்க முடியாது. பட்டணம் வந்தாயிற்று. எங்கு கெட்டால்தான் என்ன, கிளம்ப வேண்டும். ஏழு மணி பஸ் வந்தது. நான் இல்லையென்றாலும் போய்விடும். அந்த பஸ்ஸைப் பிடித்துப் போய்தான், விதித்திருக்கும் பொய்களைப் பேச வேண்டும். வாயால் மட்டும் சிரிக்க வேண்டும். அங்கீகரமான அயோக்கியத்தனங்களைச் செய்ய வேண்டும். என் முதலாளி இருபத்தி ஏழாவது முறையாக ரசித்துக் கூறும் தன் வேட்டை அனுபவங்களை (ஒரு புலி, நிஜமான புலிதான். அதுக்கும் அவருக்கும் பத்து அடி தூரம்தான். கூட வந்தவர்கள் அனைவரும் ஓடிவிட தான் மட்டும் அதை அஞ்சாமல் விழித்துப் பார்த்துச் சுட்டது. காயம்பட்டு அது ஓட, அதைத் துரத்திச் சென்று சுட்டு வீழ்த்தியது. செத்துப்போன அதன் தலையில் காலை வைத்துக்கொண்டு, எடுக்கப்பட்டு, வீட்டுக்கூடத்தில் யேசுநாதர் பக்கத்தில் தொங்க விட்டிருக்கும் நெகட்டிவ் சாட்சி) முதல் முறையாகக் கேட்பதுபோல, கண்களை விரித்து சுவாரஸ்யமாக ஒரு போலித்தனமான பயத்தோடு கேட்டுவிட்டு சாயங்காலம் ஆறு அடித்தால் அவர் உத்தரவு பெற்று விடுதலையாகிச் சுததந்திரக் காற்றைச் சுவாசிக்க வேண்டும்.

நான் வீதியில் இறங்கி நடக்கிறேன். திடீரென்று நான் மறந்திருந்தது என் ஞாபகத்துக்கு வந்தது. என்

வீட்டுக்குக் கொஞ்ச தூரத்தில் மெயின் ரோடுக்கும் என் வீட்டுக்கும் இடைப்பட்ட தெருமுனையில் நேற்று ராத்திரி என்னைத் துரத்திய நாயைப் பற்றிய என் ஞாபகம் உசுப்பிக்கொண்டு மேலே வந்தது. துரதிருஷ்டவசமானது அது. வழக்கம்போல கடைசி பஸ்ஸைப் பிடித்துப் பிள்ளையார் கோயில் ஸ்டாப்பில் இறங்கினேன். தெரு திரும்பி நடந்தேன். எதிரில் இடையூறு இல்லாத வானத்தில் ஒரு முழு நிலா. சுற்றியுள்ள வீட்டுச் சுவர்கள், மரங்கள், புழுதி எல்லாம் அலுமினியம் பூசிக் கிடந்தன. சின்னக் குழந்தைகளின் விரல்களைப்போல ஈரம் கலந்த காற்று வாழ்க்கையில் எப்போதாவது லபிக்கும் அற்புத க்ஷணங்கள். நான் லயித்து நடப்பது தெரியாது நடக்கிறேன். அப்போதுதான் அந்த நிசப்தத்தைக் கலைப்பது மாதிரி ஒரு நாசக் குரல்:

'உ... ர்... ர்... ர்...'

நான் திடுக்கிட்டு என் பக்கவாட்டில் திரும்பிப் பார்க்கிறேன். புரட்டிப் தள்ளப்பட்ட முனிசிபாலிட்டியின் குப்பைத் தொட்டி, குவிந்த குப்பைமேடு. அதன் மேல் மிகச் சௌகரியமாகக் கால்களை நீட்டிப் போட்டுப் படுத்திருந்தது ஒரு செம்பழுப்பு நாய் – எந்த வினாடியிலும் அது பாயலாம் என்பதுபோல பயம், என் செருப்பில் தொடங்கி கொஞ்சம் கொஞ்சமாக மேலே ஏறுவது எனக்குப் புரிகிறது. செருப்புச் சத்தம் எழாமலும், என் தோள் பையை இடக்கையால் அணைத்துக்கொண்டும் மிக நிதானமாக நான் நடந்தேன். என் பார்வை நேரே பார்ப்பதுபோலப் போக்குக் காட்டினாலும் என் வலக்கண்ணும் சகல புலன்களும் அந்தச் செம்பழுப்புப் பிசாசின் மீதே பதிந்திருந்தன.

'லொள்... லொள்...'

அதன் குலைப்புக் கொஞ்சம் கொஞ்சமாக உயரஉயர என் நடையின் வேகமும் கூடுகிறது. நான் என் பகைவனின் ஸ்தானத்தின் தன்மையை நிதானிக்கிறேன். அதுக்கும் எனக்கும் பத்தடி தூரம் இருந்தது. இந்தத் தூரத்தைத் தக்கவைத்துக்கொள்ள நான் பாடுபட வேண்டியிருந்தது. என் ஒவ்வோர் அடியிலும் வேகத்தைக் கூட்டி அதை அரை ஓட்டமாக விஸ்தரித்தேன். இதற்குள் ஒற்றைக் குரலாக ஒலித்த அதற்குப் பக்கபலமாய் பல குரல்கள் சேர்ந்துகொண்டன. பௌதீகமாக நாய்களைக் காணாவிடினும் குரல்கள் பலத்தன.

'நம் பகைவனா? விடாதே, கடித்துக் குதறு அவனை' என்பதாக, ரோஷத்தோடு ஒலித்தன அக்குரல்கள். என்

மயிர்க்கால்கள் சிலிர்த்தன. குபீரென்று ஓடினால் நாயும் ஓடி வரும் என்பது எனக்குப் புரிந்தது. சடாரென்று திரும்பி, 'ஹை... ஹை...' என்று கையை வீசினேன். இந்த என் உத்தி பெருத்த பலனை உண்டாக்கவில்லை. அது ஒரு கணம் திகைத்து ஓர் அடி பின் வாங்கியது. இது தற்காலிகமாக உதவும் என்பதை உணர்ந்து அதை மீண்டும் மீண்டும் கடைப்பிடித்தேன். பின் வாங்கின அது மிகுந்த கோபத்தோடு என் மேல் பாய்ந்தது.

நான் ஓடத் தொடங்கினேன். அது விரட்டிக்கொண்டு ஓடிவந்தது. என் தோள் பையைக் கெட்டியாகப் பிடித்துக்கொண்டும் வலது கையால் சில்லறை கொட்டிவிடாதபடிக்கு, சட்டையைப் பிடித்துக்கொண்டும் ஓடினேன். என் பேன்ட்டையோ தொடைச் சதையையோ பலி தந்து விடக்கூடாது என்கிற உணர்வோடு ஓடினேன். என் பள்ளி நாட்களில்கூட அப்படி நான் ஓடி இருக்கவில்லை. சாப்பிட்டு அதிக நேரமாகவில்லையாதலால் வயிறு குலுங்கியது. 'லொங்கு லொங்கு' என்று ஓடி வந்து, என் குறியாய் இருந்த என் வீட்டு வாசற்படிக்கு வந்து சேர்ந்ததும்தான் எனக்கு உயிர் மீண்டது. என் ஆளுகைக்கு உட்பட்ட பிரதேசத்துக்கு வந்துவிட்ட தைரியத்தில் திரும்பிப் பார்த்தேன்.

நாயைக் காணோம்.

எனக்கு என் பிரதேசம் தெரிவது மாதிரி, அதுக்கு அதன் பிரதேசம் தெரிந்திருந்தது. எனவே அது, அத்துடன் நின்றிருக்கிறது. அல்ல, 'இன்று பிழைத்துப் போ! நாளைக்கு வா! கவனித்துக் கொள்கிறேன்' என்கிற இராம மனப்பான்மையாக இருக்கலாம். அல்லது 'தொலைந்து போ மனுஷப் பயலே!' என்கிற கருணையாக இருக்கலாம். இதில் இரண்டாவதே சாத்தியம் என்று என் உள்ளுணர்வு கூறியது.

இந்தக் கலக்கத்தில் படபடவென்று நான் கதவைத் தட்டியிருக்கிறேன். எப்போதும் மிக நிதானமாக எழுந்து விளக்கைப் போட்டுப் புரியாத மொழியில் பல சப்தங்களை எழுப்பிக்கொண்டு கதவைத் திறக்கும் என் சகா, திடுக்கிட்டு ஓடி வந்து கதவைத் திறந்தான்.

"என்ன? என்ன ஆச்சு, ஏன் கதவை இப்பிடிப் போட்டு உடைச்சீங்க...?"

"நாய் துரத்திக்கிட்டு வந்துச்சு. அதான் ஓடி வந்தேன்."

“நாயா? ஓகோ, அந்தச் சிவப்பு நாய்தானே! அது வெறி நாயாச்சே, பத்திரம், வெறிநாய் கடிச்சா தொப்புளைச் சுத்திப் பதினாறு ஊசி போடுவாங்க.”

நான் அவன் முகத்தைக் கவனித்தேன். இதைச் சொல்லும்போது அவன் உள் மனத்தில் ஒரு சந்தோஷத்தோடு இதைச் சொல்வதாக எனக்குப்பட்டது. நான் இவனுக்கு என்ன தீங்கு இழைத்தேன் என்று யோசித்தபடி, பாயைப் போட்டுக்கொண்டு படுத்தேன். நெஞ்சுத் துடிப்பு நெடு நேரத்துக்கு நீடித்தது.

மறக்கவே கூடாது என்று மனசில் முடிச்சுப் போட்டு வைத்துக்கொள்வது மறந்துபோகிறது. அநாவசியமானதுகள் மனதைத் துருத்திக்கொண்டு எம்பி வரும். நாய்கூடத் தன் கோரைப் பற்கள் பிதுங்க வெறித்தனம் மிகுந்த கண்களோடு என்னை எட்டிப் பார்த்தது. கற்பனைதான். என் கண்கள் தூரத்தில் இருந்தே நாயின் பிரதேசத்தை ஆராய்ந்தன. உருட்டி விடப்பட்ட தொட்டி, குப்பை நாயைக் காணோம். அப்பா – ஓர் ஆறுதல். சின்ன அல்ப சந்தோஷம். நான் அருகில் நெருங்கும்போதுதான் அதன் தலை தெரிந்தது. சாக்கடைக்குள் இருந்தது நான் வருவது தெரிந்தே வந்திருக்கிறது. எனக்கு முந்தைய இரவு நிகழ்ச்சிகள் ஞாபகம் வந்தன. அது குப்பையின்மீது ஏறி நின்று ஒரு கர்வம் பிடித்த ராஜகுமாரனைப்போல என்னை முறைத்துப் பார்த்தது. ஊகும், என்மேல் அதுக்குப் பகை இன்னும் போகவில்லை. நான் அதனோடு சினேகம் கொள்வதே சரியானது. கண்கள் சிரிக்க புன்னகை செய்தேன். தன் சிவந்த நாக்கைத் தொங்க விட்டபடி எந்த உணர்வும் இல்லாமல் அது என்னைப் பார்த்தது. இன்னும் அதற்கு என் மேல் நம்பிக்கை படவில்லை.

‘ச்சு… ச்சு’ என்று வீட்டு நாயைக் கூப்பிடுவதுபோலக் கூப்பிட்டு வைத்தேன். கூப்பிட்டால் வீட்டு நாய்கள் வாலை ஆட்டும். இது அழுத்தமாக கீழ்ஸ்தாயி சட்ஜமத்தில் ‘ர்… ர்… ர்…’ என்று முனகி, பஞ்சமத்தில் ‘லொள்’ என்றது.

இரவு நடந்த அந்த ஓட்டப் பந்தயம் மீண்டும் நடக்கும் என்று எதிர்பார்த்து நான் ஓடத் தயார் ஆனேன். அதுவோ சுபாவமாக நின்று மேற்கிலும் கிழக்கிலும் திரும்பித் திரும்பிப் பார்த்து யாரோ அவசர காரியமாய் ஓடுவதுபோல ஓடியது. நான் உள்ளூர சந்தோஷத்தோடு அதன் ஓட்டத்தைக் கவனித்தேன். இப்போதைக்கு நான் தப்பினேன்.

அது மிகவும் ஓட்டமாக ஓடிப்போய் முனிசிபாலிட்டி விளக்குக் கம்பத்தின் அருகில் நின்று நிதானித்து அதை முகர்ந்து பார்த்தது. அது வெறும் கம்பம்தான். ஒரு காலத்தில் அதில் ‘பல்ப்’ இருந்திருக்கும். அதன் அடையாளமாய் ஷேட் இருந்தது. நாய் தன் ஒரு காலைத் தூக்கி அந்த மரத்தை அசிங்கப்படுத்தியது. இது அந்த மரத்துக்குத் தேவைதான். விதிக்கப்பட்ட கடமையை அலட்சியப்படுத்தும் அக்கம்பம் இந்த மாதிரி மரியாதைகளுக்கு உரியதுதான். நாய் பிறகு சுவாதீனமாக இடப்பக்கம் திரும்பி நேர் கிழக்காக மெல்ல ஓடிப்போய் ஒரு நிறுத்தி வைக்கப்பட்ட மோட்டார் சைக்கிளின் மீது அசிங்கத்தைப் பூர்த்தி செய்தது. அது உள்ளூர் போலீஸ் அதிகாரியுடையது. பிறகு மூன்றாவது வீட்டாண்டை கிடந்த ஓர் எச்சில் இலையில் போய் மூக்கை வைத்து முகர்ந்து பார்த்தது. இது ஆகாது என்பதுபோலச் சட்டென்று இப்படியும், அப்படியும் வேடிக்கை பார்த்தவாறு நடந்தது. புழுதியைக் கிளப்பிக்கொண்டு வந்த லாரி ஒன்றுக்கு வழி விடுவதற்காக ஓரம் சென்ற நான், நடந்தேன்.

இன்றுதான் அதை முழுதாகப் பார்க்க நேர்ந்தது. உடம்பெல்லாம் காயமும் பற்றை பற்றையாகச் சொறியுமாக இருந்தது அது.

வாலின் பல இடங்களில் மயிர் இல்லாமல் வெள்ளைத் தோல் தெரிந்தது. வயிறு ஒட்டிப்போய் எலும்புகள் தெரிய இருந்தது. எல்லாவற்றையும் மீறி அதன் கண்களில் வெறி தெரிந்தது. கண்ணில்பட்ட அனைத்தையும் கடித்துக் குதறி எறிந்துவிட அது தீர்மானித்து இருந்தது போலும்...

பிள்ளையார் கோயில் பஸ் ஸ்டாப்பில், இந்த நேரத்தில் கும்பல் இருக்காது. பிரயாணிகளுக்கு நிழல் தர ஏதோ ஒரு பேங்க் குடை கட்டி விட்டிருந்தது. மறக்காமல் பேங்கின் பெயர் குடையில் பொறித்திருந்தது. காலை வெயில் குடைக்குள் வியாபித்திருந்தது. சிமென்ட் பெஞ்சில் இரண்டு கிழவிகளும், விரைவில் ஆகப் போகும் ஒரு மாமியும் இருந்தார்கள். கிழவிகளின் கையில் உடைந்த தேங்காய் பழக்கூடை இருந்தது. மாமியின் கையில் ஏதோ ஓர் வாரப் பத்திரிகை மடங்கி இருந்தது. பெஞ்சை ஒட்டி ஓர் இளம்பெண் குடை பிடித்துக்கொண்டு நின்றாள். காலை வெயிலுக்கு இந்தக் குடை தாங்காது. குடையை ஒட்டி ஒரு டீ கடை. வெயில் மறைப்புக்கு சாக்குத் துணி கட்டியிருக்கும். டீ குடிக்காமல் வெறும் வெயில் மறைப்புக்கு மட்டும் ஒதுங்குவோரை அவன் – டீ கடைக்காரன்தான் –

ஊக்குவிப்பதில்லை. லடலடவென்று டீ கிளாஸ்களைக் கழுவி பக்கமாக ஊற்றுவான். தண்ணீர் மண்ணில் விழுந்து நாலா பக்கமும் தெறிக்கும். இது அவனுக்கு ஓர் உத்தி. தண்ணீர் தம் மேல் படக்கூடாது என்கிற விழிப்புணர்வுள்ளவர்கள் யாரும் கடைப் பக்கம் ஒதுங்குவதில்லை. காலை வெயில் சுள்ளென்று உறைக்க வெயிலிலேயே நிற்க வேண்டும். நான் நின்றேன்...

காலையில் இருந்து என்னால் ஒரு வேலையும் செய்யக்கூடவில்லை. என் சிந்தனைச் செயல்களில் எல்லாம் நாய்களாகவே இருந்தன.

"நீங்கள் ஏதேனும் நாயைச் சுட்டிருக்கிறீர்களா" என்று என் முதலாளியைக் கேட்டேன்.

"ஆங் என்ன கேட்டீங்க?"

"புலியைச் சுட்ட மாதிரி ஏதேனும் நாயைச் சுட்டிருக்கீங்களான்னு கேட்டேன்."

"நாயையா?"

"ஆமா."

"நாயைப் போய் யாராவது சுடுவாங்களா– என்ன, பைத்தியக்காரத்தனமா பேசறீங்க."

"ஏன், நாய் சுடக்கூடாத ஒரு மிருகமா?"

"நாய்க்கு வெறி வந்து போறவன் வர்றவனைக் கடிச்சுக்கிட்டு இருந்தா ஒருவேளை சுடலாம். மற்றபடிக்கு என்னை மாதிரி ஒரு வேட்டக்காரன்..."

நான் நகர்ந்துகொண்டேன். எங்கள் விவகாரம் காலையிலேயே ஒரு முடிவுக்கு வந்துவிடும் என்று எதிர்பார்த்தேன். அப்படி வராமல் அல்லவா 'பிசுக்'கென்று போய்விட்டது. சாக்கடையைவிட்டு எழுந்து வந்தது என்மீது பாய்ந்திருக்க வேண்டும். நான் கல்லை எடுத்திருக்க வேண்டும். பூனையைப் பார்க்கும் ஒரு யானையின் பார்வையைப்போல அல்லவா இருந்தது அது. என்ன அலட்சியம். என்ன கர்வம். ஆக, ஒன்று எனக்குப் புரிகிறது. இந்த இரவை எனக்காக என்றே ஒதுக்கியிருக்கிறது அது. இன்று நாங்கள் ஒரு முடிவுக்கு வந்துவிடுவோம்.

நானும் சிவராமனும் உட்கார்ந்துகொண்டு ஏதோ கணக்கு விவகாரம் பார்த்துக்கொண்டிருக்கிறோம்.

நான் அவரைப் பார்த்துக் கேட்டேன்.

"உங்களை நாய் கடிச்சிருக்கா?"

"என்ன கேட்டே..."

"உங்களை நாய் கடிச்சிருக்கான்னு"

"இப்ப எங்கப்பா திடீர்னு நாய் வந்தது..."

"சும்மா சொல்லுங்க... இந்த ஊர்ல உங்களைக் கடிச்சிருக்கா நாய்"

தன் வழுக்கையைத் துடைத்துக்கொண்டு என்னிடம் குனிந்து கிசுகிசுத்த குரலில் அவர் கேட்டார்.

"கிண்டல் பண்றியா, முதலாளியைப் பத்திக் கேக்கிறியா?"

"சீச்சீ... நிஜமான நாய், அசல் நாயாவே பொறந்த நாய், வாலோடும், நாலு காலோடும் கூடிய நாய்"

"ஓகோ..." அவர் தீவிரமாகச் சிந்திக்கத் தொடங்கினார். சிவராமனிடம் ஆபீஸ் ஃபைல் விஷயங்களைப் பற்றிக் கேட்டால் 'டக்'கென்று பதில் சொல்வார். இந்த நகரத்து ஆபீஸ் வாடகை வீட்டில் இருந்த காலம் தொட்டு இதன் காற்றையே சுவாசிப்பவர். மனைவியைக் காட்டிலும் அவர் அவருடைய பிரம்பு நாற்காலியை நேசித்தார் என்றால், அது மிகையாகாது. "சிவராமன் – உங்களுக்கு எத்தனை குழந்தைகள்" என்று யாராவது கேட்டால், ஒருவேளை அவர் யோசிப்பார்.

"சிவராமன், நாகராஜராவ் நிலுவை எவ்வளவு" என்று யாராவது அவரிடம் கேட்டால், வாய் மூடு முன்பே அவர் பதில் சொல்லி முடித்திருப்பார்.

மூன்று நிமிஷ மௌனத்திற்குப் பிறகு அவர் சொன்னார்.

"சுமார் பனிரெண்டு வருஷங்களுக்கு முந்தி நடந்துதுப்பா இது. அப்போ நம்ம ஆபீஸ் அமிஞ்சிக்கரையில் இருந்துச்சு. அமிஞ்சிக்கரையில் அப்பல்லாம் சோமாறிப் பசங்க அதிகம். அவனுகளைக் காட்டிலும் நாய்ங்க அதிகம். சில நாய்ங்க சைக்கிள், மோட்டார் சைக்கிள்ல போறவன் வர்றவனோட பேன்ட், வேஷ்டிகளைக் கிழிக்கிறதுக்குன்னே பொறந்தது மாதிரி, காரியம் பண்ணும். ஒரு வெறி நாய் அப்போ இருந்துச்சி. பேட்டைக்கே பிஸ்தா மாதிரி. ஒருநாள் ராத்திரி வேலையை முடிச்சுட்டு வீட்டுக்குப் போய்க்கினு இருந்தனா... வழியில வந்து மறிச்சுக்கிட்டு

நின்னுச்சி அது. நாய் எப்பிடி இருக்குங்கற – இருட்டுல பார்த்தா நாய்ன்னே சொல்ல மாட்டே. ஜாதிப் பசுங்கன்னு மாதிரி நிகாவா இருக்கும். மறிச்சுக்கிட்டு 'உர்... ர்... ர்'ன்னுச்சு. 'யார்றா நீ'ங்கறது அதற்கு அர்த்தம். விசேஷம் என்னான்னா, நம்ப பாஷை அதுக்கும் புரியற மாதிரி அதுங்க பாஷையும் நமக்குப் புரியும். ஆனா அதுங்க பாஷையில நாம்பளும் பேச முடியாது. 'யார்றாநீ'ன்னு கேட்டுச்சா– என்ன பதில் சொல்றது. நான் 'பீ அண்டு சி' கம்பெனி குமாஸ்தான்னு பதில் சொல்ல முடியுமா ஒரு நாய் கேக்கறதுக்கு? நான் பாட்டுக்கு அதை அலட்சியப்படுத்திட்டு நடந்தேன். 'ஓகோ... உனக்கு–கேவலம் ஒரு மனுஷப் பயலுக்கு– அவ்வளவு தெனாவட்டா' என்கிற மாதிரி குலைச்சுக்கிட்டு வந்து கால் கண்டு சதையில வாயை வைச்சிப் பிடுங்கிடுச்சு. நான் ஓடி வந்துட்டேன். அப்புறமா ஆஸ்பத்திரிக்குப் போயி தொப்புளைச் சுத்தி பதினாறு ஊசி போட்டுக்கிட்டேன்."

"சரி... சிவராமன் சார், அது என்ன நாய் கடிச்சா மாத்திரம் தொப்புளைச் சுற்றி ஊசி போடறாங்க"

"அதான், நாய்க்கடி விசேஷம். மாடு, ஆடு, பன்னி, பாம்பு இதுல்லாம் கடிச்சா கை கால்ல ஊசி போடறான். நாய் கடிச்சா மாத்திரம் தொப்புளைச் சுத்தித்தான் ஊசி போடறான்."

"மாடு கடிக்குமா?"

"பல்லு இருக்கில்லே – பல்லு உள்ளது எல்லாம் கடிக்கும்."

"ஓகோ..."

"என்ன விஷயம்? காலைலே நாயைப் பத்தி விசாரணை பண்ணிக்கிட்டு இருக்கே."

"ஒன்னுமில்லே... சும்மாத்தான்"

மதியம் சாப்பிடப் போகும்போது சிவராமன்–

"என்ன, சாப்பிட வர்லயாப்பா" என்றார்.

"பசிக்கல்லே" என்றேன்.

எனக்கும் அதுக்கும் அப்படி என்ன விவகாரம். நான் வேலை செய்கிறேன். சம்பாதிக்கிறேன். வயிறு கழுவுகிறேன். அது அதும் பாட்டுக்குப் படுத்து இருக்கிறது. குப்பை மேட்டை சீய்க்கிறது. எச்சில் இலை போட்டுச் சாப்பிடுகிறது. இசைந்த நாய்களோடு இன விருத்தி பண்ணிக்கொள்கிறது. எதனால் என்னை நீ

பகைக்கிறாய். உன் ஸ்தானத்துக்கு நானும், என் ஸ்தானத்துக்கு நீயும் ஆசைப்பட நியாயம் இல்லையே.

சாயங்காலம் காலனிப் பக்கம் போய் நண்பர்களுடன் பேசிக்கொண்டிருந்தேன்.

"நாடகத்தை முடித்து விட்டாயா" என்று ஒரு நண்பன் கேட்டதுக்கு, "முடித்து விட்டேன்" என்று பதில் சொன்னேன்.

"என்ன தலைப்பு?"

"நாய்கள்"

"என்ன?"

"நாய்கள்!"

"சரிதான், நல்லாயிருக்கு."

சுரேஷ்குமாரிடம் கேட்டேன்.

"நாய் கடிச்சுட்டா தொப்புளைச் சுற்றி ஊசி எப்படிப் பெரிசா இருக்குமா, சின்னதா இருக்குமா, ரொம்ப வலிக்குமா?"

"என்னை இதுவரை தேள்தான் கடிச்சிருக்கு. நாய் கடிச்சதில்லே. ஏன் உன்னைக் கடிச்சிருச்சோ?"

"இல்லை, இதுவரையிலும் இல்லை, இன்று ராத்திரி கடிக்கலாம்"

"என்னது?"

"சும்மா"

வழக்கம்போல அன்றைக்கும் கடைசி பஸ்ஸில்தான் வந்து பிள்ளையார் கோயில் ஸ்டாப்பில் இறங்கினேன். தரையில் கால் வைத்ததுமே என் மனசு சில்லிட்டுப் போகிறது. பயமா? இல்லையென்று தலையை உதறிக்கொள்கிறேன். எங்கள் தெரு முனை திரும்புகிறேன். அதே குளிர்ந்த மண் ரஸ்தா, நேற்று இருந்த அதே ஆகாயம், அதே நிலா, அதே கட்டடங்கள், மரங்கள் அதே அலுமினியத்தில் பூசிக்கொண்டு நிற்கும் ராத்திரி. எதிலும் என் மனம் ஒட்டவில்லை. அதே முனிசிபாலிட்டி தொட்டி. அதே குப்பை.

'உர்ர்ர்' என்கிற உஷார் சப்தத்தை எந்த நிமிஷத்திலும் கேட்கவும், அதை நேருக்கு நேர் சந்திக்கவும் என்னை நான் தயார் செய்துகொள்கிறேன். உற்று அந்தப் பிரதேசத்தை நோக்குகிறேன்.

ஊகூம், எந்தச் சப்தமும் இல்லை. ஊரே உறங்கிக்கொண்டிருந்தது. நான் நின்றேன். எனக்குள் ஒரு வெறித்தனமான தைரியம் பொங்கி வழிந்தது. நான் அதைக் கூப்பிடுவதற்கு ஆயத்தமானேன்.

"ஸ்ஸ்." என்றேன்.

"ச்சுச்சு... ச்சுச்சு..." என்று வீட்டு நாயை அழைப்பதுபோல் அழைத்தேன்.

அதைக் காணவில்லை. கிட்டே தொட்டியண்டை போய்ப் பார்த்தேன். இல்லை. பின் சாக்கடையில் எட்டிப் பார்த்தேன். இல்லை. சுற்றிலும், அது உலவும் இடங்களிலும் சிரம பரிகாரம் செய்துகொள்ளும் இடங்களிலும் எல்லாம் தேடினேன். கிடைக்கவில்லை.

சோர்ந்து விரக்தியோடு வீட்டுக்கு வந்து கதவைத் தட்டினேன். என் சகா வந்து கதவைத் திறந்ததும், நான் அவரிடம் கேட்டேன்.

"அது எங்க போச்சு?"

அவன் கண்களைத் துடைத்துக்கொண்டே,

"அதுன்னா, எது?" என்றார்.

"அதான் அந்த நாய், முக்கூட்டில் குப்பை மேட்டில் படுத்திருக்குமே, வெறிநாய் அதுதான்."

"ப்ச்... அதுவா, அது மத்தியானம் இந்தப் பக்கமா போன லாரியில் அடிபட்டு செத்துப் போச்சு."

"செத்தே போச்சா"

"ஆமா, குப்பை வண்டிக்காரன் வந்து தூக்கிப் போட்டுக்கிட்டுப் போயிட்டான்"

எனக்கு ரொம்பவும் வருத்தமாய் இருந்தது.

1979

பலி

மகாபாரத ஐயர் காப்பி விஷயத்தில் மகா ரசிகனாக இருந்தார். இது காரணமாகவே நான் அவரோடு சினேகம் ஆனேன்.

இலக்கியம்போலவே காப்பியும் ஒரு தவிர்க்க முடியாத விஷயமாகிவிட்டது எனக்கு. தஞ்சாவூரில் பிரகாஷ் என்கிற என் அன்புக்குரிய நண்பரும் காப்பி விஷயத்தில் ஐயரைப்போலவே மகாஞானியுமாய் விளங்கியவருமான ஒரு ஜீவனால் இது எனக்குக் கற்பிக்கப்பட்டது. தஞ்சாவூரில் இருந்து பத்து கிலோமீட்டர் தூரத்தில் இருக்கிற சாலியமங்கலத்துக்குப் போய், கூரை வேய்ந்த ஒரு காப்பி கிளப்பில் மணிக்கணக்கில் உட்கார்ந்து அரைமணிக்கு ஒரு காப்பியை விழுங்கி, இலக்கியம் பேசி – இப்படியாக ஒரு காப்பிமானியாக நான் ஆன கதை. இதில் சுவாரஸ்யம் என்னவென்றால் பிரகாஷ் சுத்தமாகக் காப்பியை விட்டபோது என்னால்விட முடியாமல் போய்விட்டது.

நல்ல காப்பிக்காக நான் அலைந்தேன். சுத்தமான பொன் வறுவலில் அரைக்கப்பட்ட சிக்கரி கலவாத காப்பி தொண்டையில் இறங்கும்போதே கசந்துகொண்டு ஒருவிதமான கிறக்கம் ஏற்படுத்துகிற காப்பி. சர்க்கரையும் பாலும் மட்டாக, டபிள் ஸ்டிராங்கான மணம் பரப்பும் காப்பி.

எங்கள் ஊரில் கழுநீர், விளக்கெண்ணெய் இத்யாதிகள் எல்லாம் காப்பி என்கிற பெயரில் ஓட்டலுக்கு வந்தன. நான் போகாத ஓட்டலில்லை. சாப்பிடாத காப்பி இல்லை. காப்பிதான் இல்லை. ஒரு விபத்து மாதிரி ஐயர் ஓட்டலைக் கண்டேன்.

பிரபஞ்சன்

அன்றுதான் ஐயர் 'லட்சுமி விலாசத்தை'த் தொடங்கினார். நான் போகும்போது ஐயர் தேங்காயைச் சுற்றி உடைத்தார். சந்தனம் கொடுத்தார். அடுத்தபடியாக காப்பியும் கொடுத்தார். அதுதான் காப்பி கன்னங்கரிய நுரை பொங்கும், நுரை மதர்த்த காப்பி என்ன மணம், என்ன காரம், எம். டி. ராமனாதனின் 'பேஸ்'போல சிலிர்க்க வைக்கிற களை.

என்னை அவரும், அவரை நானும் இனம் கண்டுகொண்டது இப்படித்தான். ஐயரும் தஞ்சாவூர் பக்கத்தவர்தான். ஒண்டிக் கட்டை. இப்படி, காலவெள்ளம் இவரை இங்கு அடித்துக்கொண்டு வந்து போட்டு வைத்திருக்கிறது. ஆள் ஒத்தை நாடிதான். மைதானத்தில் புல் முளைத்தாற்போல அங்கொன்றும் இங்கொன்றுமாக மழிக்காத முகம். எந்நேரமும் வெற்றிலைப் போட்டுச் சிவந்த வாய். இதழ்க்கடையில் வெற்றிலைச் சாறோடு, எல்லாம் கடந்தவனின் தன்னிறைவும் ஒழுகிக்கொண்டு நிற்கும். ஐயர் ஓர் ஓட்டல் வியாபாரி மட்டும் இல்லை.

லட்சுமி விலாசம் பரபரப்பான நகரத்தின் கடைத் தெருவை ஒட்டி இருந்தாலும் ஒரு ரிஷியின் ஆஸ்ரமத்தைப்போல அமைதியையும் காத்துக்கொண்டது. எச்சில் பிளேட்டுகள், டபரா செட்டுகள் இரைச்சல் இங்கு கிடையாது. சினிமா டப்பா சங்கீதம் இங்கு கிடையாது. ஊர் வம்பு, பத்திரிகைகள், ஜனக்கூட்டம் இவை போல்வன எதுவும் இங்கு இல்லை. பக்கத்து டெலிபோன் எக்ஸ்சேஞ் ஊழியர்கள், ஆஸ்பத்திரி பணியாளர்கள், என்னைப் போன்ற சில உதிரிகள் இப்படியாகத் தெரிந்தெடுத்தாற்போலச் சில பேரே லட்சுமி விலாசத்தின் போஷகர்கள். ஐயருக்கு இதுபோதும். போதும் என்கிற மனம். விலாசம் எப்பவும் அமைதியாக இருக்கும். மூலையில் தெருவைப் பார்த்து ஒரு ஸ்டூலில் உட்கார்ந்து கொள்ளலாம் – முதுகைச் சுவரில் சாய்த்துக்கொண்டால் போச்சு – கடைத்தெரு எப்பவும் சுறுசுறுப்பாக இருக்கும். மனிதர்கள் எப்பவும் எதற்காகவாவது நடந்துகொண்டே இருப்பார்கள்... நடப்பார்கள்... நடப்பார்கள்... அப்படி நடப்பார்கள்! இவர்களுக்கு ஏதேனும் ஒன்று கடைத்தெருவில் வாங்கியாக வேண்டும்.

நான் உட்கார்ந்துகொண்டிருக்கும் இடத்தில் இருந்து சேட்டுக் கடை தெரியும். நகரத்தின் மிகப்பெரும் ஜவுளிக் கடை அது. அதன் புறத்தே கண்ணாடி அறையில் ஒருத்தி இமையாது, கண் துஞ்சாது 24 மணி நேரமும் நிற்பாள். கடை திறந்ததும் முதல் வேளையாக ஒருவன் அவளுக்கு ரவிக்கையும் புடவையும் அணிவிப்பான். எப்போ குளிப்பாட்டுவான் என்பது தெரியாது. தினம் தினம்

ஒரு புதுச்சேலை. இதைக் கட்டி முடிக்க அவனுக்கு ஒரு மணி நேரம் பிடிக்கும். இதற்கெனவே பிறந்து வந்தவனாக அவன் எனக்குத் தோன்றுவான். கட்டுவதை எப்போது அவிழ்ப்பான்? எனக்குத் தெரியவில்லை.

ஐயர் மேசைக்குப் பின் உட்கார்ந்திருந்தார். மேசை கச்சிதமானது. கைபட்டு, கைபட்டு ஒளி ஏறியது. மேசையில் ஒரு வரவு செலவு புஸ்தகம். ரொம்பப் பழசு என்பது அதன் மேனியைப் பார்த்தாலே தெரியும். ஒடித்தால் ஒடியும். ஐயருக்கு அது ஆயுட்கால சினேகிதன். துக்கமானாலும் சந்தோஷமானாலும் ஐயர் இதற்குள் நுழைவார். இது அவர் எனக்குச் சொன்னது. ஒவ்வொரு பேச்சிலும், பாரதக் கதை வாசனை வீசப் பேசுவார். நாங்கள் அவருக்கு மகாபாரத ஐயர் என்று இதற்காகவே நாமம் வைத்தோம்.

அன்று நான் விலாசத்துக்குள் நுழைகிறபோது ஐயர் மாத்திரம் இருந்தார். எனக்கு என்று, எழுந்துபோய், அருமையான காப்பி போட்டுக்கொண்டு வந்து வைத்தார். நான் தெருவைப் பார்த்தேன். நிலைச் சுவரில் ஒரு கண்ணை மறைத்துக்கொண்டு ஒரு கண்ணால் நீரா என்னைப் பார்த்தாள். ஐயர் ஓட்டல் பரிச்சயப்பட்ட அன்றுதான் எனக்கு நீராவும் பரிச்சயமானாள். நீரா மிஞ்சிப் போனால் அஞ்சு வயசுக் குழந்தை. ஐயர் ஓட்டல் வாடிக்கையாளர்கள் போடும் சில பைசாக்களை வாங்கி ஜீவனம் பண்ணும் பிச்சைக் குழந்தை அவள்.

குழந்தை மிக அழகி பஸ்ஸுக்கு ஓடுகிறவனையும் நின்று பார்க்கச் செய்யும் கண்கள் அவளுக்கு. மாநிறத்துக்காரி. அவள் வெள்ளைச் சிரிப்பு... மனசுக்கு ரொம்பத் தொந்தரவு அளிக்கும் விஷயம். குழந்தை ஐயர் ஓட்டலிலும், இவள் தாய் என்று சொல்லிக்கொண்டவள் கொஞ்சம் தள்ளி இருக்கும் காப்பி ஹவுஸ் முன்னாலும். இவளுக்கு நீரா என்று பெயர் வைத்தவர் ஐயர். “என்ன சுவாமி காரணம்” என்று கேட்டேன். “நீரில் இருந்து வந்தவள்” என்றார். விலாசத்துக்கு முன்னால் சாக்கடை ஓடுகிறது. அதைத் தாண்டித்தான் தினமும் நீரா வருகிறாள். அவள் நிற்பதும் உட்கார்வதும், சமயங்களில் தூங்குவதும் சாக்கடையின் ஓரம்தான். “எப்படி நம்ம பெயர்” என்றார் ஐயர்.

நீராவுக்கு ஐயரால் மிகவும் அனுகூலம். ரொம்ப நாள் நீரா, நிர்வாணியாகவே இருந்தாள். ஐயர் கவுன், பாவாடை தைத்துக் கொடுத்தார். கடையில் மீந்த பஜ்ஜி, நீராவுக்குத்தான். அதன்றி அவ்வப்போது காப்பியும் கொடுக்கத் தவறுவதில்லை ஐயர்.

காப்பியை நான் விழுங்கினேன். மனமும் உடம்பும் லேசாகி எனக்குள் ஆனந்தம் நிறைந்தது. ஐயர் வெற்றிலைக் காம்பைக் கிள்ளியெறிந்து வேஷ்டியில் சுத்தமாக அகப்புறம் துடைத்து சுண்ணாம்பைப் படரத் தடவி சுருட்டிப் போட்டுக்கொண்டார். நான் அவரையே பார்த்தவாறு இருந்தேன். ஐயர் முகம் ஏதோ சிந்தனையில் ஆழ்ந்தது. கண்கள் சொருக வெற்றிலைச் சுகத்தில் அவர் இருந்தார். பிறகு என்னைப் பார்த்தார். தொண்டையைக் கனைத்துக்கொண்டார். கழுத்தை மேல் தூக்கி, "சுவாமி" என்றார்.

"சொல்லுங்கோ..."

ஐயர் சொல்வதை நான் கேட்கத் தயார் ஆனேன்.

"மனுஷாள், எவ்ளோ அரக்காளா மாறிப் போயிட்டா பார்த்தேளா? பணம், காசு, பதவின்னா எதையுமே விட்டுடத் தயாரா நிக்கறா பார்த்தேளா?"

"சொல்லுங்கோ..."

"அந்தப் பாண்டவாளத்தான் சொல்றேன். மானத்தை விட்றவாளை இந்த நாளிலேயே பார்க்கிறோம். குருக்ஷேத்ர சண்டையில ஜெயிக்க தம் பிள்ளையேன்னா பலிகொடுத்தா? பிள்ளைய பலி கொடுத்தா பதவி, பிள்ளைய பலி கொடுத்தா சொத்து சுகம், என்ன சுவாமி அக்ரமமா இருக்கு? இந்த லட்சணத்துல இவாள்ளாம் தருமம் அறிஞ்சவா, தெய்வாம்சம் பெற்றவா...?"

நான் யோசித்தேன். ஐயரின் கேள்வி நியாயமாகத்தான் இருந்தது. நான் சொன்னேன்...

"பதவிக்காகப் பிள்ளைகளைப் பலி கொடுக்கிறதாச் சொல்றீங்க... ஸ்வாமி... பிள்ளைக்காக மத்த மனுஷாள பலி வாங்கறவாள்ளாம் இப்போ பதவிக்கு வந்திருக்கறதப் பாத்தேளா?"

"ரெண்டும் ஒரே அச்சுதான். பக்கந்தான் வேறே... இவாள்ளாம் மனுஷாள். விட்டுத் தள்ளுங்கோ... தெய்வங்கள் என்ன வாழ்ந்ததுங்கறேன். பிள்ளைக்கறிக்கு ஆசைப்படறது ஒன்னு... சை..."

"நமக்குப் பொம்பிளைக் கறிமேலே ஆசை; தெய்வத்துக்கு மனுஷன் கறிமேல ஆசை... இது ரெண்டும் ஒரே அச்சுதான் இல்லியா...?"

"ஓய்... ஓய்... என்ன என்ன சொல்லிட்டேள்?"

ஐயர் எழுந்து சென்று சாக்கடையில் சிவப்பாக உமிழ்ந்து வந்தார்.

இரண்டு ஐரோப்பியர் உள்ளே வந்தனர். ஒருவன் ஆண், யுவன். ஒருத்தி பெண், யுவதி. இருவரும் உருவமேனி வேறுபாடற்ற சகோதர சகோதரிபோல் தோன்றினார்கள். யுவனிடமிருந்து யுவதியை வேறு பிரித்தது கழுத்துக்குங் கீழான இயற்கையே. இருவரும் சங்க காலத் தலைவன் தலைவியர்போல மாலை அணிந்திருந்தனர். அப்போதுதான் கடலில் குளித்து வருபவர்போல நனைந்து இருந்தனர். யுவன் நனைந்த வேஷ்டியும் துண்டும். யுவதி பனியனும் கைலியும்.

விலாசத்துக்குள் நுழைந்து என் இடப்பக்கம் வாசலை நோக்கி அமர்ந்தனர். ஐயரிடம், யுவன் பஜ்ஜியைச் சுட்டினான். ஐயர் இரண்டு வாழை இலைத் துண்டங்களில் சிவந்த நீண்ட பஜ்ஜியை வைத்து ஓரத்தில் சட்னியும் வைத்தார். யுவதியும் யுவனும் தமக்குள் சிரித்து சம்பாஷித்தவாறு சாப்பிடத் தொடங்கினார்கள்.

யுவதி, நீராவைப் பார்த்தாள். சிரித்தாள். நீராவும் யுவதியைப் பார்த்து இதழ்களுக்குள் வெள்ளையானாள். யுவதி, நீராவைக் குறித்து யுவனிடம் ஏதோ கூறினாள். யுவன் அவளை நோக்கி ஒரு பஜ்ஜியை நீட்டினான். நீரா மறுத்துத் தலையை ஆட்டினாள். நீரா தலை ஆட்டுவதுபோலவே யுவதியும் தலையை ஆட்டிப் பார்த்துக்கொண்டாள். கழுத்துத் தாமரை மலர் மாலை ஆடியது. ஒரு பெரிய தாமரையின் புற இதழ்கள் அசைவதுபோல அவள் உடைமைகள் அசைந்தன. காப்பியையும் முடித்து அவர்கள் கல்லாவுக்கு வந்தார்கள். யுவன் ஓர் ஐந்து ரூபாய் நோட்டு கொடுக்க ஐயர் சில்லரை கொடுத்தார்.

வாசற்படியில் நின்ற நீராவிடம் யுவதி சென்றாள். அவள் தலையைத் தடவிக் கொடுத்தாள். நீரா கழுத்தை நிமிர்த்தி, வெள்ளை விழிகளும், பற்களும் மின்ன யுவதியை அண்ணாந்து பார்த்தவாறு நிற்கிறாள். படத்தில் இயேசுவிடம் குழந்தைகள் இப்படி ஒண்டி நிற்பது என் நினைவுக்கு ஏனோ உடன் வந்தது. யுவதி திரும்பி யுவனிடம் ஏதோ கூற, அவன் ஐயர் அவனுக்குக் கொடுத்த சில்லறை அனைத்தையும் நீராவிடம் நீட்டினான்.

நீரா தலையை இப்படியும் அப்படியுமாக வேகமாக ஆட்டினாள். யுவதி போட்டிருந்த மாலையைத் தன் சின்ன விரலால் காட்டினாள். யுவதி பின்னும் அதிகமாகச் சிரித்தவாறு

தன் கழுத்துத் தாமரை மாலையை எடுத்து நீராவின் கழுத்தில் போட்டுவிட்டு நகர்ந்தாள்.

குழந்தை ஆண்டாளைப்போல நின்றிருந்தது.

திடீரென்று எங்கிருந்தோ வந்தாள் அவள், காப்பி ஹவுஸ் வாசலில் நிற்பவள்.

"ஏண்டி, மவராசன் கொடுத்த காசு வேணாமா உனக்கு...? மாலைதான் வேணுமா. பெரிய மகாராணி..." என்றவாறு குழந்தையின் முகத்திலும் முதுகிலும் அறைந்தாள்.

நீரா துடித்து அலறியவாறு விழுந்து சாக்கடையில் புரண்டாள். பெரியவள் குழந்தையின் மாலையைப் பிடித்து இழுத்து அறுத்து ரோட்டில் எறிந்தாள்.

எல்லாம் கணத்தில் நடந்து முடிந்தது. ஐயர் விக்கித்து உட்கார்ந்துவிட்டார். நான் காப்பிக் கணக்கை நோட்டில் எழுதிவிட்டு நடந்தேன்.

1975

பிம்பம்

கதவைத் தட்டும் சத்தம் கேட்டதும் தட்டுவது யார் என்று எனக்குத் துல்லியமாகவே விளங்கியது. அதுதான் இந்த நேரத்தில் இப்படியெல்லாம் வரும். அதற்கு நேரம் காலம் கிடையாது, கிடைப்பதில்லை என்பதுவுமே ஒரு காரணம். என்னுடனே வளர்ந்து நானாகவே ஆகிவிட்ட அது என்மேல் இருக்கும் சுவாதீனமும் ஒரு காரணம்.

கதவைத் திறந்தேன். அது உள்ளே வந்தது. உட்காரச் சொன்னேன். அது உட்காரவில்லை. நான் மட்டும் ஏற்கெனவே படுத்திருந்த என் சாய்வு நாற்காலியில் சாய்ந்து படுத்துக்கொண்டு அதையே பார்த்துக்கொண்டிருந்தேன்.

என் வீடு நாலு கை தாழ்வாரமும் நடுவே பெரிய 'ப' மாதிரி ஒரு வாசலும்கொண்ட அடக்கமான சின்ன வீடு. நான் என் சாய்வு நாற்காலியைப் போட்டுக்கொண்டு உட்கார்ந்த இடம் நடு வாசலில்தான். அங்கிருந்து அண்ணாந்து பார்த்தால் வானம் என்மீது வழியும். காற்று கைவீசி வரும். மனசால் நான் வாழும் வாழ்க்கை ஸ்தாபிதமாவதும், சூழ்கொள்வதும் கலைவதும் இங்கே. இந்த இடத்தில்தான். என்னைத் தேடி சம்பாஷணைக்காக வருவோரை நான் இந்த இடத்தில்தான் உட்கார்த்தி வைப்பது. என்னை இம்சிக்க வருவோர்க்கும் இதுவே இடம்.

வந்தது நின்றுகொண்டேதான் இருந்தது. நானும் உட்காரச் சொல்லவில்லை. உபசாரக் கட்டங்களை நாங்கள் கடந்துவிட்டோம் என்பதுவே காரணம். இருவரும் அறிவோம்.

வந்தது வீட்டைச் சுற்றி நோட்டம் விட்டது. இடது கைத் தாழ்வாரச் சுவரும் நேர்ச் சுவரும் சந்திக்கும் இடத்தில் அதன் பார்வை வந்து நிலைகுத்தியதை நானும் உணர்ந்து அந்த இடத்தைப் பார்த்தேன். நான் மென்று, சுவைத்துத் துப்பிய எலும்புத் துண்டுகள் வாரப்படாமலும் கூட்டிக் குப்பையில் எறியப்படாமலும், அந்த மூலையில் குவிந்திருந்தது. சாரிசாரியாக எறும்புகள் தம் உணவை அதில் கண்டு, தம் சக்திக்குட்பட்ட விகிதத்தில் எடுத்துக்கொண்டு போவதையும் ஈக்கள் கும்பலாய் சுள்ளென்று பறந்து மொய்ப்பதையும் நான் பார்த்தேன்.

குறுநகையோடு அது என்னைப் பார்த்தது. எனக்கு வெட்கமாகப் போச்சு. யாரும் கண்டுகொள்ளும் முன்னமயே அந்த எலும்புகளை வாரிக் குப்பைத் தொட்டியில் கொட்டியிருக்கலாம். அல்லது பூ வேலை செய்த அழகிய துணியை அதன் மேல் போர்த்தி, மறைத்து, அவ்விடத்தைப் பார்ப்போர், கண்ணுக்கும் புலனுக்கும் புலப்படா வண்ணம் மறைத்து இருக்கலாம். இரண்டையும், இரண்டில் ஒன்றையும் நான் செய்யவில்லை. ஏன் செய்யாமல் போனோம் என்று வருந்தினேன்.

அதன் சிரிப்பு என்னை அறுத்தது. வதைத்தது. இது என்ன என்று அது அவ்விடத்தைக் காட்டி என்னை வினாவியது.

“உனக்குத் தெரியாதா?” என்று கோபத்தோடு நான் கேட்டேன்.

“எதனால் உனக்கு இப்படிக் கோபம் வருகிறது? அப்படி என்ன பெரிய தப்பை நீ செய்துவிட்டாய்? நான் வரும் வழியில் பல எலும்புக் குவியல்களைப் பார்த்துவிட்டுத்தான் வருகிறேன். அவற்றில் சில, பெரிய மலையளவு இருக்கிறது. பல, குன்றுகளாய் நின்று என்னை வழிமறைத்தது. அகத்தியனைப்போல, அவற்றை என் காலால் நசுக்கி, செருக்கழித்து மிதித்துப் போட்டு இங்கே வந்திருக்கிறேன். உன் எலும்புகள் ரொம்பக் கொஞ்சம். நீ வெட்கப்பட, அதனால் கோபப்பட அவசியமே இல்லை...” என்று அது கூறி ஆதரவோடு என்னைப் பார்த்துச் சிரித்தது.

அவ்வாதரவான சிரிப்பு என்னைக் கிளர்த்தியது.

“உனக்கு ரொம்ப நன்றி” என்று மனசார நான் சொன்னேன்.

என் அயர்வு விலகினாற்போல இருக்கிறது. படுத்தவாறே அண்ணாந்து பார்க்கிறேன். வானம் கறுப்பாக நிலவு எங்கோ எதிலோ மறைந்துகொண்டாற்போல, ஆனாலும் காற்று வீசி மேகம் கலைய...

இடக் கைத் தாழ்வாரத்தில் ஓர் அறை இருக்கிறது. அது "நான் இதன் உள்ளே நுழைகிறேன்" என்றது. அனுமதி மாதிரி இல்லை. தேவையில்லை என்று நினைத்தது போலும்.

உள்ளே போனது. எதையோ கையில் எடுத்துக்கொண்டு வெளியே வந்து என் முன் நின்றது.

"இது என்ன?" – அது கேட்டது.

"இது அப்பாவின் சட்டை" – நான் சொன்னேன்.

இது அப்பாவின் சட்டை, முக்கால் கைச் சட்டை. என் அளவுக்கு ரொம்பத் தொளதொளவென்று இருக்கும். என்போல் மூவர் இதில் ஒரே சமயத்தில் நுழையலாம். அவ்வளவு பெரிசு. பல இடங்களில் துணி நைந்து கிழிஞ்சு போச்சு. பல இடங்களில் ஒட்டு. கொஞ்சம் வேகமாகவோ முரட்டுத்தனமாகவோ கையாண்டால் கிழியும் என்பது நிச்சயம். துவைக்காததால் எழும் துர்வாசம் இதனோடயே ஐக்கியமாகிப் போச்சு.

"இதை இன்னமும் எதற்கு வைத்திருக்கிறாய்...?" அது கேட்டது.

"உபயோகப்படுத்தத்தான்" நான் சொன்னேன்.

"இதை இன்னுமா உபயோகப்படுத்துகிறாய்?" அதன் புருவம் மேலே உயர்ந்தது.

"ஆம்... பல சமயங்களில்... சந்தர்ப்பங்களில்..."

"உன்னிடம் உன் சட்டை இருக்குமே..."

"இருக்கும்... அதோடு இதையும் அவ்வப்போது உபயோகப்படுத்திக்கொள்கிறேன்..."

அது பதில் வேண்டியது. சொல்லலாமா என்று யோசித்தேன். சொல்லத்தான் வேண்டும். அதுக்கு என்னில் அறியாதது எதுவுமே இல்லை என்கிற பயம் என்னை உசுப்பியது. மேலும் அதன் சம்பாஷணை, என் சுகம், அதன் சிநேகிதமான பார்வை, எனக்குத் தூண்டில், எனவே, என் பதில் எனக்கு ஆறுதல். சொன்னேன்.

"என் சட்டை என்னை முழுதும் போர்த்தாதபோது அப்பாவின் சட்டையை நான் அணிந்துகொள்வேன். அவர் சட்டையைப் போட்டுக்கொண்டால். என் குளிரை அது போக்கி விடுகிறது. அதோடு பல சமயங்களில் என்னைப் பாதுகாக்கிறது. இது எனக்குக் கவசம். இதுவே எனக்கு அம்பு. இதுவே எனக்கு அட்சயப் பாத்திரம். என் இப்போது தைத்த சட்டை புதுமோஸ்தர்.

இது சமயங்களில், என்னை இறுக்கிக்கொள்கிறது. உனக்குத் தெரியாதா..."

நான் பரிதாபத்தோடு சொன்னதை அது பாதித்திருக்கக்கூடும்.

"சரி" என்று அறைக்குள் சென்று சட்டையைப் போட்டுவிட்டு வெளியே வந்தது.

என் வாசலை மிகவும் ஒட்டி இரண்டு அறைகள். முதல் அறைக்குள் அது என் அனுமதி இன்றியே போய் எதையோ தூக்கிக்கொண்டு வெளியே வந்தது.

"இது என்ன?"- அது.

"இது கவுன்" - நான்

இது ஒரு கவுன்... ஏழெட்டு வயசுப் பெண் குழந்தைகள் கவுன். கால மறைவாலும் மாற்றத்தாலும் பழசாகித் தேய்ந்து, நைந்துபோய் இருந்தது. இன்றைய குழந்தைகள் நினைத்துக்கூடப் பார்க்க முடியாத வினோதமான தையலும் பூவளையுமாய் மிளிர்ந்தது.

"இந்த கவுன் உனக்கெதுக்கு?"

"சமயா சமயங்களில் போட்டுப் பார்த்துக்கொள்ளத்தான்."

"இதைக்கூடவா நீ போடுகிறாய்?"

"சொல்றேனே... சமயா சமயங்களில்."

"இதைப் போட்டுக்கொண்டு எப்படி வெளியே வருகிறாய். ஒரு ஆண் மகனாய் எப்படி வெளியே பிரவேசிக்கிறாய்..."

"பார்த்தாயா... உனக்குக்கூடத் தெரியாமல் நான் அதைப் போட்டுப் பழசாக்கிக்கொண்டிருக்கிறேன்." அதன் பார்வை பதில் வேண்டியது.

"இந்த கவுன் அம்மா எனக்காக வாங்கியது. அம்மாவின் உதரத்தில் பெண் குழந்தைகள் ஜனிக்கவில்லை."

ஜனித்தாலும் லபிக்கவில்லை. ஆணாகப் பிறந்த என்னை அம்மா தன் ஆசைக்காக இந்த கவுனுக்குள் அடக்கி வளர்த்தாள். காலப் போக்கில் வளர்ந்து வந்த என் பௌருஷ ஆகிருதியை இந்தச் சின்ன கவுனுக்குள் நுழைத்து நுழைத்து அதில் வெற்றி கண்டாள். நான் சாமானியத்தில் அதனுட்கொள்ளவில்லை எனினும், எப்படியோ என்னை நுழைப்பதில் அவள் திருப்திகொண்டாள்.

பதின்வயதின் இளைஞனாகிய நான் அந்த கவுனில் நூதனமாக எனக்கே காட்சி கொடுத்தேன்.

அம்மா என்னை ஒரு போட்டோ எடுத்தாள். ஒரு பிரதியை இந்த கவுனின் மார்பில் ஒட்டினாள். மற்றொன்றைத் தன் தலைக்கு மேல் ஒட்டி வைத்தாள். இந்த போட்டோவுக்குள் பொட்டு வைத்த நான். கண்ணுக்கு அழகாக மைதீட்டிய நான். கோண வகிடெடுத்து அழகாக ஜடை பின்னி, ஜடை முனையில் பூ வைத்த நான். வளையல், கொலுசு, ஒட்டியாணம் அணிந்த நான்.

நான் குனியும்போது மார்பில் போட்டோ என்னைக் குத்தி நிமிர்த்தது.

நான் நிமிரும்போது தலைக்குமேல் போட்டோ.

என்னைக் குட்டித் தாழ்ந்தது.

என் கவுன் ஒட்டுக்குள் என் புலன்கள் நுழைக்கும் ஆமை நான்.

முதலில் இது கஷ்டமாக இருந்தது – வாஸ்தவமாய். பின் இது சவுகரியமாய்ப் போச்சு – எதார்த்தமாய். இப்போது இதுவே சுகமாய்ப் போச்சு – நிர்ப்பந்தமாய்.

என்னை, என் ஆம்பிளையான என்னை, இந்த வனாந்தரங்களில் மேயும் எந்த துஷ்ட மிருகங்களாவது சீண்ட ஒட்டுக்குள் என்னை நுழைத்துக்கொள்வேன். அவை என்னைப் புரட்டிப் பார்க்கும். வெறும் ஓடென்று விலகிப் போகும்.

"அதற்குத்தான்... அதனால்தான்."

நான் சொன்னேன்.

நான் நிறுத்தினேன். அது என்னையே பார்த்துக்கொண்டிருந்தது. பார்த்துச் சிரித்தது...

"ஆகவே நீ தப்பிக்கிறாய்..." என்றது அது.

"ஆம்... எல்லாமே எதனிடமிருந்தோ தப்புதல்தான்..."

அது மௌனமாக அறைக்குள் சென்றது. மீண்டும் அறைக்குள்ளிருந்து எதையோ வாரிக்கொண்டு வந்து என் முன் போட்டது.

சுவாரஸ்யம் இல்லாமல் நான் ஒரு சிகரெட்டை எடுத்துப் பற்ற வைத்தேன்.

பிரபஞ்சன் | 95

மேலே வானமுட்டம் இன்னும் விலகவில்லை. கறுப்பு இன்னும் வெளுக்கவில்லை. நிலா காணோம். எந்தச் சேற்றில் போய் புதைந்து விட்டதோ, பாவம்.

படபடவென்று சரியும் ஒலி என் புலனைத் தாக்க என் முன் குவிந்த பொருள்களை நான் பார்த்தேன்.

"இதெல்லாம் என்ன?" – அது.

"இவை என் முகங்கள்" – நான்.

"இத்தனை முகங்கள் உனக்கெதுக்கு?"

"இவை என் பார்வைகள். தேவைகள். சிரமமில்லாமலும், சிரமத்தோடும் சமயா சந்தர்ப்பங்களில் நான் சேர்ந்து அணிந்துகொள்ளும் முகங்கள் இவை."

"நீ என்னையும் உன்னையும் ஏமாற்றுகிறாய்..." என்று வருத்தத்தோடு அது சொன்னது.

"ஆம்... என்னை நானும், உன்னை நீயும் முறை மாறி என்னை நீயும், உன்னை நானும் ஏமாற்றிக்கொள்ளுதலே நம் விஸ்தரிப்புகள். நம் ஆக்கங்கள், நம் விகசிப்புகள்."

நான் குனிந்து பார்த்தேன். என் காலடியில் பலவிதமான முகங்கள் பல வர்ணங்களில் பல அளவுகளில், பல கோணங்களில் சிதறிக் கிடந்தன. சிலது ரொம்பப் பழசு, சிலது ரொம்பப் புதுசு. சிலது பழசாகி இருந்து புதுசானவை. சிலது புதுசாகி இருந்து பழசானவை.

இவற்றில் இடமும் காலமும் மாறி சூழ்நிலை தவறி, பாத்திரம் தவறி முகத்தை மாட்டிக்கொள்ள மாட்டாயா என்று அது சந்தேகித்தது.

"மாறாது. மாட்டேன். என் முன் முகம் காட்டும் முகங்கள் என் கண்ணாடி. எந்த முகத்தை நான் என்முன் கண்ணாடியில் பார்க்கிறேனோ, அதைப்போலவே இருக்கும் என் முகச் சிதறல்களில் ஒன்றை எடுத்துப் போட்டுக்கொள்வேன். ஏ–க்கு ஏ–யும் இசட்டுக்கு இசட்டும்தான்."

"அம்மாவிடம்கூடவா..!"

"ஆட்சேபமில்லாமல் அவளிடம் என்னிடம் காட்ட ஒரு முகம் இருந்தது. அதையேபோல் என்னிடமும் ஒன்று இருக்கிறது."

"மனைவியிடம்கூடவா...!"

"நீ சுவாரஸ்யமாகவே கேட்கிறாய். வாஸ்தவத்தில் இந்த இடத்துக்குப் பல முகங்கள் எனக்குத் தேவை. அவளிடமும் பல முகங்கள் தயாராகவே தயார் நிலையில் இருந்தன. அதோடு, அவள் என்னின் இருமையையும் கண்டவள், கொண்டவள். நானும் கண்டவன், துய்த்தவன். வினாடிக்கு ஒருமுறை முகமாற்றும் சித்தி இதுக்குத் தேவை. அச்சித்தி எனக்கு லபித்திருந்தது. ஆனால் ஒரு விஷயம் என் முகத்தை அவளுமோ அவள் முகத்தை நானுமோ இன்றுவரை பார்த்ததில்லை. இவை போலிகள் என்று எங்கள் இருவருக்குமே தெரியும். வாய்விட்டுச் சொல்லிக்கொள்வதில்லை.

நான் காலடியில் குவிந்திருந்த பல முகங்களில் ஏழெட்டைக் காலால் தள்ளி, "இவை என் சினேகிதர்களுக்காக" என்றேன். சிலவற்றைத் தள்ளி "இவை என் தெருவுக்காக, ஊருக்காக" என்றேன்.

அது நின்றபடியே நின்றிருந்தது. பார்த்தபடியே கண்டிருந்தது.

"நீ இப்போது போட்டிருப்பதுகூட..."

"பொய்தான் போலிதான்."

நான் என் முகத்தைக் கழட்டிக் கீழே போட்டேன். இது- அது என் முகத்தைக் காட்டியது.

"இதுவும்" – நான்.

நிமிஷங்கள் கரைந்து நீராயின.

அப்புறம் கொஞ்ச நாழி அது இருந்தது.

"போய் வருகிறேன்" என்றது.

"சரி..."

கதவைத் திறந்து விடைகொடுத்தேன்.

வெளியே சென்றது. சற்று நின்றது.

"கடைசியாக ஒன்று. உன்னுடைய முகம்தான் எது..."

"எனக்கு முகமே கிடையாது..."

நான் சொல்லி, கதவைத் தாழிட்டுக்கொண்டேன்.

1979

பிரும்மம்

நாங்கள் புது வீட்டுக்குக் குடிபோனோம். ஆச்சரியமாக வீட்டுக்கு முன்னால் கொஞ்சம் நிலம் வெறுமே கிடந்தது. ஒரு நாலு முழ வேட்டியை விரித்தது போன்று கிடந்தது அது. அதை என்ன பண்ணலாம் என்று நாங்கள் யோசித்தோம். வீட்டுப் பெரியவர்களுக்குச் சலுகை கொடுப்பது மாதிரி, மரியாதை கொடுக்கிற பழக்கத்தை உத்தேசித்துப் பாட்டியைக் கேட்டோம்.

அவள் ஆகி வந்த பழக்கங்களுக்கேற்ப, ஒரு பசு வாங்கிக் கட்டி வளர்க்கலாம் என்றாள். பசு வீட்டுக்கு லட்சணம், பசு வந்தாலே வீட்டுக்கு லட்சுமி வந்ததுபோல. பசு பால் கொடுக்கும். பாலில் இருந்து மோர், தயிர், வெண்ணெய், நெய் முதலானாவை கிடைக்கும். பசு பெய்வதை மூத்திரம் என்று சொல்லக்கூடாது. அதைக் கோமியம் என்று கூற வேண்டும். அந்தக் காலத்தில் மனுஷர்கள் வீட்டுக்கு ஒரு பசு வளர்ப்பார்கள். இப்போதெல்லாம் மனுஷர்கள் ரொம்ப மாறிப்போய்விட்டார்கள்.

பாட்டியின் கருத்தை அம்மா ஒரே அடியில் அடித்து வீழ்த்தினாள். "காலம் பூராவும் இந்தக் குடும்பத்துக்கு உழைத்து உழைத்து உருக்குலைந்து ஓடாகத் தேய்ந்துபோனது போதாதென்று இப்போ மாட்டுச் சாணி வேற வார வேண்டுமா?" என்று கேட்டாள். அவள் கட்டிக்கொண்டு வந்ததில் இருந்து அவளும் பார்த்துக்கொண்டுதான் இருக்கிறாள். அவள் நாத்திமார்கள் அவளைச் சந்திரமதியாகப் படுத்தி வைத்தார்கள். காலை நாலு மணிக்கு எழுந்திருக்கும் அவளை, ராத்திரி சாமம் ரெண்டு

மணிக்கே படுக்கவிட்டார்கள். ஊர் உலகத்தில் உள்ளது மாதிரி அவளுக்குப் புருஷன் வாய்க்கவில்லை. நாள் கிழமைகளில் அவளுக்குப் பட்டுப் புடவை இல்லை. கண்ட கழிசடைகள் எல்லாம் வைரமாகப் போட்டுக்கொண்டு ஜொலிக்க, சாதா பவுனுக்கே இவள் அல்லாடுகிறாள். கல்யாணம் காட்சிகளில் அவள்தான் எவ்வளவு அவமானப்படுகிறாள். கடைசியாக அம்மா, வாய் வலி காரணமாக நிகழ் உலகத்துக்குத் திரும்பி, "ஒரு வெண்டை, ஒரு கத்தரி, ஒரு தக்காளிச் செடி போடலாம். கறிக்கு ஆகும். கொத்தமல்லிக்கூடப் போடலாம்தான்" என்றாள்.

சௌந்தரா, என் தங்கையின் பெயர். இதைக் கடுமையாக ஆட்சேபித்தாள். 'ஹோம் சயின்ஸ்' என்கிற அபூர்வமான கல்வியைக் கற்பவள் அவள். தோழி வீட்டில் மல்லிகை, கனகாம்பரம், ரோஜாச் செடிகள் போட்டிருக்கிறது. மல்லிகை, ரோஜா, கனகாம்பரம் பறித்துக் கட்டி, தலையில் வைத்துக்கொண்டு காலேஜ் போகலாம். ரம்மியமாக இருக்கும். பூக்கள் அற்புதமானவை. அழகை ரசிக்கத் தெரிய வேண்டும். கத்தரி, வெண்டை, எல்லாம் வெறும் சோற்றுக்கே ஆகும். மனிதன் சோற்றால் மட்டும் ஜீவித்திருக்க மாட்டான். சௌந்தரா கனவுகளைத் தின்று வாழ்பவள்.

எந்த முடிவுக்கும் வராமலேயே சபை கலைந்தது. எங்கள் அனைவருக்கும் சிந்திக்கவும், செய்யவும் அனேக காரியங்கள் ஏறிட்டுப் போயின.

ரெண்டு நாள் கழிந்து, அப்பா, சாயங்காலப் பொழுதில் எங்களை அழைத்து, காலியாகக் கிடக்கும் நிலத்தில் முருங்கை நடலாம் என்றார். முருங்கை மரம் இருக்கும் மரங்களிலேயே சிறந்தது. வேர் வீட்டு மதிலையோ, வீட்டு அஸ்திவாரத்தையோ தகர்க்காது. இடத்தை அடைக்காது. முருங்கைக்கீரை கீரைகளிலேயே ரொம்ப விசேஷமானது. கபத்தைக் கரைக்கும் கால்சியம் சத்து உள்ளது. கந்தசாமி முதலியார்கூட எழுதியிருக்கிறார். காயைப் பற்றிச் சொல்ல வேண்டியதே இல்லை. சாம்பார் வைக்கலாம். வாசனை ஊரைக் கூட்டும். காரக் குழம்பு வைக்கலாம்தான். தேங்காய்த் துருவல் போட்டுக் கறி பண்ணலாம். வீட்டு முகப்பில் மரம் ஓர் அழகைத் தரும். நிழலும் தரும். வீதியை ஒட்டிய அறைக்கு எப்பவும் வெயில் வராது. குளிர்ச்சியாய் இருக்கும். அப்பாவுக்கு முருங்கை பிடிக்கும். எனக்கும் பிடிக்கும். அம்மாவுக்குப் பிடிக்கும். பிடிக்காது என்பதில்லை.

அடுத்த நாள் காலை அப்பாவின் சினேகிதர் வீட்டில் இருந்து அவர் பையன் ஒரு முருங்கைக் கிளையைக் கொண்டுவந்தான்.

அப்பாவை எழுப்பிக் கொடுத்தான். அப்போது நாங்கள் தூங்கி எழுந்து காப்பி சாப்பிட்டுக்கொண்டிருந்தோம். அன்று வெள்ளிக்கிழமையாய் வேறு அமைந்திருந்தது.

அம்மா ஸ்நானம் பண்ணி, கூந்தல் முனையில் ஈரம் போக துணி சுருட்டிக் கட்டியிருந்தாள். மஞ்சள் மினுக்கிய அவள் வழக்கத்துக்கு விரோதமாகச் சிரித்துக்கொண்டிருந்தாள். அதன் காரணமாக அவள் அழகாக விளங்கினாள்.

முருங்கைக்கிளை கொண்டுவந்த பையனுக்குக் காப்பி உபசாரம் எல்லாம் நடந்தது. அப்பா குளிக்கப் போனார். சாதாரணமாக அவர் அரை மணி முக்கால் மணி நேரம், குளிப்பார். அன்று அதிசீக்கிரமாகக் குளித்துவிட்டுச் சொட்டச் சொட்டத் துண்டை இடுப்பில் சுற்றிக்கொண்டு வந்தார்.

அப்பாவிடம் ஒரு பட்டு வேஷ்டியும் பட்டுத் துண்டும் இருந்தது. தாத்தாவின் திவச நாளிலும் பண்டிகை, விசேஷ காலங்களிலும் அவர் அதைத்தான் அணிவார். மஞ்சளும் இல்லாமல் பழுப்பும் இல்லாமல் இரண்டுக்கும் இடைப்பட்டு இருந்தது அது. வெயில் பட்டால் எரிவதுபோல் மினுங்கும். வருஷத்தில் பத்துப் பனிரெண்டு நாட்களுக்கே அது பயன்பட்டு வாழ்ந்தது. மற்ற நாட்களில் அலமாரியிலேயே அது மடித்து வைக்கப்பட்டிருந்ததால் அதற்கென்று தனி மணமும் குணமும் ஏற்பட்டிருந்தது. அதை அலமாரியைவிட்டு எடுக்கும் போதெல்லாம் கற்பூர வாசனை பரவும். அப்பா அந்த வாசனையோடு இருக்கும்போது அவரை எனக்குப் பிடிக்கும். அன்றும் ஏதோ விசேஷ தினம்போல அப்பா அந்த வேஷ்டியைக் கட்டிக்கொண்டு துண்டை மேலே போர்த்திக்கொண்டார்.

முருங்கைக் கொம்பு கொஞ்ச நாழிகை முன்புதான் ஒடிக்கப்பட்டிருந்தது. அதனின்று நீர் சுரந்தது. பசிய மர வாசனை அதனின்று வந்தது. மெல்லிய மேல் தோல் சிதைந்து உள்ளே பச்சைக் காண இருந்தது. அந்தச் சதுர நிலத்தில் நடுப்பாங்காக அந்தக் கொம்பை அப்பா நட்டார். அம்மா அவருக்குத் துணை செய்தாள். அம்மா குனிந்து அந்த முருங்கைக் கொம்பைப் பிடித்துக்கொண்டிருந்தபோது அவள் முதுகுப் பக்கம் தலையில் முடிந்திருந்த துண்டின் ஈரம் பட்டு நனைந்திருந்தது. அப்பா பள்ளம் தோண்டி கம்பை நட்டார். நான் வேடிக்கை பார்த்துக்கொண்டு நின்றிருந்தேன். சௌந்தரா ஓடிப் போய் வாளியில் நீர் கொண்டுவந்து கொம்பைச் சுற்றி மண்ணில் வார்த்தாள். அம்மா மூன்றாவது வீட்டுக்கு ஓடிப்போய் மாட்டுச்

சாணம் கொண்டுவந்து கொம்பின் முனையில் அப்பி வைத்தாள். அன்று காலை நேரம் பூராவும் எங்களுக்கு முருங்கையே விஷயமாக இருந்தது. நானும் அப்பாவும் எங்கள் ஆபீஸ்களுக்கும் சௌந்தரா காலேஜுக்கும் அன்று லேட்டாகவே போனோம்.

அடுத்த சில நாட்களுக்கு நாங்கள் முருங்கையைப் பற்றி சுத்தமாய் மறந்துபோனோம். முருங்கை என்கிற விஷயம் எங்கள் வாழ்வில் இடம்பெற்றதாகவே எங்கள் யாரின் உணர்விலும் இல்லை.

ஒருநாள் காலை என்னை என் படுக்கையில் வந்து எழுப்பினாள் சௌந்திரா. அவள் குரலிலும் அசைவிலும் அவசரம் தெரிந்தது. என்னைப் பிடித்துக் குலுக்கினாள்.

“சனியனே! காலைல வந்து என் உயிரை ஏன் எடுக்கிற...”

“அண்ணா, வந்து பாரேன், முருங்கை மரம் முளைச்சிடுச்சி!”

சுருக்கென நான் எழுந்து உட்கார்ந்தேன். இருவரும் கீழே வந்தோம். முருங்கையைச் சுற்றி வீட்டார் அனைவரும் நின்றிருந்தார்கள்.

பட்ட மரம் போலும் குச்சி போலும் தோற்றம்கொண்டிருந்தது முருங்கை. அதன் பட்டையின் பல்வேறு இடங்களில் பச்சைப் புள்ளியாகத் தளிர் விட்டிருந்தது. ஒட்ட வைக்கப்பட்ட பச்சைப் பயிறு. கிளர்த்திக்கொண்டு வெளியேறத் துடிக்கும் உயிரின் உருவம், பார்க்கப் பரவசம் தந்தது. என் விரல் என்னை அறியாமல் நீண்டது.

“உஸ், அதைத் தொடக்கூடாது!” என்றாள் பாட்டி. பச்சைக் குழந்தைகளையும் பூக்களையும் தளிர்களையும் விரல் நீட்டிச் சுட்டக்கூடாது, தொடவும்கூடாது. தொட்டால் அதுகளுக்கு ஊறு.

அன்றுமுதல் விடிந்ததும் எங்களின் முதல் வேலை முருங்கையைப் பார்ப்பதுதான். அதன் வளர்ச்சியின் ஒவ்வொரு கணுவும் எங்களுக்குத் தெரிந்தே நிகழ்ந்தது. உளுத்தம் பொட்டின் அளவான தளிர், மெல்லிய நரம்புபோல அதுவிடும் கிளை, பச்சைப் பட்டாணியைப்போல அதன் இலை, ஊடே ஊடே தோன்றும் அதன் புதிய புதிய தளிர்கள் எல்லாம் எங்கள் கண் முன்பாகவே நிகழ்ந்தன. இதற்கிடையே நான், ரெண்டு சட்டைகள் புதிதாகத் தைத்துக்கொண்டேன். என் முழங்கால் பேன்ட் சற்று இறுக்கமாகிவிடவே அதைப் பிரித்துவிட வேண்டியிருந்தது. ஒரு

நாள் ரகசியமாக அதன் ஒரு – ஒரே ஓர்– இலையைப் பறித்து வாயில் போட்டுச் சுவைத்தேன். வித்தியாசமாக ஒன்றும் இல்லை. எனக்கு அது சுவாரஸ்யமாக இருந்தது.

முருங்கையப் பயன் கொண்ட அந்த முதல் நாள் இப்போதும் என் கண் முன் நிற்கிறது – நெஞ்சில் நிற்பதுபோல. அம்மாவுக்கு நெய் உருக்க வேண்டி இருந்தது. முருங்கைக்கீரை போட்டு உருக்கினால் நெய் ரொம்ப வாசனையாக இருக்கும் என்றாள் பாட்டி. அம்மா அப்படியே செய்தாள். மத்தியானச் சாப்பாட்டுக்கு அந்த நெய்யையே நாங்கள் விட்டுக்கொண்டு சாப்பிட்டோம். முருங்கையின் விசேஷமோ அன்றி மனதின் விசேஷமோ நெய் என்றைக்குங் காட்டிலும் அன்று ரொம்ப சுவையாய் இருந்தது. நெய்யில் விழுந்திருந்த கீரையுங்கூட தின்ன ஒரு மாதிரியாய் நன்றாகவே இருந்தது. அழகாகத் துளிர்விட்ட அதைப் பறித்து அம்மா இம்சித்து விட்டாளே என்கிற துக்கம் என் மனசுக்குள் இருக்கத்தான் செய்தது.

அது நாளுக்கு நாள் தான் பெருக்கிக்கொண்ட ஆகிருதியினால் சௌந்தராவையே நேரங்களில் எனக்கு நினைவூட்டியது. அம்மா, சௌந்தராவைத் தன் யௌவனத்தின் கடைசிக் காலத்தில்தான் வாங்கிக்கொண்டாள். எனக்கும் அவளுக்கும் பதினைந்து வருஷ பிராய வித்தியாசம் ஏற்பட்டுவிட்டது.

சௌந்தராவை அவள் குழவிப் பருவம் தொட்டே அருகிருந்து கண்டு வருகிறேன். அதையும் அது முளைவிட்ட பருவம் தொட்டே தரிசித்துவருகிறேன். அவள் பாயில் புரண்டு, தன் பார்வையில் என் முழங்கால் மட்டும் விழ, அந்த அடையாளத்தை மட்டும் கண்டு, தன்னைத் தூக்கச் சொல்லி அழுதது; அது தன் குறுந்தளிர்க் கைகளைக் காற்றில் வீசி என்னை நேயம் கொண்டாடியது; அவள் முதல்நாள் பள்ளிக்கூடம் போகும் விசேஷத்தைக் கொண்டாடவென்று அதற்காகவே தைத்த சட்டைப் பாவாடை புரளப் புரளப் போட்டுக்கொண்டு நின்றது. வறண்டு மரத்துக் காய்த்து நின்ற கொம்பில், பச்சைப் பச்சையாய்க் கொத்துக் கொத்தாய் நாலு பக்கமும் சிலிர்த்துக்கொண்டு நின்றது; அவள் மலர்ந்தபோது நடுவீட்டில் ஜமக்காளம் போர்த்தின நாற்காலியில் மாலை அணிந்த கழுத்தோடு உட்கார்ந்துகொண்டு வெட்கத்தில் சிரித்தது; புட்டு சுற்றி உளுந்துக் களி தின்று சடங்கு கொண்டாடியது. எல்லாம் என் நினைவுகளில் பக்கம் பக்கமாய் நின்றது.

நான் சைக்கிளை எடுத்துக்கொண்டு வேலைக்குப் புறப்படுகையில் அது கையை அசைக்கும். பேசுவதாய் இருக்கும். எங்கள் சம்பாஷணைக்கு வார்த்தை அவசியப்படவில்லை. ஒலி இன்றியமையாமை இல்லை. உணர்வுகள் போதுமானவையாய் இருந்தன. இமைகள் உதடுகளாகிப் போயின.

சௌந்தரா கூடத்து ஜமக்காள நாற்காலியில் உட்கார்ந்ததுபோல் அதுவும் நின்றது. அதன் கால்களுக்கிடையில் நிழல் திரண்டது. நானும் அப்பாவும் அதன் கால்களுக்கிடையில் சைக்கிளை நிறுத்துவதாகச் செய்தோம். மத்தியான காலங்களில் நான் அதன் கால்களுக்குப் பக்கத்தில் ஈசிசேரைப் போட்டுக்கொண்டு உட்காருவேன். காற்று சுகத்திலும் நிழல் அருமையிலும் என்னைப் பொறுத்தவரை வெயில் அஸ்தமித்து விடும். புஸ்தகங்கள் படிப்பதும் எழுதுவதும் அதன் அடியில் என்றாகிவிட்டது. எழுத்து கண்ணுக்கு மறையும்வரை என் வாசிப்பும், சிருஷ்டியும் அதன் அடியில், அதன் ஆதரவில் என்றாகிவிட்டது.

காவிரி ஆற்றங்கரையில் நான் கல்லூரி வாசம் செய்திருந்தேன். சமஸ்கிருதம் கற்றது ஆற்றங்கரை அருகிருந்த ஒரு பழைய ஓட்டு வீட்டில். அந்தக் காலத்து மனுஷர்களைப்போலவே அந்தக் காலத்து வீடுகளும் பெரிசாய் இருக்கும். நாலுகைத் தாழ்வாரம் நடுவில் பெரிய முற்றம் வீட்டுக்குள்ளேயே எங்கள் வாத்தியார் மரம் வைத்திருந்தார். அது முருங்கையாக வாய்த்திருந்தது. அதன் கீழ்தான் என் பாடம் நடந்தது. அதற்கு மட்டும் வாய் இருந்தால் ராம ஸப்தத்தையும், கோதா ஸ்துதியையும் என்னைக் காட்டிலும் இனிமையாகவும் ஆத்மபூர்வமாகவும் சொல்லியிருக்கும். அதன் கீழ் எண்ணற்ற மாணவர்கள் அமர்ந்து பாஷை படித்திருப்பார்கள்.

வாத்தியார் ஒருநாள் முருங்கையை பிரும்ம விருட்சம் என்றார். முருங்கையின் மேல் தோல், காய், கீரை முதலானவை மனுஷ இன விருத்திக்குக் காரணமாகி, புணர்ச்சிக்குத் தீவிர உந்துதலும் உரமும் தருவதால் அது சிருஷ்டிக்கு உதவுவதாகிறது. பிரம்மனும் சிருஷ்டி பரமான காரியங்களிலேயே இருப்பதால் அது பிரம்ம விருட்சம் என்றாகிறது என்றார். அந்த நாள் முதற்கொண்டு நான் அதை நோக்கும் போதெல்லாம் நாலு திசைகளிலும் சிரம்கொண்ட பிரம்மமே என் கண்களுக்குப் புலப்படுவதாயிற்று. வாத்தியார், குழந்தைகள், நாங்கள் அனைவரும் பிரம்ம விருட்ச நிழலில் வளர்ந்தவர்கள்.

சௌந்தராவுக்கு வரன் நிச்சயமாயிற்று. அவளுக்கு அவரும் பிடித்திருக்கவே கல்யாணம் சட்டென்று கூடி முடிந்தும்

போயிற்று. அவள் புருஷனோடு புறப்படுகையில் அப்பா, அம்மா, நான், பாட்டி என எல்லோரிடத்தும் முண்டுமுண்டாக நின்று அழுதாள். உறவுகளைப் பிரிவது என்பது எல்லோருக்கும் துன்பமான அனுபவமாகத்தான் இருக்கும். அவள் நேசித்தவற்றுள் முருங்கையும் கட்டாயம் இருக்கும்.

இப்போதெல்லாம் எங்கள் வீட்டில் பெண்டுகளின் வரத்து அதிகமாக இருந்தது. அம்மாவை ஒத்த பெண்டுகள், எதிர் வீட்டு, பக்கத்து வீட்டு, மூன்றாவது நாலாவது வீட்டுப் பெண்கள் வயது காரணமாக இவர்கள் பெரும்பாலும் குண்டாகவும், அல்லது அதிக ஒல்லியாகவும் இருப்பார்கள். நான் வீட்டுக்குள் நுழைகையில் சரேலென்று என்னைக் கடந்து இவர்கள் போவார்கள். இவர்கள் மீதிருந்து ஏதேனும் ஒருவகை வாசம் வீசும். மிளகாய் நெடி, கொத்துமல்லி வாசனை, அழுக்கின் கார நெடி, கழுவாத உடம்பின் கவிச்சை எல்லாம். தவறாமல் இவர்கள் கைகளில் ஒரு கொத்து முருங்கைக்கீரையும் அல்லது ரெண்டு மூன்று காயும் இருக்கும். இதற்காகவென்று வருபவர்கள் வேறு எதற்காகவோ வருபவர்களாக அபிநயித்து, கடைசியில் அம்மாவே கீரை பறித்துக் கொடுக்கும்போது புளங்கித்துச் சிரித்துப் பேசிவிட்டுச் செல்வார்கள். அம்மா பொதுவாக அண்டை வீடுகளுக்கு வம்பு சமாச்சாரங்களுக்காகப் போகிறவள் அல்லள். அதில் அவளுக்கு நாட்டம் இல்லை. எனவே பெண்டுகள் அவளைப் புறக்கணித்தே இருந்தார்கள். முருங்கை வந்தபின் அவளுக்கு உறவுகள் தேடி முளைத்தன.

எங்கள் வீட்டுக் கீரை தேன் என்று பயன்கொண்டவர்கள் சொன்னார்கள். காய் மதுரம் என்றார்கள். அது தன்னைக் குறித்த பாராட்டெனவே ஆனந்தம் மிளிரும் அம்மாவுக்கு.

அது அடர்த்தி இன்றி மற்றவைபோல மிருகபலம் இன்றி வானத்தை நோக்கியே வளர்ந்தது. வானமே தன் இலட்சியம் என்பதுபோல அது வளர்ந்தது. அதன் உச்சி வானக் கூரையைத் தொட்டாலும், என் மனசுக்குள் அது தவழும் குழந்தை.

மனிதர்கள் ஒருநாள் தங்கள் கோரைப் பற்கள் நீள மரங்களையெல்லாம் வெட்டிப் போட்டார்கள். கற்களை வைத்து சுவரெழுப்பித் தங்கள் வாழ்விடங்களையும் சாவிடங்களையும் அமைத்துக்கொண்டார்கள். ஆதலினால் பட்சி ஜாதிகள் கூடுகளை இழந்து வானத்தில் திரிந்தன. முருங்கை காக்கை குருவிகளுக்கு இல்லம் ஆயிற்று.

எங்கள் காதுகளுக்கு மனித இரைச்சலும் இயந்திரக் கூச்சலும் ஓசையாய் இருந்த நிலைபோய் பறவையின் நாதம் இசை ஆயிற்று. மாடியில் என் அறையின் ஜன்னல் வழி பார்த்தால் முருங்கையின் தலைப்பகுதி தெரியும். என் படுக்கையின் மேல் படுத்திருந்துகூட அதனைப் பார்க்க முடியும். காலையில் ஏதேனும் ஒரு பறவையின் பேச்சு கேட்டுத்தான் நான் கண்களைப் பிட்டுக்கொள்ளும் வழக்கம் அமைவதாயிற்று.

சூரியகிரணங்கள் மண்ணில் பாயாத அந்த வைகறைப் போதின் வெண்மையான சூழலில், ஒரு சிட்டுவோ, ஒரு காகமோ, அபூர்வமாக எப்போதாவது வரும். மைனாவோ, கருவாட்டு வாலியோ பேசக் கேட்டுக்கொண்டே, உலகத்தின் ஒரு பொழுதை எதிர்கொள்வது மிக இனிய அனுபவமாக இருக்கும். மனிதர்கள், தங்கள் வீடுகளில் தாங்கள் மட்டுமே தனித்து எவ்வாறு வாழ்கிறார்கள் என்று எங்களுக்குத் தோன்றும். விடியல் பொழுதை மனிதர்களைக் காட்டிலும் பறவைச் சாதியே ஆர்வத்தோடும் சந்தோஷத்தோடும் வரவேற்கின்றன. அவற்றின் உற்சாகம், விளையாட்டு மைதானத்தில் இருக்கும் குழந்தைகளின் கும்மாளத்தை ஒக்கும்; ஒரு கிளையில் இருந்து மறு கிளைக்குச் சிறகுகளைச் சிலிர்த்துக்கொண்டு தாவும். அலகால் நெஞ்சை நீவி விட்டுக்கொள்ளும் சாயுங்காலங்களில் அவை வேறு மாதிரி கூவும். ஒருநாள் வாழ்க்கையை முடித்துவிட்ட திருப்தியும் சாந்தமும், பொழுது முடிந்துவிட்டதே என்கிற ஆதங்கமும் அந்தக் குரல்களில் இருக்கும்.

முருங்கையைப் பறவைகளோடும், தொங்கும் காய்களோடும் பார்த்தால், அசப்பில் தன் தோள்மீது குழந்தைகளைத் தூக்கி வைத்துக்கொண்டு குதிபோடும் தாத்தாவைப்போலத் தோணும். திடீரென்று ஆயிரம் வருஷத்திய முதுமையில் மூச்சுவிடும். பாவமாய் இருக்கும். திடீரென்று விடலைப் பையனின் குஷியில் குதிபோடும்.

எங்கள் வீட்டில் முருங்கை சம்பந்தப்படாத சமையல் இப்போதெல்லாம் இல்லை. முருங்கைக்கீரை பிரட்டல் அல்லது கூட்டு; காய் சாம்பார். முருங்கைக்காய் சாம்பாருக்கு மற்றதுக்கில்லாத விசேஷமான மணமும் சுவையும் உண்டு. எனக்கு அது ரொம்பப் பிடிக்கும்; காய்க் காரக்குழம்பு; காய்ப் பொரியல்; இவ்வாறு ஏதேனும் இருக்கும். எங்கள் மரத்துப் பொருள்கள் எல்லாமே எங்களுக்குப் பிடிக்கும்.

பிரபஞ்சன்

எங்கள் வீட்டுக்கு மூணாவது வீட்டில் ஹெட்மாஸ்டர் ஒருத்தர் குடிவந்தார். மிகப் பெரிய பள்ளிக்கூடத்தில் மிகப் பெரிய வாத்தியார் அவர். அவர் எங்கள் தெருவுக்குக் குடிவந்த பிறகும் நாங்கள் காரியாதிகளைக் கவனித்துக்கொண்டிருந்தோம். நாங்கள் அவருக்குப் புல்லாகத் தெரிந்தோம். தெருவில் போகும்போதும் வரும்போதும், அவர் வானத்தைப் பார்த்தவாறே நடந்தார். எதிர் வீட்டுக் கோனார், வாத்தியார் வீட்டுத் திண்ணையில் மாட்டைக் கட்டி பால் கறந்தார். வாத்தியார் வந்து தலைமயிர், துண்டு, வேஷ்டி பறக்க ஓர் ஆட்டம் ஆடினார். தெருவோர் அவர் தொண்டையின் முழு ஆகிருதியையும் அன்றே கண்டனர். ஒரு நாள் அவர் என்னைக் காண வந்தார். உத்தியோக உடையிலேயே இருந்தார். எலிஸபெத் காலத்து ஆங்கிலத்தில் தற்காலக் கல்வித்துறையின் சீர்கேடு, சினிமா, மாவு மிஷின் குடும்பக் கட்டுப்பாடு எல்லவாற்றையும் பற்றி சம்பாஷித்தார். தவறுதான். அவரேதான் பேசினார். கடைசியாக "அடேடே... முருங்கை மரம்..." என்றார். நான் ஆமோதிக்க அவசியம் இருக்கவில்லை. அது முருங்கை. கொஞ்சம் காயும் கீரையும் பறித்துக்கொடுத்தேன். அவருக்கு மேலும் கீழும் அழகான பல்வரிசை.

இப்போதெல்லாம் மாலைகளில் முருங்கையின் கீழ் இருப்பது இயலாததாயிற்று. திடீரென்று வானம் நினைத்துக்கொண்டு மழையைப் பொழிந்தது. காலம் அதன் கிரியைகளை மிக ஒழுங்காகவே செய்தது. காற்றில் ஈரம் கோத்து, அறைக்குள் இருப்பது சுகமாக இருந்தது. மண் குழைந்தும் ஈரம் செறிந்தும் போகவே, நடப்பது நிதானம் தேவைப்படும் தொழிலாயிற்று. அடிக்கடி காற்று பலத்து வீசி நித்திய வாழ்க்கைக்கு இடையூறு ஆயிற்று. பலத்த காற்று அடிக்கடி ஊரைக் கடப்பதாயிற்று.

ஒருநாள் மழையில் அலுவலகம் சென்றேன். உள்ளிருக்கையிலேயே பலத்த காற்று வீசியது. ஜன்னல் கதவுகள் கட்டுப் படுத்த முடியாதபடிக்கு அடித்து பயம் எழுப்பின. எல்லாம் முடிந்து அமைதி நிலவியது. மதிய உணவுக்கு நான் வீடு திரும்பினேன்.

எங்கள் வீட்டுக்கு முன்னால் சிறுவர்களும் பெரியவர்களுமாக ஒரு பெருங்கூட்டம் நின்றிருந்தது. தெருவை அடைத்துக்கொண்டு வீழ்ந்து கிடந்தது முருங்கை. மெலிய விரல்களாகக் கிளைகள். பொட்டுப் பொட்டான இலைகள் ஊடே, தங்கப் பொட்டாய் மஞ்சளாகிப் பழுத்துப்போன இலைகள்.

கீரைகளாகவும், காய்களாகவும் விறகாகவும் அவரவர் தங்கள் சக்திகளுக்கு ஏற்ப திரட்டிக்கொண்டு சென்றார்கள். பார்த்துக்கொண்டு இருக்கும்போதே மரம் இருந்த இடம் சூன்யமாயிற்று.

அம்மாவும் அப்பாவும் பாட்டியும் தள்ளி நின்று கொண்டிருந்தார்கள். நான் வழக்கமாக சைக்கிளை நிறுத்தும் இடத்தில்கொண்டு நிறுத்தினேன். முருங்கையின் நிழலில்தான் நான் சைக்கிளை நிறுத்தும் வழக்கம். முருங்கை இடுப்பொடிந்து நிற்பதுபோல் இருந்தது. பாதி மண்ணில் புதைந்தும் பாதி புழுதியும் ஆகி அது இருந்தது.

மறுநாள் காலையில்தான் அது இல்லாமையின் தாக்கம் எனக்குப் புலப்பட்டது. நேற்று இருந்தது இன்று காலை, மொட்டையாக அடித்தண்டு மட்டும் நின்றது.

கொஞ்சநாள் போயிருக்கும்.

ஒருநாள் காலை காப்பிக்கு மாடியைவிட்டுக் கீழிறங்கி வழக்கப்படி டம்ளரோடு முருங்கையின் அருகில் போய் நின்றேன். எனக்கு அங்கு ஆச்சரியம் காத்திருந்தது.

துண்டாகி நின்றிருந்த மரத்திலிருந்து ஓர் இடத்தில் சின்னதாய்க் கிளைத்திருந்தது...

உயிர்தான்.

1972

பூக்களை மிதிக்கக்கூடாது

ரகு மேசை டிராயரை இழுத்தான். பிறகு பலம்கொண்ட மட்டும் இழுத்தான். டிராயர் வேகமாக வந்து மார்பில் இடித்தது. "அம்மா" என்று கூவினான். அடுப்பங்கரையில் இருந்து என்னடா என்றாள் அம்மா. முழு டிராயரும் வெளியே வந்து விழுந்துவிடுவதுபோல் ஆடியது. சிரமப்பட்டு அதை நிலை நிறுத்தினான். அதற்குள் கால்சட்டை முடிச்சு அவிழ்ந்து தொடை வழியாக வழிந்தது. அதை இடுப்புக்குக் கொண்டுவந்து இழுத்துச் சொருகி, அரணாக்கயிறை கால்சட்டைக்குமேல் விட்டுக்கொண்டான்.

அடுத்த நாள் டைம்டேபிளுக்குப் புஸ்தகங் களையும் நோட்டுகளையும் எடுத்து அடுக்க வேண்டும். முதல் பீரியட் கணக்கு. தினமும் முதல் பீரியட் கணக்காகவே இருந்து தொலைகிறது. அவனுக்கு அடிவயிறு வலிப்பதுபோல் இருக்கவே, தோட்டத்துக்குப் போய் கால் கழுவிக்கொண்டு வந்து மீண்டும் டைம்டேபிளைப் பார்த்தான். முதல் பீரியட் கணக்காகவே இருந்தது.

கணக்கில் 'ஹோம் ஒர்க்' பத்துக்கு மேல் இருந்தது. என்ன காரணத்தினாலோ ரகுவுக்குக் கணக்குத்தான் ரொம்பக் கஷ்டமாய் இருந்தது. கணக்கு டீச்சர் தேவசகாயம் சார் இவனுக்கு மட்டும் ரொம்ப விரோதமாகிப் போனார். கிளாசுக்குள் வந்த உடனேயே, இவன் ஞாபகம் அவருக்கு வந்து விடுகிறது. "ரகுபதி... கம் டு த போர்டு" என்பார். ரகு தன்னிடத்தில் இருந்து எழுந்து போர்டுக்கு வருவான். அவனிருக்கும் இடத்துக்கும் போர்டுக்கும்

பத்தடிதான் இருக்கும். ஆனால் மத்தியானம் வெயிலில் பல மைல் நடந்ததுபோல் இருக்கும். நெஞ்சு 'திக்குதிக்கு' என்று அடித்துக்கொள்ளும். முகம் மாத்திரம் சுருங்காமல் புன்சிரிப்பு தவழ்ந்தவாறு இருக்கும்.

கணக்கு சார் கணக்கொன்றை எழுதி "ஓர்க் இட்" என்பார். ஒன்று முதல் சைபர் வரைக்கும் நம்பர்கள். அவைகளை ஒட்டிக்கொண்டு சின்ன நம்பர்கள், மாடுகளை ஒட்டிக்கொண்டு நிற்கும் கன்றுக்குட்டிகளைப்போல நிற்கும். அவன் போர்டையே முறைத்துக்கொண்டு நிற்பான். சின்ன எழுத்துகள் கொஞ்சம் கொஞ்சமாக போர்டில் வளரும். இன்னும் வளர்ந்து கூரையைத் தொடும்போதுதான் பின்பக்கத்தில் சுளீரென்று வலிக்கும். சார் பிரம்பைத் தடவிக்கொண்டு நிற்பார். பிரம்புக்கும்கூட வலிப்பதாகத் தோன்றும். "கெட் அவுட் ஆஃப் தி கிளாஸ்" என்பார் சார். சாக்பீஸை டேபிளில் வைத்துவிட்டு ரகு வகுப்புக்கு வெளியில் வந்துவிடுவான்.

வகுப்புக்கு வெளியில்தான் அவனுக்குச் சந்தோஷமாக இருக்கும். ஒரு நிம்மதி. இஷ்டம்போல மூச்சை இழுத்து வெளியிட முடிந்தது. வகுப்பை ஒட்டி ஒரு பெரிய மைதானம் இருந்தது. தூங்குமூஞ்சி மரங்கள் மைதானத்தையே நிழலால் நிரப்பி நிற்கும். ரொம்ப வயசான மரங்கள். ஊரில் உள்ள தாத்தாவைப்போல இருக்கும். வெள்ளையான நரைத்த மயிரைப்போலப் பூக்கள். ஆயிரம் காக்கைகளாவது அந்த மரங்களை அண்டி வாழும்.

கணக்குகளையெல்லாம் ஒரு வழியாகப் போட்டு முடித்தபோது, சாயங்காலம் பொழுது தெருவில் முழுசாய்க் கவிழ்ந்து இருந்தது. அதிகாலைகளிலும் சாயங்காலங்களிலும் தெரு அழகாய் இருக்கும். ரகுவுக்கு இடப்பக்கம் ஜன்னல் இருந்தது. எதிர்வீட்டுக் கூரையும் அதற்கு மேல் ஆகாயமும் சதுரமான ஆகாயம், வெளிர் நீலத்தில் வெள்ளை கலந்தது. அவன் பார்த்தபோது ஒரு வெள்ளை மலை தெரிந்தது. பார்த்துக்கொண்டிருக்கும்போதே மலை கலைந்து போய்விட்டது. ஒரு கேள்விக்குறி மாதிரி வளைந்து மயில் கழுத்து தோன்றியது. மயில் கழுத்துதான் என்று உறுதியான அந்தக் கணமே அதுவும் கலைந்துபோயிற்று. அதைப் பார்த்துக்கொண்டே இருக்கவேணும்போல இருந்தது. ஆனால், வீட்டுப்பாடங்கள் நிறைய இருந்தன. எழுதி முடித்தே ஆக வேண்டும். அதற்கே எட்டுக்குமேல் ஆகும். அப்பா வந்துவிடும் நேரம். அதற்குமேல் சரித்திரம், பௌதிகம் எல்லாம் இருந்தன.

பிரபஞ்சன் | 109

இங்கிலீஷில் 'புட்' கான்ஜிகேஷன் ஐநூறு தடவை எழுத வேண்டியிருந்தது. இந்தக் கஷ்டம் நேற்று வாய்த்தது. பொதுவாக இங்கிலீஷ் வாத்தியார் நல்லவர்தான். வாரத்தில் பிரதி வியாழக்கிழமை தோறும் அவர் 'ஷேவிங்' செய்துகொள்கிறார். அன்றைக்கு அவருக்கு மகாகோபம் வருகிறது. பையன்கள் எல்லாரும் கிலி பிடித்துப்போய் இருப்பார்கள். அன்று பூராவும் அவர் வாயில் ஐநூறு ஆயிரம்தான் வரும்.

நேற்று நடந்தது, கோபாலை "வாக்" சொல்லச் சொன்னார். அவன் வாக், வாக்கிங், வாக்ட். வாக்ட்... என்றுவிட்டு உட்கார்ந்துகொண்டான். அடுத்தது மணி. அவனுக்கு "செக்", செக், செக்கிங், செக்ட், செக்ட் என்றுவிட்டு அவனும் உட்கார்ந்துகொண்டான். அடுத்தது ரகு. அவனிடம் வரும்போது மட்டும் எல்லா வாத்தியார்களும் ரொம்ப யோசிக்கிறார்கள். சார் யோசித்துவிட்டு "புட்" என்றார். ரகு உற்சாகமாக புட், புட்டிங், புட்டட், புட்டட் என்றான். உட்கார்ந்தும் கொண்டான். சார் "வெரிகுட்" என்றார். அவனுக்கு மனது துள்ளியது.

சில வினாடிகள் கழித்து. "சீ கழுதை, வெளியேறு!" என்று சுத்தமான தமிழில் பேசினார். பிறகு அவர் அவன் காதை மட்டும் பிடித்துத் தரதரவென்று இழுத்துக்கொண்டு வகுப்புக்கு வெளியே கொண்டுவிட்டார். தலை, அது இருந்த இடத்திலேயே வட்டமாகச் சுற்றுவதுபோல் இருந்தது. அவன் அவர் கையைப் பார்த்தான். காது அவர் கைகளில் இல்லை. காதைத் தொட்டுப் பார்த்துக்கொண்டான். இன்னும் வலித்தது.

புட், புட், புட் என்று நுணுக்கி நுணுக்கி எழுதினான். கை வலித்தது. உதறிக்கொண்டான். தினம் தினம் இவ்வளவு வீட்டுப் பாடம் இருந்தது. இவ்வளவு இம்போஷிஷன் இருந்தது. மனசு கஷ்டமாக இருந்தது. ஒன்றும் தோன்றாமல் அப்படியே உட்கார்ந்திருந்தான். பள்ளிக்கூடம்விட்டு வீடு சேர்ந்த பிறகு வீட்டுப் பாடங்களைப் படிக்கவும் எழுதவும் தொடங்கினால் தூக்கம் வரும் வரைக்கும் அதுவே வேலையாக இருந்தது. விளையாட ஆசையாக இருந்தாலும் முடியாது.

ஜன்னலின் ஊடே எதிர் வீட்டு மாடியில் காக்கைகள் பள்ளிக்கூடம் நடப்பது தெரிந்தது. தினம்தினம் இதே நேரத்தில் இது நிகழ்ந்தது. நிறைய காக்கைகள், வரிசையாக உட்கார்ந்துகொண்டிருக்கும். அழகானதும் சீர்குலையாததுமான வரிசை. வரிசையைவிட்டுத் தள்ளி ஒரு காக்கை. சார் மாதிரி காக்கை போலும், காக்கை சார். எல்லா மரங்களில் இருந்தும்

வரும் காக்கைகள். இங்குதான் சேர்ந்து படிக்கும். கரா... முரா... கரா... முரா... அவற்றின் பாஷை அது. அவற்றுக்கு அவற்றின் பாஷை புரியும்.

காக்கை சார், காக்கைகளுக்கு வீட்டுப் பாடம் கொடுக்க மாட்டார். அப்பா! அது எவ்வளவு நிம்மதி, நோட்டுப் புஸ்தகங்களில் அவற்றால் எழுத முடியாது.

எழுதினால் கிறுக்குவதுபோல இருக்கும். எஸ். ஆல்பர்ட் நோட்டைப் பார்க்கும்போதெல்லாம் தமிழ் வாத்தியார், "காக்கா மூக்கால் கிறுக்குவதுபோல" இருப்பதாகச் சொல்வார். ஆகவே அவை எழுதிப் படிப்பதில்லை. மனுஷனாகப் பிறந்ததைக் காட்டிலும் காக்கையாகப் பிறந்திருந்தால் ரொம்ப சந்தோஷமாக இருந்து இருக்கும்.

ஜன்னல் வெளியே கணபதி தலை தெரிந்தது. ரகு எழுந்து ஜன்னல் அருகில் போய் நின்றான். "வாரியாடா..." என்றான் கணபதி. அவன் கையில் சைக்கிள் ரிம் சக்கரம் இருந்தது. சவுக்கு மரக்குச்சியும் வைத்திருந்தான். குழிப்பகுதியில் குச்சியை வைத்துத் தள்ளிக்கொண்டு எவ்வளவு தூரம் வேண்டுமானாலும் அவன் ஓடுவான். ரகுவுக்கும் ஆசையாக இருந்தது. ஒரு சுற்றுச் சுற்றி வரலாம். ஜாலியாகத்தான் இருக்கும். ஆனால், வீட்டுப்பாடம் நிறைய பாக்கி இருக்கிறதே! "நான் வரலை. காலை வலிக்குது" என்றான் ரகு. கணபதி தெருவில் சக்கரத்தை வெகு வேகமாகத் தள்ளிக்கொண்டு ஓடினான்.

எதிர்வீட்டு மல்லிகா குனிந்து கோலம் போட்டுக் கொண்டிருந்தாள். இங்கிருந்து பார்த்ததில் ஏணி மாதிரி இருந்தது. கூர்ந்து பார்த்ததில் அது கரும்பு எனத் தெரிந்தது. பொங்கல் முடிந்து ரொம்ப நாளாகிவிட்டது. இன்னும் அவளுக்குக் கரும்பின்மீது ஆசை. அவள் காதுகளின் இருபுறமும் சடைகள் தொங்கி ஆடியவாறு இருந்தன. ஒரு குட்டி யானையின் தும்பிக்கையைப்போல. முனையில் ரிப்பன் வைத்துப் பின்னிக்கொண்டிருக்கிறாள்.

அம்மா அழகாகக் கோலம் போடுவாள். தேர்க்கோலம், மயில் கோலம், இரண்டு பாம்புகள் பின்னிக்கொண்டிருக்கிற கோலம். அவனுக்கும் கோலம் போட ஆசை. "எனக்கும் கத்துக் குடும்மா" என்றான் ஒருநாள். "சீ ஆம்பிளைப் பிள்ளைக்குக் கோலம் எதுக்கு?" என்றாள் அவள். ஆம்பிளை என்றால் கோலம் போடக்கூடாதா என்ன? சுத்த மோசம் இந்த அம்மா.

பிரபஞ்சன்

தெருவில் பூக்காரி வந்தாள். இவனைப் பார்த்து வெற்றிலைக் காவி ஏறிய பல்லால் சிரித்தாள். ரகு தெருவுக்கு வந்தான். "அம்மா, பூ..." என்று கூவி, கூடையை இறக்கிவைத்தாள்.

வழக்கம்போல அவள்கூட அவள் பையனும் வந்திருந்தான். எப்போதும் அம்மாவை ஒட்டிக்கொண்டே திரிவானாம் அந்தப் பையன். அவன்மீது ரகுவுக்கு ரொம்பப் பொறாமையாக இருந்தது. அவனுக்கும் இவன் வயசுதான் இருக்கும். தினமும் அம்மாவோடு பூக்கட்டுவது, அவள் முந்தானையைப் பிடித்துக்கொண்டு சுற்றுவது... தினமும் ரகு அவனைப் பார்த்தான். எப்போதுமே சட்டைப் போடும் வழக்கம் இல்லாதவன் அவன். கால்சட்டை மட்டும், அதற்கு பட்டனே இருப்பதில்லை. அதை இழுத்து இறுக்கிக் கட்டி மேலே அரணாக்கயிறை எடுத்துவிட்டிருப்பான்.

ரகுவைப் பார்க்கும்போதெல்லாம் பூக்காரி தன் மகனிடம் சொன்னாள். "இதுவுந்தான் புள்ளை, எவ்வளவு ஒழுங்கா இருக்கு பாரு. பள்ளிக்கூடம் போவுது. படிக்குது... நீயும் இருக்கியே. மண்ணாங்கட்டி. அந்தப் புள்ள மூத்திரத்தை ஒரு கை வாங்கிக் குடி. அப்பவாச்சும் புத்தி வருதா பார்ப்போம்!"

அந்தப் பையன் வாயில் நடுவிரலை வைத்துக்கொண்டு வெட்கம்கொண்டு நெளிவான். ரகு, பூக்காரியின் முகத்தைப் பார்ப்பான். அந்தத் திட்டு திட்டியதற்கான சுவடே இல்லாமல் இருப்பாள் அவள். அவளுக்கும் அவன்கூடவே இருப்பது பிடித்திருந்தது என்பது அவள் முகத்தில் இருக்கும். ரகுவுக்குத் தான் அவனாக இருந்தால் எவ்வளவு நன்றாக இருக்கும் என்று தோன்றியது.

அம்மா வந்து பூ வாங்கிக்கொண்டாள். அவள் பூ வாங்கும்போது, பூக்கூடையின் பக்கத்தில் வந்து நிற்பது ரகுவுக்கு ரொம்பப் பிடிக்கும். நின்றான். வாசனை முகத்தைத் தடவிக் கொடுத்தது. கதம்பம், முல்லை, அரும்பு, கனகாம்பரம், துலுக்க சாமந்தி ஆகியவை பந்து பந்தாயும், குவியல் குவியலாயும் கூடையுள் பதுங்கிக்கொண்டு கிடக்கும். இன்னும் கொஞ்ச நாழி அவள் அங்கேயே இருக்க மாட்டாளா என்று இருக்கும். மாட்டாள். கூடையைத் தூக்கிக்கொண்டு போய்விடுவாள்.

அம்மா முகம் கழுவிப் பொட்டு வைத்துக்கொண்டு அழகாய் இருந்தாள். புடவையைக்கூட மாற்றி இருந்தாள். வாங்கிய மல்லிகையை, தலையைச் சாய்த்துக் கொண்டையில்

வைத்துக்கொண்டாள். அம்மாவின் கழுத்து மடிப்பில் கோடாக வேர்வை இருந்தது.

அவள் முந்தானையைக் கையில் எடுத்துக்கொண்டு, அம்மா! குனியேன்...” என்றான் ரகு. “எதுக்குடா?” என்றாள் அவள். “குனின்னா குனி...” என்றான் ரகு.

அம்மா அவன் தலைக்குக் குனிந்தாள். பிடித்திருந்த முந்தானையால் அவள் கழுத்தைத் துடைத்துவிட்டான் ரகு. அம்மா அவனைப் பார்த்துச் சிரித்தாள். அவளை அப்படியே கட்டிக்கொள்ள வேண்டும்போல் இருந்தது. ஆனாலும் கூச்சமாக இருந்தது. “காப்பி சாப்பிடறயா?” என்று அவள் கேட்டதற்கு “ஊம்” என்று சொல்லிக்கொண்டு, அவள் பின்னயே அடுப்பங்கரைக்குச் சென்று காப்பி சாப்பிட்டுவிட்டு மேசைக்கு வந்தான்.

அக்பர், பாபர் இருவரில் யார் முதியவர்கள் என்பதில் ரகுவுக்கு எப்போதுமே குழப்பம் இருந்தது. பாபர் என்று புத்தகத்தில் போட்டிருந்தது. ஆனால் மனசுக்குள் அக்பர் என்றே இருக்கிறது. கேள்வி பதிலும் அப்படியே எழுதிக்கொண்டு வருகிறான். அக்பரின் மகன்தான் பாபர் என்பது பேசுவதற்கும் எழுதுவதற்கும் சுகமாய் இருந்தது. சொன்னால் சார் சிரிக்கிறார். “மக்கு” என்கிறார். அக்பர், பாபர் எல்லாரைக் காட்டிலும் மும்தாஜே அவனுக்கு ரொம்பவும் பிடித்திருந்தது. அவன் புஸ்தகத்தைப் புரட்டி மும்தாஜ் படத்தைப் பார்த்தான். அவள் கையில் பூ இருந்தது. மும்தாஜ் அவன் அக்கா மாதிரி இருந்தாள். தலையில் என்னவோ வைத்துக்கொண்டிருந்தாள். அந்த மாதிரி ஒன்றும் அக்கா வைத்துக்கொள்வதில்லை.

பூ என்றதும் ஹிஸ்டரி சார்தான் ஞாபகத்துக்கு வருகிறார். பள்ளிக்கூடத்து காம்பவுண்டை ஒட்டி அந்த மரம் இருந்தது. இலை தடிப்பாக இருக்கும். கிளைகள் கைவிரல்களைப்போல முனையில் வளைந்து இருக்கும். அதன் பூக்கள் வெள்ளையும் மஞ் சளுமாய் பார்க்க வெகு அழகாய் இருக்கும். வாசனை முரடாய் மூக்கின் உள் வருடுவதுபோல் இருக்கும். ரொம்பவும் முகர்ந்தால் மூக்கில் இரத்தம் வரும் என்று எஸ்.ஆல்பர்ட் சொன்னான். அதன் பேர் யாருக்கும் தெரியவில்லை. கள்ளியில் அது ஒரு வகை என்றார் சார். பூக்கள் அத்தனையையும் மண்ணில் கொட்டிவிட்டு, கொஞ்சம்கூட விசனப்படாமல் இருக்கக் கூடிய மரம் அது.

எஸ்.ஆல்பெர்ட்டும் ரகுவும் ஒருநாள் அந்த மரத்தடியில் நின்று பேசிக்கொண்டிருந்தார்கள். அஞ்சாம் கிளாஸ் வரலட்சுமி

டீச்சரை பால்காரன் கெட்ட வார்த்தைகளால் திட்டியதை ரகுவுக்கு ஆல்பெர்ட்டிடம் சொல்ல வேண்டியிருந்தது. ஆல்பெர்ட் அவனுக்கு மயில் கொடுத்திருந்தான். அது குட்டிப்போடும் தருவாயில் இருந்தது. பொதுவாக அது பரீட்சைக்கு முந்தின நாள்தான் குட்டிப்போடும்.

ஆல்பெர்ட் குட்டியைக் காட்டினான். பரீட்சைக்கு முந்தின நாள் போட்ட குட்டி. அதை வாங்கிக்கொண்டு வரலட்சுமி டீச்சர் சங்கதியைச் சொல்லிக்கொண்டிருந்தபோதுதான் ஹிஸ்டரி சார் அவர்களை நோக்கி வந்துகொண்டிருந்தார். ரகு அவசரம் அவசமாக அந்தச் சங்கதியை யாருக்கும் சொல்லக்கூடாது என்று சத்தியம் வாங்கிக்கொண்டான். சத்தியத்தை ஆல்பெர்ட் மீறினால், அவன் சாமியாகிய யேசுநாதர் கண்ணைக் குருடாக்கி விடுவார். நிச்சயமாகவே ராத்திரி தூங்கிக்கொண்டிருக்கும்போது அவர் அதைச் செய்வார்.

சார் அவர்களுக்குப் பக்கத்தில் வந்து நின்று பூக்களை மிதிக்கக்கூடாது என்றார். அவர்கள் கீழே பார்த்தார்கள். அப்போதுதான் அவர்கள் பூக்களை மிதித்துக்கொண்டு நின்றிருந்தது தெரிந்தது. சார் முகம் என்னவோபோல் இருந்தது. சார் எப்போதும் வெள்ளை வெளேரென்று சட்டையும் பேன்ட்டும் போடுவார். கலர் சட்டைகளே போடமாட்டார். படிய தலைவாரி வழவழவென்று ஷேவிங் செய்துகொண்டு, எப்போதும் புதுசாக இருப்பார். அவர் பக்கத்தில் இருந்தால் புதிய வண்ணான் வேஷ்டிக்குப் பக்கத்தில் நிற்பதுபோல புதுசாகவும் வாசனையாகவும் இருக்கும்.

அன்று சார் ஒருவார லீவில் இருந்துவிட்டு வந்திருந்தார். முகத்தில் கறுப்பாக தாடி வளர்ந்திருந்தது. தலை கலைந்திருப்பதுபோல இருந்தது. சட்டைகூட அவ்வளவு வெளுப்பாக இல்லை. அவருடைய ஒன்னாம்கிளாஸ் படித்துக்கொண்டிருந்த பாலமீரா என்கிற பெண் குழந்தை திடீரென்று செத்துப்போய்விட்டதாகத் தமிழ் சார் சொல்லியிருந்தது ஞாபகத்துக்கு வந்தது. போன திங்கள் கிழமை சாயங்காலம் கடைசி வகுப்பை கேன்சல் பண்ணிவிட்டு எல்லா வாத்தியார்களும் சாவுக்குப் போனார்கள். அன்றைக்குத்தான் ஹிஸ்டரி சார் லீவு முடிந்து வந்திருந்தார். வந்ததும் முதல் முதலாக நம்மைப் பார்த்தார். இதைச் சொல்ல வேண்டும் என்று இருந்தது ரகுவுக்கு.

“இல்ல சார். இல்ல சார்” என்று சொல்லிக்கொண்டு இரண்டு அடி தள்ளித்தள்ளி நின்றார்கள். அப்போதும் பூக்களை மிதித்துக்கொண்டே நின்றிருந்தார்கள். சார் அவர்களை அணைத்துக்கொண்டே நடத்திப்போய் மைதானத்தில் விட்டார். சாருக்கு ஏனோ கோபமே வருவதில்லை. அவரைப் போய், மற்ற வாத்தியார்கள் எல்லாம் பைத்தியம் என்று ரகசியமாகப் பேசிக்கொண்டார்கள்.

சி.வினாயகமூர்த்தி அப்படி மற்ற சார்கள் அவரைப் பற்றிச் சொல்வதை அவரிடமே போய்ச் சொல்லிவிட்டான். “அப்படியா, நான் பைத்தியம்தானே... அதனால்தான் பைத்தியம்னு சொல்றாங்க...” என்றார் அவர் சிரித்துக்கொண்டே. நிச்சயம் அவர் பைத்தியம் இல்லை. அவரை அப்படிச் சொன்ன மார்க்க சகாயம்தான் பைத்தியம். மார்க்க சகாயம், கீர்க்க சகாயம், பீர்க்க சகாயம், மூர்க்க சகாயம்.

ரகுவுக்கு ஹிஸ்டரி ரொம்பப் பிடித்தமானதாக இருந்தது. சாரைப் பிடித்தது. ஆகவே பாடமும் பிடித்தது போலும். ஹிஸ்டரி புஸ்தகத்துள் இருக்கும் மயில் குட்டி போட்டுவிட்டதா என்று திறந்துபார்த்தான். அதன் கருநீலக் கண் அவனையே பார்ப்பதுபோல இருந்தது. அதைத் தடவிக்கொடுத்தான். எப்படியும் பரீட்சைக்கு முதல்நாள் குட்டிப்போட்டுவிடும். திடீரென்று அன்று பூராவும் மயிலுக்குச் சோறு போடாதது ஞாபகத்துக்கு வந்தது. ஐயோ அதுக்குப் பசித்திருக்கும். பாவம். புஸ்தகத்தின் மூலையில் கொஞ்சம் பேப்பரைக் கிழித்து மயிலுக்கு மேல் வைத்தான்.

அடுப்பங்கரைக்குப் போய் சோறு தேடிப் பார்த்தான். தவலையின் மேல் தவழ்ந்திருந்த பாத்திரம் பெருஞ் சப்தத்துடன் கீழே விழுந்தது. பாத்திரங்கள் அவன் கை வைக்கும்போதெல்லாம், அப்படித்தான் ஏதாவது சங்கடமாகப் பண்ணி வைக்கும். சரேலென்று அம்மா அறைக்குள் வந்து “பூனையோன்னு நெனைச்சேன். நீ என்னடா இங்க பண்றே” என்றாள். “சோறு எடுத்துக்கிட்டுப்போலாம்னு வந்தேன்” என்றான் ரகு. “எதுக்குச் சோறு?” “மயிலுக்கு” “ஐயோ அசடு.”

பெரியவர்கள் இப்படித்தான் முட்டாள்தனமாக என்னவாவது சொல்வார்கள் என்று நினைத்துக்கொண்டே, கொண்டுவந்த பருக்கைகளை மயிலுக்கு அருகில் வைத்துப் புஸ்தகத்தை மூடி வைத்தான்.

எல்லாக் கேள்விகளையும் எழுதி முடித்து வெளியே வந்ததும், அவன் முகத்தில் ஜில்லென்று காற்று வீசியது. உற்சாகமாக இருந்தது. மேலே ஆகாசத்தைப் பார்க்கையில் திக்கென்றது. இரண்டு கைகளாலும் கட்டிப்பிடிக்க முடியாத அளவுக்குப் பெரிய நிலாவொன்று சிவந்து எதிர் வீட்டு மாடிக்குப் பக்கத்தில் எழுந்துகொண்டிருந்தது.

அப்படியே நின்றுவிட்டான் ரகு. கையும், தோளும் வலித்தது. நேராக அறைக்குள் போய் விரித்து வைக்கப்பட்டிருந்த பாயில் படுத்துக்கொண்டான். கண்ணை இழுத்துக்கொண்டே போகும் நேரத்தில் அப்பாவின் குரல் கேட்டது. அம்மா "குழந்தை இந்நேரம் வரைக்கும் படிச்சிக்கிட்டு இருந்தான். சாப்பிடாம படுத்துட்டான்" என்று சொல்வது கேட்டது.

அறையைத் திறந்துகொண்டு அம்மா வருவது தெரிந்தது. கண்ணை இறுக்கி மூடிக்கொண்டான். அம்மா மிக அருகில் உட்கார்ந்துகொண்டு "ரகு, எழுந்திருப்பா – சாப்ட்டுட்டுப் படுத்துக்கோ. என் கண்ணுல்லே..." என்றாள். அவன் மார்பைத் தடவிக்கொடுத்தாள். அவன் அவள் கையைப் பிடித்துக்கொண்டான். அவன் நெஞ்சு ஏறி இறங்கியது.

"அடடா... ஏன் அழறே, தலையை வலிக்குதா?" என்று நெற்றியைத் தடவிக்கொடுத்தாள்.

"இரு, பாலாச்சும் சாப்பிட்டுப் படு" என்று பால்கொண்டு வருவதற்காக அறைக் கதவைத் திறந்துகொண்டு வெளியே போனாள் அம்மா.

பால் சாப்பிடக்கூட அவனால் விழித்திருக்க முடியவில்லை. கணக்கு வாத்தியார் 'ரகு கம் டு த போர்டு' என்கிறார். எந்த நேரத்திலும் பின்னால் சுளீரென்று அடி விழும். ரகு புரண்டு படுத்தான். பரீட்சைக்கு முதல்நாள் மயில் போடப் போகும் குட்டி அவன் கனவில் வந்தது.

1978

மாமன் உறவு

சில விஷயங்களை என்னால் கண் கொண்டு பார்க்க முடிவதில்லை. ஒடுக்கு விழுந்த அலுமினியக் கிண்ணங்களைத் தூக்கிக்கொண்டு ராப்பிச்சைக்கு வரும் குழந்தைகளைப் பார்க்க நேரும்போது சாப்பாடு தொண்டைக்குள் இறங்க மறுக்கிறது. இளம் பெண் ஒருத்தி அலற அலற அவள் கையில் விறகு நெருப்பைக்கொண்டு சூடு வைத்த வண்டிக்காரனைப் பார்க்கச் சகிக்காமல் ஓட வேண்டியிருக்கிறது. என் அறைக்குள்ளேயே ஒருநாள் இரவு பாம்பைப் பார்க்க நேர்ந்தது. கை அளவு நீளம். கறுப்பும் மஞ்சளும் கலந்த நிறம். அடுத்த சில நாட்கள் எதைச் சாப்பிட்டாலும் வாந்தி எடுத்தேன்.

என் உறவுக்காரர்களில் சிலர் என்னால் சகிக்க முடியாதவர்களாகப் போய்விட்டார்கள். அவர்களில் முதலில் நிற்பவன் என் மாமன், தாய் மாமன். நேற்றுக் காலை அவனும் அவன் மகனுமாக எங்கள் வீட்டுக்கு வந்திருந்தார்கள். அப்பா வீட்டில் இல்லை. அம்மா மட்டும் இருந்தாள். நான் என் அறையில் படித்துக்கொண்டிருந்தேன்.

மாமனின் குணத்தைப்போலவே அவன் குரலும் ஒரு விசேஷம். அது ஆணுடையதாகவும் இருக்காது, பெண்ணுடையதாகவும் இருக்காது. நீருக்குள் சிக்கிக்கொண்டவன் திகிலில் எழுப்பும் 'ஆஃப்', 'தஃப்' என்கிற ஒலிக் குறிப்பாகவே இருக்கும். கேட்பவர்களே சிரமப்பட்டுப் புரிந்துகொள்ள வேண்டியிருக்கும். படித்துக்கொண்டிருந்த என்னை, அந்நியக் குரல் உசுப்ப, ஜன்னலண்டை வந்து நின்று கவனித்தேன்.

பிரபஞ்சன் | 117

எனக்கு முதுகைக் காட்டிக்கொண்டு மாமனும் அவன் மகனும் உட்கார்ந்திருந்தார்கள்.

மாமன் பக்கவாட்டில் திரும்பி அம்மாவோடு பேசிக்கொண்டிருந்தான். கோல்ட் பிரேம் போட்ட கண்ணாடி போட்டிருந்தான். நான் அறையில் இருப்பது தெரிந்தால் அவன் வருவான். கதவைத் தட்டாமலே வருவான். வந்து படுக்கையில் சம்மணம் போட்டு உட்காருவான். பிறகு படுத்தும் கொள்வான். இதெல்லாம்கூட எனக்குப் பரவாயில்லைதான். என் கஷ்டம் அவன் முகம் பார்த்துப் பேசுவது என்பதுதான். நான் சட்டையை மாட்டிக்கொண்டு சத்தமில்லாமல் வெளியேறினேன்.

அப்பா, அம்மாவைச் சொந்தத்தில் கொள்ளவில்லை. புதிய உறவுதான். அப்பாவின் முன்னோர்கள் அனைவரும் சொந்தத்தில் கிளைத்துக்கொண்டவர்கள். அப்பாதான் முதலில் புது உறவைக் கொண்டார். எங்கள் ஊரில் இருந்து பாசஞ்சர் வண்டியில் மூன்று மைல்களுக்கு ஒருமுறை குறுக்கிடும் ஸ்டேஷன்களில் நின்று நின்று ஆறு மணி நேரம் பயணம் செய்தால் அம்மாவின் ஊருக்குப் போய்ச் சேரலாம். அப்பா தன் பந்து ஜனங்களோடு போய் இருந்து அம்மாவைக் கல்யாணம் பண்ணிக்கொண்டு ஊர் திரும்பினார்.

சிவப்பு முக்கோணம் கண்டுபிடிக்கப்படாத காலத்தில் அம்மா பிறந்தவள். அவளோடு ஏழு சகோதரிகளும் மூன்று சகோதரர்களும் பிறந்தார்கள். அத்தனை பேருக்கும் மூத்தவள் அம்மா. அம்மாவும் அப்பாவும் பெண்ணும் மாப்பிள்ளையுமாய் தாத்தா வீட்டைவிட்டுப் புறப்படும்போது அவர்களுக்குப் பின்னால் அஞ்சு வண்டிகள் வந்தனவாம். இரட்டை மாட்டு, வில் வண்டிகள். முதல் மூன்று வண்டிகளில் அண்டா, குடம், குத்துவிளக்கு போன்ற சீர் வரிசைகள். மீதி இரண்டு வண்டிகளில் அம்மாவின் சகோதர சகோதரிகள். எல்லாரோடும் அப்பா ஊர் வந்து சேர்ந்தார்.

கல்யாணம் ஆகும்போது அம்மா பதினைஞ்சு வயசு பெண் ரொம்பவும் முதிர்ந்து போய்விட்டதாகப் பாட்டி அந்தக் காலத்தில் சொல்லிக்கொண்டு இருப்பாளாம். ஏனெனில் பாட்டி தாத்தாவுக்குப் பாரியை ஆகையில் அவளுக்கு வயசு ஏழு.

அம்மாவுக்கு அடுத்தவன் வேதாச்சலம். இந்தக் கதையின் நாயகன். இவனுக்கு அடுத்தவள் பச்சை என்கிற பச்சையம்மாள். பச்சைக்கு அடுத்து கனகம். பிறகு முதுமலை. முதுமலைக்கு

அடுத்தவள் சுப்புலட்சுமி. சுப்புலட்சுமிக்கு அடுத்து இரட்டைக் குழந்தைகளாகிய வரலட்சுமி, வேதவல்லி. தொடர்ந்து வந்தள் அலமேலு. அலமேலுக்கு அடுத்தவளும் என்னோடு சின்ன வயசில் விளையாடியவளும் மூன்று வயசே ஆன என் சின்னம்மா அங்காளபரமேஸ்வரி, அப்புறம் காமாட்சி, கடைக்குட்டி கிருஷ்ணன். அம்மா கல்யாணம் ஆகும்போது அவள் தம்பி, ஆறு மாசக் குழந்தை.

ஆக, பெரும் சுற்றமும் நட்பும் சூழத்தான் அப்பா தன் இல்லறத்தைத் தொடங்கி இருக்கிறார். எங்கள் பூர்வீகத் தொழிலைத்தான் அப்பாவும் செய்தார். ரெண்டு கள்ளுக் கடைகளையும், ஒரு சாராயக் கடையையும் அப்பா கான்டிராக்ட் எடுத்திருந்தார். பிதுரார்ஜித சொத்தாகத் தோப்பும் நிலமும் ஏராளமாக இருந்தன.

அப்போது நாங்கள் இருந்த வீடு, நாலு கைத் தாழ்வாரமும் ரெண்டு பின் கட்டுகளும் உள்ள வீடு. எல்லாத் தாழ்வாரங்களிலும் நெல்லும், தேங்காய்களும் சிதறிக் கிடக்கும். நெல்லை மிதித்துக்கொண்டுதான் நாங்கள் விளையாட வேண்டியிருக்கும். தேங்காய்கள் எல்லாம் யாழ்ப்பாணத்துக் காய்கள். என் சின்ன வயசில் நெல் புழுக்கிய வாசனையை நான் நிறைய சுவாசித்திருக்கிறேன். காய வைத்த நெல்லைக் காலால் உரசிக்கொண்டே நடப்பது எனக்கு அலுக்காத விளையாட்டுகளில் ஒன்று.

காலை மூன்று மணிக்கெல்லாம் அடுப்பைப் பற்ற வைத்து ராத்திரி பத்து மணிக்கு அணைப்பாளாம் அம்மா. விருந்தாளிகள், சினேகிதர்கள், மரமேறிகள் என்று சதா கூடத்தில் யாராவது சாப்பிட்டுக்கொண்டிருப்பார்கள். உறவுக்காரர்களுக்கு மட்டும் அம்மா சோறு போடுவாள். மற்ற மனிதர்களுக்குப் பாட்டிதான் இலை போடுவதிலிருந்து எல்லாமும். கல்யாண வீடு மாதிரி வெளியே எச்சில் இலைகள் குவியும். குறவர்கள் சண்டை போட்டுக்கொண்டு இலையை வழித்துக்கொண்டிருப்பார்கள்.

கள் சாராயக் கடைகளுக்கும் சேர்த்தே வீட்டில் சமையல் நடக்கும். நாளைக்குப் பத்து ஆட்டுத் தலையாவது வேகும். இரத்தம், மீன், எறா எல்லாமும் தனித்தனியாகத் தயாராக வேண்டும். எங்கள் வீட்டுச் சமையல் அறை எப்போதும் கரி மண்டிக் கன்னங்கரேலென்று காட்சி அளிக்கும். பொங்கல் சமயங்களில் வீட்டுக்கு வெள்ளை அடிப்பார்கள். எவ்வளவு

சுண்ணாம்பு பூசினாலும் அடுப்புக் கரி மட்டும் அகன்றதே இல்லை.

இந்தச் சூழ்நிலையில் வளர்ந்தவன் என் மாமன். அம்மாவோடு வரும்போது அவனுக்கும் அவளுக்கும் ஒரு வருஷமே வித்தியாசம். ஆனாலும் அதுவரை அவன் பள்ளிக்கூடம் போனவன் இல்லை. தாத்தா, அம்மாவைப் பெற்றவர்– வீட்டுக்கு வெளியேயும் உள்ளேயும் பிரதானமான தொழிலாக ஜோஸ்யத்தை வைத்திருந்தார். ஒழிந்த வேளைகளில் அரசாங்க உத்தியோகமாகிய மணியக்காரத் தொழிலையும் புத்திரோற்பத்தியையும் சேர்த்துக் கவனித்து வந்தார்.

ஜோஸ்யம், மணியம் இரண்டிலும் முதலாவதிலேயே அவருக்குச் சில்லறையும் மதிப்பும் தட்டுப்பட்டதால், நாளடைவில் இரண்டாவதைப் புறக்கணித்து ஜில்லாவிலேயே பெரிய ஜோஸ்யராகப் பிரக்யாதி பெற்றார். கோடை விடுமுறைகளில் நான் தாத்தா வீட்டுக்குப் போகும்போதெல்லாம் பார்ப்பேன். வாசலில் எந்நேரமும் மாட்டுவண்டிகள் அவரைக் கூட்டிச் செல்லக் காத்துக்கொண்டிருக்கும். மாடுகள் அசையும்போதெல்லாம் அவற்றின் கழுத்து மணியும், கொம்புச் சலங்கையும் கிணுகிணுக்கும். கோயில் மணி மாதிரி அச்சப்தத்தை நாள் முழுதும் கேட்கத் தோன்றும்.

நன்றாக போஷிக்கப்பட்டுப் பசி அறியாத மாடுகளை, நாள் முழுக்கப் பார்த்துக்கொண்டிருக்கலாம். அரியலூர், நெய்வேலி, ஸ்ரீமுஷ்ணம் என்று பல திக்குகளிலிருந்தும் தாத்தாவுக்கு அழைப்பு வரும். சரிகை அங்கவஸ்திரத்தைப் போட்டுக்கொண்டு தாத்தா அலைந்தவாறிருப்பார். அந்த அலைச்சலில் பிள்ளைகளைப் பற்றி யோசிக்க அவருக்கு நேரம் எங்கே இருக்கப் போகிறது?

மாமனை அப்பா தன்னோடு அழைத்து வந்தது வேரோடு செடியைப் பிடுங்கிப் புதிய மண்ணில் பயிர் செய்ததைப்போலத்தான் அப்பாவுக்கு இருந்தது. அந்த வயசு வரையிலும், மாடு மேய்க்கும் பையன்களோடு கூட்டாளியாக இருந்து மேய்த்ததும், நிழலுக்கு மர மட்டைகளில் ஒதுங்கிப் புரண்டதும் மாங்காய், புளி அடித்து எச்சில் ஊறஊறத் தின்றதும் தவிர வேறு அறியாதவன்.

அப்பா அவனுக்கு டவுசரும் சட்டையும் தைத்துக் கொடுத்தார். டவுசர் தைப்பது என்றாலே எங்களுக்குக் கிலி அடித்துப் போகும். அப்பா வீட்டில் இருக்கும் ஆண் பிள்ளைகளையெல்லாம் தையல் கடைக்கு அழைத்துப் போவார். ஒரு பட்டாளம்போல ஒருவர்

கையை ஒருவர் பிடித்துக்கொண்டு ஓரமாகவே கடைத்தெருவுக்குப் போவோம். துணிக்கடைக்காரர் ஏற்கெனவே அப்பாவுக்குப் பரிச்சயமானவராகவே இருப்பார்.

இருப்பதிலேயே முரட்டுத்தனமான துணியையே தேர்ந்தெடுப்பார். ஒரு கலர், ஒரு தரம். எங்கள் யாருக்கும் வித்தியாசம் காட்டுவதில்லை அவர். தையல் கடையில் அப்பா சொல்வார், 'வளருகிற பிள்ளைகள், அளவு கொஞ்சம்கூடவே வைங்க.' தையல்காரர் இடுப்புக்கும் முட்டிக்கும் அளவு வைத்து எடுப்பார். நாங்கள் 'தொடை வரைபோதும்' என்று அவர் மட்டும் கேட்கும் வரைக்கும் கெஞ்சுவோம்.

அவர், "எனக்குத் தெரியும் தம்பி. நான் தைச்சுக் கொடுக்கிறத பேசாமப் போட்டுக்கோ. சும்மா தெருவில போறவன் கை தட்டிக் கூப்புட்டுப் பொண்ணு கொடுப்பான்" என்று சத்தம் போட்டுச் சொல்வார்.

இடுப்பில் இருந்து முட்டி வரைக்கும் நீண்ட, அகலமான ஒரு முக்கால் பேன்ட்டை, அரைக்கால் சட்டையாகப் போட்டுக்கொண்டு பள்ளிக்கூடம் போகவே அவமானமாக இருக்கும். பள்ளிக்கூடத்தில் சிரிக்காத பையன்கள் யாருமே இருக்கமாட்டார்கள்.

அம்மா தன் தம்பி, தங்கைகளை என்னைப்போலவே வளர்த்தாள். என்னைக் காட்டிலும் அன்பாக வளர்த்தாள். கோபம் வந்தால் தொண்டை அடைக்கக் கத்துவாள். அடுத்த அரைமணியில் எல்லாவற்றையும் மறந்துவிடுவாள். அவள் கை அள்ளி அள்ளிப் போடுவதைத் தவிர வேறு எதையும் அறியாதது.

கூடத்தில்தான் நாங்கள் சாப்பிடுவோம். காலை பலகாரத்துக்காகப் போட்ட பந்திப்பாய் ராத்திரி வரைக்கும் சுருட்டப்படாமல் அப்படியே கிடக்கும். வரிசையாக எல்லாரும் உட்காருவோம். மாமன் என் பக்கத்தில்தான் உட்காருவான். வடை போட்டிருந்தால் எனக்கு எவ்வளவு வைக்கிறாளோ அதே எண்ணிக்கையில் அவனுக்கும் வைக்க வேண்டும்.

மாமன் தன் தட்டைப் பார்த்துச் சாப்பிடுவதைக் காட்டிலும் என் தட்டைப் பார்த்துச் சாப்பிட்டதே அதிகம். தன் பிள்ளைக்கும் சகோதரர்க்கும் எந்த வித்தியாசத்தையும் காணாத அம்மாவை, சமயங்களில் அவன் இம்சைப்படுத்துவதைப் பார்க்க எனக்கு எரிச்சலாய் இருக்கும். கறி, மீன், காய் எது இலையில் போட்டாலும் என்னைக் காட்டிலும் குன்றிமணி அவன் இலையில் குறைந்தாலும்

எட்டி இலையை உதைப்பான். சாப்பிடாமல் பள்ளிக்கூடம் போவான். அப்பாவிடம் சொல்லி, அப்பாவே சாப்பாட்டுப் பாத்திரத்தைத் தூக்கிக்கொண்டு பள்ளிக்கூடத்துக்கு அனேக தடவை வந்திருக்கிறார்.

கூடத்தில்தான் நாங்கள் படுத்துக்கொள்வோம். வரிசையாகக் கூடத்தின் ஒரு முனை தொடங்கி மறுமுனை வரைக்கும் நாங்கள் வியாபித்துக் கொள்வோம். அங்கிருந்து படுத்தவாறே பார்த்தால் வானம் தெரியும், நிலா தெரியும். தூக்கம் வருகிற வரைக்கும் அம்மா எங்களோடு படுத்துக்கொண்டு இருப்பாள். அம்மாவுக்குப் பக்கத்தில் யார் படுப்பது என்பது குறித்து எங்களுக்குள் பெரும் போட்டி நடக்கும். அம்மாதான் இந்த விவகாரத்தைத் தீர்த்தாள்.

ஒரு நாளைக்கு ஒருத்தர் என்று முறை வைத்துப் படுத்துக்கொள்வோம். அம்மா கதை சொல்வாள். பயங்கரமான கதைகள், ராஜகுமாரன், ராட்சசன் கதைகள். ஒவ்வொரு ராஜகுமாரன் கதையிலும் ராட்சசர்கள் வருவார்கள். ராட்சசர்கள் வேலையே ராஜகுமாரிகளைத் தூக்கிக்கொண்டு போவதாகும். ராஜகுமாரர்கள் வேலை அவர்களை மீட்டு வருவதாகும்.

ராட்சசர்கள் பொதுவாக ஏழுகடல் தாண்டி, ஏழாவது கடலின் நடுவில் உள்ள தீவில் குடியிருப்பார்கள். அங்கே திகுதிகுவென்று கொதித்துக்கொண்டிருக்கும் குளம் ஒன்று இருக்கும். அதன் நடுவில் ஒரே ஒரு தாமரைப் பூ இருக்கும். அந்தப் பூவின் நடுவில் ஒரு வண்டிருக்கும். வண்டின் வயிற்றில் ராட்சசர்களின் உயிர் இருக்கும். ராஜகுமாரர்கள் அந்த வண்டை நசுக்கி, ராட்சசர்களைக் கொன்று, ராஜகுமாரிகளைச் சிறை மீட்டு ஊர் திரும்பும்போது நாங்கள் தூங்கியிருப்போம்.

நான் படித்த பள்ளிக்கூடத்தில்தான் மாமனும் படித்தான். அப்பாவின் செல்வாக்கு பத்து வகுப்பு வரைக்கும் அவனுக்குத் துணை செய்தது. மெட்ரிகுலேஷன் பரீட்சையில் அப்பாவின் செல்வாக்கு செல்லுபடியாகவில்லை. தட்டுத் தடுமாறிக்கொண்டு மாமன் பரீட்சை எழுதி பயிற்சிக்குப் போய் வாத்தியாராகவும் ஆனான். அப்பாவின் பணம் உத்தியோகம் சம்பாதிக்கவும் கல்யாணம் பண்ணவும் தனி வீடு ஏற்பாடு செய்யவும் குடித்தனம் வைக்கவும் எனப் பல வகைகளில் மாமனுக்குப் பயன் தந்தது. அம்மா மாமன் கல்யாணத்துக்கு ஆன பெருந்தொகையை பின்னாளில் பசித்தபோதெல்லாம் கணக்குப் பார்ப்பாள்.

மாமனுக்கு வாய்த்த மாமியும் சொந்தத்தில் இல்லாமல், புது உறவில்தான் அப்பா பார்த்து ஏற்பாடு செய்தார்.

மாமன் புதிதாக உத்யோகம் பார்க்கும் ஊருக்கு நாங்கள் குடும்பத்தோடு போனோம். அப்பா, அம்மா, நான், என் சின்னம்மா, மாமன்மார்கள் எல்லோரும். ஓர் ஆற்றங்கரையை ஒட்டிய சிமிழ் மாதிரியான வீடு. அண்டா முதற்கொண்டு தேக்கரண்டி வரைக்கும் எடுத்துக்கொண்டு போயிருந்தோம். வீட்டு வாசலில் ஒரு வயசான கொடுக்காப்புளி மரம் இருந்தது. ஏராளமான சுளைகள். முதலில் பயந்துகொண்டேதான் கல் எறிந்தோம். யாரும் கேட்கவில்லை. தைரியமாகக் கல்லைவிட்டு சுளை அடித்துச் சாப்பிட்டோம்.

கொல்லைப் பக்கம் வந்துவிட்டதாகச் சொல்லி ஒரு சிறுவன் சாரைப்பாம்பை அடித்துக் கொன்று அதன் கழுத்தில் சுருக்கிட்டு தெருத் தெருவாக இழுத்துச் சென்றான். நான் பார்க்காமல் ஓடி வந்துவிட்டேன். வீட்டுக்கும் பள்ளிக்கூடத்துக்கும் கொஞ்சம் தூரம் என்றானாம் மாமன். அப்பா பிரஞ்சு சைக்கிள் வாங்கிக் கொடுத்து அனுப்பினார். பிரஞ்சு சைக்கிள் கன்றுக்குட்டிபோல இருக்கும்.

மாமனும் மாமியும் செய்த சம்சாரம் ரொம்ப விசேஷமானது. மாமன் ஊரில் உள்ள பெரிய தனக்காரரோடே பழக்கம் வைத்துக்கொள்வான். பெரிய தனக்காரர்கள் பொதுவாக எழுத படிக்கத் தெரியாதவர்களாகப் பெரும்பாலும் இருக்க நேர்வதால் ஒரு வாத்தியாரின் உறவு அவர்களுக்கும் தேவையாகவே இருக்கும். தாசில்தார் ஆபீசு, பத்திரங்கள் பதிவு பண்ணும் ஆபீசு போன்ற அவர்கள் போக வேண்டிய விவகாரங்களுக்கெல்லாம் மாமன் போவான். இது அவன் கையில் பணம் புழங்க ஏதுவாகியது.

பெரியவர்கள் வீட்டு வெள்ளாமையில் மாமன் பங்கு கணிசமாக இருக்கும். அறுவடையாகி, உரியவர்கள் வீட்டுக்கு நெல் மூட்டைகள் போகும்போது மாமனுக்கு ஒன்றாவது கிடைக்கும். ஒருமுறை பள்ளிக்கூடத்துக்கு லீவுபோட்டுவிட்டு பெரியவர் வீட்டு செக்கில் எண்ணெயாட்டினான். செக்கில் மாமனே உட்கார்ந்து சுற்றிச் சுற்றி வந்ததை நானே பார்க்க நேர்ந்தது. சாயங்காலம் ஆள் ஒருத்தன் சின்னச் செம்பு ஒன்றில் நல்லெண்ணெய் கொண்டுவந்து மாமியிடம் கொடுத்தான். மாமனிடம் படித்த மாணாக்கர்கள் அளவுக்கதிகமான குரு பக்தி வாய்ந்தவர்கள். மாமனின் கோரிக்கையை ஏற்றுக்கொண்டு

அவர்கள் அவர்களால் முடிந்த அவர்கள் வீட்டுத் தோட்டத்துக் காய்கறிகளைக் கொண்டுவந்து காணிக்கை செலுத்தினார்கள்.

வாத்தியார் உத்யோகத்தில் லீவு ஓர் விசேஷ அம்சம் ஆகையால், மாமன் அவன் விடுமுறையைப் பயன் உள்ள முறையில் கழித்தான். பயன் அவனுக்குத்தான். விடுமுறைக் காலங்களில் வீட்டைப் பூட்டிக்கொண்டு குடும்பத்தோடு கிளம்பிவிடுவான். மாமியையும், பிறந்த குழந்தைகளையும் தன் மாமனார் வீட்டில் விட்டுவிடுவான். மாமன் மட்டும் தனியாகக் கிளம்பி, தன் பந்து ஜனங்கள் எல்லோருடைய வீட்டுக்கும் விஜயம் செய்வான். பெரும்பாலோர் வீடுகளில் வயதுக்கு வந்த பெண்ணோ அல்லது பெண் தேடிக்கொண்டிருக்கும் இளைஞர்களோ இருக்கவே செய்தார்கள். மாமன் ஜாதகங்களை வாங்கிக்கொண்டு மாப்பிள்ளைகளையும் பெண்களையும் தேடிக்கொண்டு அலைவான்.

இந்த விதமான யாத்திரைகளுக்கென பெண்ணைப் பெற்றவர்கள் அரும்பாடுபட்டு உழைத்துச் சேர்த்த பணத்தை வைத்துக்கொண்டு மாமனின் வருகைக்குக் காத்திருந்தார்கள். மாமன் சௌகரியமாகக் காலம் தள்ளுவான். இது மாதிரியான பொதுப் பணிகளில் மாமனுக்கு, வாகன யோகம், பணப் பிராப்தி முதலியவை கிடைக்க விடுமுறை இனிதே கழியும். கால் பரீட்சை லீவு சமயங்களில் தீபாவளி வரும். அரைப் பரீட்சை லீவு சமயங்களில் பொங்கல் வரும்.

பண்டிகைக் காலங்களில் மாமன் குடும்பத்தோடு எங்கள் வீட்டுக்கு வந்துவிடுவான். பண்டிகைக்காகப் புதுத் துணிகள் வாங்க அப்பா மாமனையும் எங்களையும் அழைத்துக்கொண்டு கடைக்குப் போவார். எல்லாருக்கும் புதுசு எடுத்துக் கொடுப்பார் அப்பா. முழுப்பரீட்சை லீவு காலங்களில் மாமன் குடும்பத்தோடு எங்கள் வீட்டில்தான் இருப்பான். அந்தக் காலத்தில் முழுப்பரீட்சை லீவு என்பது மூன்று மாதம் முழுசாக வரும். மாதத்தின் முதல் நாள் அம்மாவிடம் அஞ்சு ரூபாய் வாங்கிக்கொண்டு தான் வேலை பார்க்கும் ஊருக்குப் போய் சம்பளத்தை வாங்கி, பாங்க்கில் போட்டுவிட்டு சாயங்காலம் ஊர் திரும்பிவிடுவான். அம்மா சொல்லி எனக்கு ஞாபகம் இருக்கிறது. ஒவ்வொரு முழுப்பரீட்சை முடிந்து வேலைக்குச் சேர்ந்தபோதெல்லாம் மாமன் மூன்று பவுன் வாங்குவானாம். மாமி ஒரு காசுமாலை போட்டிருப்பாள். அதில் மூணு பவுனையும் சேர்த்துவிடுவானாம்.

அப்பா இப்போதெல்லாம் கொஞ்சம் கொஞ்சமாக இளைத்துக்கொண்டு வருவதாக எனக்குப் பட்டது. நான் பத்தாம் வகுப்புப் படித்துக்கொண்டிருந்த நேரம், அப்பா வீட்டில் பெரும்பாலும் சாய்வு நாற்காலியில் படுத்துக் கிடப்பார். அம்மா சொல்லித்தான் தெரிந்துகொண்டேன். அப்பா தோற்றுப் போனார். இருந்த சொத்துக்களையெல்லாம் விற்று கடன்கள், எல்லாவற்றையும் அடைத்தார்.

அதற்கு முன்னமேயே என் சின்னம்மாமார்கள் அனைவரும் தங்களுக்கு விதிக்கப்பட்ட கணவர்மார்களின் கைவிரல்களைப் பற்றிக்கொண்டு கரையேறிவிட்டிருந்தார்கள். அப்பாதான் கரையேற்றி வைத்தார்.

இல்லாமை வீட்டில் குடிபுகுவதை நான் என் கண்களால் அந்தக் காலத்தில் பார்த்தேன். திடுதிப்பென வீட்டில் இருள் புகுந்ததுபோல, வீடு முழுக்கவும் கொத்துக்கொத்தாக இருட்டு மண்டியிருந்தது. எத்தனை விளக்கு வைத்தாலும், போகாத இருட்டாய் இருந்தது அது. அலமாரிகள் எல்லாம் வயசான கிழவன் பிராயசைப்பட்டு நிற்பதுபோல நின்றிருந்தன. வீட்டுச் சுவர்கள் இத்து விழுந்தன. அம்மா அப்பாவின் சட்டையை நாள் முழுக்கக் கிழிசல் தைத்துக்கொண்டிருந்தாள். மாமன் இப்போதெல்லாம் விடுமுறைகளில் வருவது நின்றிருந்தது. அப்பாவுக்கு ரொம்பவும் வருத்தம். அம்மா, “மரம் பழுக்கல்லே, வௌவாலும் வரல்லே” என்றாள் ஒருநாள். அப்பா சுருட்டை இழுத்துவிட்டுக்கொண்டு சொன்னார். “என்ன இருந்தாலும் அவன்தான் என் மூத்த மகன்” பிறகு இருமினார்.

அப்பா எனக்குக் கல்யாணம் ஏற்பாடு செய்தார். நிச்சயதார்த்தத்துக்கு மாமன் வரவில்லை. அம்மா சொன்னாள். “பணம் கேட்போம் என்று அவன் வரவில்லை” என்று. கல்யாணத்துக்குப் பத்திரிகை வைக்க அப்பா மட்டும் மாமா ஊருக்குப் போனார். அம்மா வர மறுத்துவிட்டாள். வெயிலில் பஸ்ஸைவிட்டு இறங்கி தலையில் துண்டைப் போர்த்துக்கொண்டு மாமன் வீட்டுக்குப் போயிருக்கிறார்.

மாமனின் மாமனார் மட்டும் இருந்திருக்கிறார். மாமி புதுசாக வாங்கிய நிலத்தைப் பார்வையிடப் போயிருந்தாளாம். சொல்லி அனுப்பி மாமனை வரவழைத்திருக்கிறார்கள். அப்பா வைத்த பத்திரிகையை வாங்கிக்கொண்டு மாமன் “லீவு கிடைக்கிறது கஷ்டம். கிடைத்தால் வருகிறேன்” என்றானாம்.

மாமனின் மாமனார் மட்டும் அப்பாவை வழியனுப்ப பஸ் ஸ்டாண்டு வரைக்கும் வந்தாராம். வரும்போது அவர் சொன்னாராம் "அண்ணாச்சி! நன்றி கெட்ட உலகம் அண்ணாச்சி இது. நீங்க மட்டும் இல்லேன்னா, இவனெல்லாம் நடுத்தெருவில் நின்று இரந்து கஞ்சி குடிக்க வேண்டியவனுக. உங்களால படிச்சு, கல்யாணம் பண்ணிக்கிட்டு, ஆளாவும் ஆயிட்டான் என் மாப்பிள்ளை. இப்ப நீங்க நொடிச்சுப்போயிட்டீங்க. உங்களுக்குக் கொடுத்து உதவ வேண்டியது அவன் கடமை. கூசாமே பணமே இல்லேன்னு உங்க முகத்தைப் பார்த்துச் சொல்ல முடியுது பாருங்க அண்ணாச்சி! நேத்துதான் வீடு ஒன்னு பாருங்கன்னு, என்கிட்டே பத்தாயிரம் கொடுத்து வச்சிருக்காரு. ஊம்... என் மாப்பிள்ளையா இருந்தா என்ன. நியாயம் பொது அண்ணாச்சி. இதுக்கு அவரு அனுபவிப்பாரு. நீங்களே உங்க கண்ணால பாப்பீங்க..." என்று குறையாகச் சொன்னாராம் கிழவர்.

"ஒருத்தனிடம் பணம் இருந்தா நமக்கு அதைத் தரணும்னு விதியா? நான் அவனுக்குச் செஞ்சது ஒரு தகப்பன் மகனுக்குச் செய்யற மாதிரிதான், கடன் இல்லே. அதை அவன் திருப்பி அடைக்க வேண்டிய கட்டாயமில்லே" என்று அப்பா சொல்லிவிட்டு வந்தாராம்.

எனக்குக் கோயிலில்தான் கல்யாணம் நடந்தது. ஐயர் அம்மான் வரிசை என்றதும் என் பக்கத்தில் உட்கார்ந்திருந்த என் ஒன்றுவிட்ட தாய்மாமன் யதார்த்தமாக என் விரலைப் பிடித்து மோதிரம் போட்டுவிட்டார். என் கல்யாணத்துக்குத் தனியாக வந்த என் மாமனுக்கு அது அவமானமாகப் போய் விட்டதாம்.

முறையான தாய்மாமன் நான் இருக்க, யாரோ ஒருவன் எனக்கு முதல் மரியாதை செய்தது தன்னைத் திட்டமிட்டு அவமானம் செய்வதாக இருக்கிறதாம். மாமன் கூரைக்கும் தரைக்குமாகக் குதித்தான். பிறகு எனக்கென்று செய்துகொண்டு வந்திருந்த வரிசைகளை, தான் திரும்ப எடுத்துக்கொண்டு போவதாகச் சொல்லிவிட்டுப் போய்விட்டான்.

அப்பாவுக்குத்தான் ரொம்ப வருத்தம். அம்மாதான் சொன்னாள். போகட்டும் விடுங்க அவன் நோக்கம் எனக்குத் தெரியும், நானும் அவனும் இருந்த வயிறு ஒண்ணுதானே! ஏதாவது சாக்கு கிடைக்காதான்னு அலைஞ்சிட்டு இருந்தான் அவன். யதார்த்தமா நடந்ததைப் பிடிச்சுக்கிட்டு உறவை அறுத்துக்கிட்டுப் போயிட்டான். பிள்ளைக்கு மோதிரம் போடறது தப்பிச்சுட்டுது. பிள்ளையும் பெண்ணையும் அழைச்சுக்கிட்டுப் போயி விருந்து

பண்ணி வைச்சு, துணி எடுத்துக் கொடுக்கிறதும் இப்ப இல்லாமப் போச்சு. ஆக மொத்தத்தில் ஒரு ஐநூறு ரூபாய் அவனுக்கு மிச்சம். ஆனா நமக்கு? இந்தக் கழுதைங்கள்ளாம் நம்மைவிட்டு ஒழிஞ்சுதுன்னு நிம்மதி!" என்றாள். முந்தானையை வாயில் பொத்திக்கொண்டாள்.

மாமன் உறவு மண்ணோடு போச்சென்று இருந்தேன். இதோ மீண்டும் பல வருஷங்களுக்குப் பிறகு வந்திருக்கிறான். ராத்திரி சாப்பிட்டு முடித்து காற்றுக்காக அம்மா வாசலில் வந்து உட்கார்ந்தபோது நான் கேட்டேன். அப்பா வாசலில்தான் சாய்வு நாற்காலியில் படுத்திருந்தார்.

"இன்னிக்கு உன் தம்பி வந்திருந்தானே காலையில், என்ன விசேஷம்?"

"ஆமா, காலைல வந்தான் கடன்காரன். இவனுகளுக்குச் செஞ்சு அழிஞ்சது போதாதுன்னு, இவன் பிள்ளையைப் படிக்க வைக்கணுமாம். இந்த ஊருலதான் நல்ல பள்ளிக்கூடம் இருக்குதாம். காலேஜ் இருக்குதாம் – என்னை ஆளாக்கின மாதிரி என் பிள்ளையையும் ஆளாக்கி விடுங்கன்னான்."

அப்பா இடைமறித்தார்.

"என்கிட்ட சொல்லவே இல்லையே இத..."

"ஆமா, ஒரு பெரிய மனுஷன் விவகாரம்தான் இது உங்ககிட்ட சொல்றதுக்கு, நன்னி இல்லாத பய. எந்த முகத்தை வைச்சுக்கிட்டு உள்ளே வந்தேடா பாவின்னேன். அக்கா, அக்கான்னு அழுதான். போதும் அக்கா, தம்பி உறவெல்லாம் அன்னைக்கே போச்சு போடா... ஒரு மனுஷன் கிடைச்சா அவரைக் கடைசி வரைக்கும் கசக்கிப்பிழிஞ்சுதான் விடுவீங்களான்னேன். பசியோ பட்டினியோ கொஞ்ச நாளைக்கு நாங்க இப்படியே இருந்து காலத்தைக் கழிச்சிடறோம். உங்க காத்துக்குக்கூடக் கொள்ளிக் கண்ணு. வேண்டாம் உங்க சங்காத்தமேன்னேன். ஒரு வழியா போயித் தொலைஞ்சான்."

"நல்ல காரியம் பண்ணே நீ இன்னிக்கு" என்று நான் சொன்னேன்.

அப்பாவின் கருத்தை அறிந்துகொள்வதில் எனக்கு அக்கறை. அவரையே பார்த்துக்கொண்டிருந்தேன். அப்பா சுருட்டில் ஆழ்ந்திருந்தார். பிறகு சொன்னார்.

“நீ செஞ்சது தப்பு. அவன் சின்னப் பையன். அறியாமே தப்புப் பண்ணிட்டான். நாமளும் அதே தப்பைப் பண்ணக்கூடாது. பெரியவங்க பெரியவங்களா நடந்துகிட்டாதான் நல்லது” என்றார் அப்பா.

“ஆமா, வேதாந்தம் பேசியே வீணாப் போயிட்டீங்க நீங்க. என் தம்பி எனக்கே வேணாம்னுட்ட பின்னால, நீங்க ஏன் சேத்து சேத்துப் பிடிச்சுக்கிட்டு நிக்கிறீங்க?”

“பேசாம சட்டி சுட்டது கைவிட்டதுன்னு கெடங்க...” என்றாள் அம்மா.

அம்மாவுக்குக் கோபம். இனிமேல் எதுவும் பேசமாட்டார். நான் வானத்தைப் பார்த்தேன். வானத்தை அடைத்துக்கொண்டு நட்சத்திரங்கள் கிடந்தன. ஒற்றை நட்சத்திரம் சர்ரென்று கீழ் இறங்கி அப்படியே நின்றது.

அடுத்த நாள் மத்தியானம் சாப்பாட்டுக்கு வீட்டுக்குப் போயிருந்தேன். அப்பா சாப்பிட்டுக்கொண்டிருந்தார். அவர் பக்கத்தில் பதினாலு பதினைஞ்சு வயசுப் பையன் ஒருவன் உட்கார்ந்து குனிந்து சாப்பிட்டுக்கொண்டிருந்தான்.

அம்மா என்னைக் கிணற்றுப் பக்கம் அழைத்துப்போய்ச் சொன்னாள்.

“ஆனாலும் உங்க அப்பாவுக்கு இந்த வைராக்கியம் ஆகாதுடா. விடிஞ்சதும் விடியாம எழுந்து எங்கியோ போறார்னு பார்த்தேன். நேரா உங்க மாமா வீட்டுக்குப் போயிருக்காரு. பையனைக் கையோட அழைச்சுக்கிட்டு உடனே வந்திட்டாரு. உங்க அப்பாவை மீறி நான் என்ன பண்ண? படியேறி வந்துட்டான் குழந்தை. கிடக்கட்டும். குழந்தைங்க மந்தையாட்டும் இருந்த இடத்துல ஒன்னாவது இருந்துட்டுப் போவட்டும்... என்ன சொல்றே..!”

அம்மா ஏதோ என் அனுமதிக்குக் காத்திருப்பதுபோல நின்றாள். நான் பதில் பேசாமல் கூடத்துப்பக்கம் வந்தேன். பையன் கவிழ்ந்து சாப்பிட்டுக்கொண்டிருந்தான். இலையில் பெரிய மீன் தலையும் இரண்டு துண்டங்களும் இருந்தன. அப்பா உடம்புக்கு ஒத்துக்கொள்ளவில்லை என்று எப்போதோ மீன் சாப்பிடுவதை நிறுத்தி விட்டிருந்தார். அப்பா வற்றலைத் தொட்டுக்கொண்டு சாப்பிட்டார்.

1980

மீன்

கிராமணி சட்டையைத் தலைவழியாக மாட்டிக்கொண்டார். அவர் உடலுக்கு ரொம்ப லூசான சட்டை அது. எப்பொழுதும் அது மாதிரியான சட்டையைத்தான் அவர் போடுவார். கை அரைக்கையாயும் இல்லாமல் முழுக்கையாயும் இல்லாமல், முக்கால் கை இருக்கும். கை அகலம் ஒன்னரை ஜாணுக்குக் குறையாது. மார்பில் ரெண்டு பவுன் பொத்தான்கள் கோக்கப்படாமல் அப்படியே கிடந்து ஆடும். மார்பின் வெள்ளி மயிர் வெளியில் தெரியும்.

“ஆனந்து...” என்று அவர் மனைவியைக் கூப்பிட்டார்.

ஆனந்தாயி கூடத்தில் குந்தியவாறே, மரச்சீப்பால் தலையை பரக்பரக்கென்று சீவி பேன் எடுத்துக்கொண்டிருந்தாள். ஒரு முழத்துக்கு ஒரு ஜாண் குறைவு அவள் கூந்தல். அவள் கறுப்பு மயிரில் வெள்ளை பெயின்ட் அடித்த மாதிரி கலந்திருக்கும்.

“இன்னா...” என்றாள் அவள்.

“ஒடம்பு என்னுமோ காலைலேர்ந்து ஒரு மாரியா இருக்கு... சளி புடிச்சிருக்கு... மத்தியானம் காரமீனு வாங்கியாந்து மொளவ கொஞ்சம் அதிகமாப் போட்டுக் கொழம்பு வையீ...” என்றார் அவர்.

கிராமணிக்குப் பல வியாதிகள் மீனாலேயே தீரும். மீன் இல்லையென்றால் வரும். ஜலதோஷம், ஜுரம், வாய்வு சம்பந்தப்பட்ட குத்தல் குடைச்சல்கள், ஆகியவற்றுக்கு எல்லாம் அருமையான மீன்

வைத்தியம் சொல்வார். தனக்குச் செய்துகொண்டு திருப்தி ஏற்பட்ட அனுபவ வைத்திய முறைகள் இவை அவருக்கு.

"காரமீனு எங்க கிடைக்குது, நெனச்ச நேரத்துல எல்லாம்..." என்று தன் கஷ்டத்தைச் சொன்னாள் ஆனந்தாயி.

"காரமீனு இல்லன்னா கெழங்கா மீனு கெடைக்காமையா பூடும்... பாரு... கெழங்கானும் கெடைக்கலேன்னா இருக்கவே இருக்கு சுதும்பு... வாங்கி நல்லா தளதளன்னு காரமா வய்யி... சுதும்பு மீன் வறுத்துப்பூடாத... நெத்திலி கெடைச்சா வாங்கிக்கினு வந்து நெறைய இஞ்சி பூண்டெல்லாம் வச்சிப் புட்டு வெயி... நல்லாயிருக்கும்..." என்றார் ரசித்துக்கொண்டே கிராமணி.

"உக்கும் தின்னு கெட்ட ஜாதி... உங்களுக்கு மீனு ஒணும்... ஒங்க புள்ள மீனுன்னாவே மூஞ்சாலே அடிக்கிறான். அவனுக்குக் காய்கறி தினுசுதான் ஒணுமாம். ஒங்க ரெண்டு பேருக்கு மத்தியிலே மாட்டிக்கினு நான்தான் லோல் பட்டு லொங்கழியறேன். சீக்கிரம் கல்யாணத்துக்கு ஏற்பாடு பண்ணுங்க. வர்றவகிட்ட எல்லாத்தையும் உட்டுட்டு அக்கடான்னு என் தம்பி வூட்டுக்குப் போயி உழுந்து கெடக்கப் போறேன்..." – ஆனந்தாயி சலித்துக்கொண்டாள்.

கிராமணி பதில் சொல்லாமல் செருப்பை மாட்டிக்கொண்டு வெளியில் போனார்.

கூரையில் சொருகி இருந்த பறியை எடுத்துக்கொண்டு, சுருக்குப் பையில் ரூபா நோட்டைப் போட்டுச் சுருக்கி, இடுப்பில் சொருகிக்கொண்டாள் ஆனந்தாயி. கையிலிருந்த சுண்ணாம்பைக் கதவு ஓரத்தில் தடவி இழுத்துப் பூட்டினாள். தெருவில் இறங்கி நடந்தாள்.

வீட்டுக்கும் மார்க்கெட்டுக்கும் தூரம் கம்மிதான். பாரதி வீதியே வந்து புஸ்ஸி வீதி திரும்பினால், மணிக்கூண்டு தெரியும். மார்க்கெட்டும் அங்குதான். தூரத்தில் வரும்போதே மீன் கவிச்சை வந்து மூக்கில் மோதும். சில பேருக்கு இதுதான் மணம். ஆனந்து மீன் மார்க்கெட்டுக்குள் நுழைந்தாள். வரிசையாகக் கூடைகள். ஒவ்வொரு கூடைக்காரியும் கூடையின் குறுக்காக, மீன்களை அடுக்கி வைத்திருந்தார்கள். கீழே தரையிலும் விதவிதமாக சுறா, வஞ்சனை, சென்னாவரை, நாக்கு, வெளவா என்று பலவிதமான மீன்கள் கூறுகட்டி வைக்கப்பட்டிருந்தன. வியாபார மும்முரத்திலும், டீ குடிப்பதும் வெற்றிலை போடுவதுமாக இருந்தார்கள் செம்படச்சிகள். ஜனம் 'ஜே ஜே' என்று இருந்தது.

ஆனந்தாயி தான் வாடிக்கையாக மீன் வாங்கும் பவுனைத் தேடினாள். மூலையில் தந்திக் கம்பத்துக்குக் கீழே குந்தியிருந்தாள் பவுனு. டீ குடித்துக்கொண்டே பீச்சைக் கையால் மீனை எடுத்து வைத்துக்கொண்டிருந்தாள் பவுனு. இவளைப் பார்த்ததும் "வாம்மா" என்று சொல்லி டீ கிளாஸைக் கீழே வைத்தாள். வெற்றிலை எச்சி, கோடு கிழித்ததைப்போல காலி கிளாஸின் விளிம்பிலிருந்து வழிந்துகொண்டிருந்தது.

மீன்களை நோட்டம் விட்டாள் ஆனந்தாயி. பாம்பு மாதிரி வெள்ளை வெள்ளையாகச் சுண்ணாம்பு வாளை, சிவப்பு சிவப்பாக சங்கரா மீனும், சென்னாவரையும் கூறு போடப்பட்டிருந்தது. அவளுக்குப் பிடிக்காத விலாங்கு மீனும் அங்கிருந்தது.

"கார இருக்கா..." என்று கேட்டாள் ஆனந்து.

"அதான் இல்ல... பட்டாதான் பாக்கியம்... சுதும்பு இருக்கு. கெழங்கா இருக்கு. காலா இருக்கு. கெளுத்திகூட இருக்கு. எடுத்துக்கிட்டுப் போயேன்... ரெண்டு பிஞ்சி கத்திரிக்காயி போட்டுக் கொழம்பு வையேன். சோறு கொண்டாகொண்டான்னு உள்ள எறங்காது...?" என்று சொன்னாள்.

"கெழங்கானே போடு..." என்றாள் ஆனந்தாயி.

ரெண்டு கூரை எடுத்துப் பறியில் போட்டாள் பவுனு.

"நெத்திலி இருக்கா...?"

"ஏது... இங்க இருக்கிறதுதான்... ஒனக்கு வச்சிக்கினே இல்லன்னுவனா... ஆமா... பத்தியப் பொடி வாங்கியிருக்கியே... ஊட்ல யாருக்காவது ஒடம்பு கிடம்பு செரியில்லியா இன்னா..." என்று நேச பாவத்தோடு விசாரித்தாள் பவுனு.

"உக்கும் எங்கூட்டுக்காரருக்கு சளி புடிச்சிக்கினு ஒடம்பு இன்னுமோ மாரி இருக்காம்... அதான், பத்தியப் பொடி போட்டுக் கொழம்பு வச்சிட்டு நெத்திலியப் புட்டு வக்கலாம்னுட்டு..."

"புட்டு வக்கத்தான் சொறா இருக்கே... புட்டு வச்சா ஷோக்கா இருக்குமே..." என்று சொல்லித் துண்டு துண்டாக அறுத்துக் கூறு கட்டியிருந்த ஒரு பகுதியை எடுத்து அதையும் பறியில் போட்டாள்.

"எவ்ளோ ஆச்சி...?" என்றாள் ஆனந்து. இடுப்பில் சொருகியிருந்த சுருக்குப் பையை எடுத்துக் கயிற்றை இழுத்துத் திறந்து ஓர் அஞ்சு ரூபாத் தாளை எடுத்தாள்.

பவுனு, தன் வாயிலிருந்த எச்சிலை சிகரெட் பிடிக்கிற மாதிரி ரெண்டு விரலை வாயில் வைத்து 'ப்ளிச்' என்று எட்டித் துப்பினாள். கொஞ்சம் யோசித்து "ஒன்னார் ரூபா குடு" என்றாள்.

"இன்னாது ஒன்னார் ரூபாவா! ஒரு நாலு கெழங்காம், சுதும்புப் பொடிக்கும், நாலு துண்டு சொறாவுக்கும்" என்றாள் ஆனந்து.

"அக்காங்... ஒங்கிட்டேந்து புடுங்கித்தான் நான் மாடி வூடு கட்டிடப் போறேன்... இன்னா பாப்பா, இம்மா நாளூ பயகியும் என் கொணத்தைத் தெரிஞ்சிக்கிலையே நீ... வோணுன்னா சும்மா எடுத்துக்கிட்டுப் போ... என் மவளாட்டம் நெனச்சுக்கிறேன்..." என்று பவுனு அலுத்துக்கொண்டாள். மருமவள் வரும் வயசானபோதும், ஆனந்தாயி பாப்பாதான் அந்தப் பவுனுக் கிழவிக்கு.

"இல்ல இல்ல. சும்மா ஒரு பேச்சுக்குச் சொன்னா... எங்கிட்டயா நீ ரொம்ப வாங்கிடப் போற... இந்தா... எடுத்துக்கினு மீதி குடு..." என்று ஐந்து ரூபாத் தாளைக் கொடுத்தாள் ஆனந்து. மீதியை வாங்கிப் பையில் போட்டுக்கொண்டாள்.

"இந்தா, போயிலை இருந்தா கொடேன்..." என்று கேட்டாள் ஆனந்தாயி. பவுனு காலடியில் போட்டிருந்த சாக்கின் அடியிலிருந்து ஒரு துண்டை எடுத்துக் கொடுத்தாள். அந்த போயிலைத் துண்டை வாயில் போட்டு அதக்கிக்கொண்டு வீடு நோக்கி நடந்தாள் ஆனந்தாயி.

செம்படச்சி பவுனுக்கும் கிராமணிச்சி ஆனந்தாயிக்கும் உறவு ஏற்பட்ட சமாச்சாரம் ரொம்ப சுவாரஸ்யமானது. நாம் அதைத் தெரிந்துகொள்ளத்தான் வேணும்.

இதே மாதிரிதான் ஒரு மூணு வருஷத்துக்கு முந்தி ஒருநாள் காலையில் மீனு வாங்க மார்க்கெட்டுக்குப் போனாள் ஆனந்தாயி. அன்றைக்கு அவள் தம்பியும் தம்பி பெண்டாட்டியும் வந்திருந்தார்கள். கடல் மீன் கிடைக்காத தஞ்சாவூர்க்காரன் அவன். அவனுக்காக நல்ல மீனைத் தேடி அலைந்தாள். பவுனு ஒரு பெரிய வஞ்சனை மீனை வைத்துக்கொண்டு குந்தியிருந்தாள். தம்பிக்கும் வஞ்சனை என்றால் ரொம்ப இஷ்டம் என்று ஞாபகம் வந்தது அவளுக்கு. குழம்பும் வைக்கலாம், வறுக்கலாம். பவுனை நெருங்கி விலை கேட்டாள்.

பவுனு கறாராக “ஒரே வெல... அஞ்சு ரூபா...” என்றாள்.

“சொல்லிக் குடு” –ஆனந்தாயி.

“அதாஞ் சொல்லிட்டேனே, இஷ்டனா எடுமா... கஷ்டமானா விடு...”

“மூணு ரூபா வச்சுக்கோ... அஞ்சுன்னு ஒரேயடியா சொல்றியே. அநியாயமால்ல இருக்கு...?”

“தே... நாயம் அநியாயமல்லாம் வேற எங்காவது போயி வச்சுக்கோ... வந்துட்டா சின்னாளப்பட்டி சேலையைக் கட்டி சிலுக்சிலுக்குன்னு... வாங்கற மூஞ்சியப் பாரு. போ பொத்திக்கிட்டு. என் வாயப்புடுங்காத.” கூடைக்காரியிடம் சகஜமான இந்த வார்த்தையைக் கேட்டு ஆனந்தாயி கோபம் கொள்ளவில்லை. இது என்ன புதுசா. அவள் அம்மாவின் புடவை முந்தானையைப் பிடித்துக்கொண்டு மீன் வாங்கிய ஒரு தலைமுறைப் பழக்கம் அவளுக்கு.

ஒருமுறை எவனோ ஒருவன் குடித்துவிட்டுக் கொஞ்சம் ஓவராகப் பேசினான்போல, ஒரு கூடைக்காரி கேட்டாள், “போடா பேமானி, ஒன் மூஞ்சில இருக்கிற மீசையும் சரி... என் மயிருஞ் சரிடா...”

“சரி... மூனரை வச்சுக்கோ.”

“ஒரே வெல, நாலு குடுத்துடு. கேக்கறியேன்னு கொடுக்கறேன்...” என்று சொல்லியவாறே மீனை எடுத்துப் பறிக்குள் போடப்போனாள்.

திடீரென்று ஓர் தடித்த கை – வேப்ப மரத்து அடிப்பாகம் மாதிரி ஏகப்பட்ட பொன் வளையல்கள் போட்ட கை உள்ளே நுழைந்து மீனைப் பற்றியது.

ஆனந்தாயி நிமிர்ந்து, வந்தவளை நோக்கினாள். கழுத்தே இல்லாமல் கழுத்தில் ஏகப்பட்ட சங்கிலிகளும், நெக்லசும் போட்டிருந்தாள் அவள். உதடுகள் சாயச் சிவப்பில் சிரித்துக்கொண்டிருந்தன.

அவள் ஒரு அஞ்சு ரூபாவை பவுனிடம் நீட்டி, “மீன இதுல போடு...” எனத் தன் பையைக் காட்டினாள்.

“இந்தப் பொண்ணுக்குக் கொடுத்தாச்சி, நாலுக்கு” என்றாள் பவுனு.

“நான்தான் அஞ்சி ரூபா தர்றேனே... எனக்குக் கொடுத்துரு...” என்றாள் அவள்.

“அதான் சொல்லீட்டனம்மா... இதுக்குக் குடுத்தாச்சுன்னு...”

“சர்தான் போடு... பெரிய இவதான் நீ... ஓர் ரூபா சேத்துத் தர்றேனே...”

“இன்னாடி சொன்னே...” சிலிர்த்துக்கொண்டு எழுந்தாள் பவுனு. மயிர் அவிழ்ந்து வீழ்ந்தது. “நீ ஆயிரம் கொடேன்... மீனத் தருவனா... அது இன்னாடி...? நாக்கு ஒன்னா ரெண்டா மனுஷாளுக்கு. வாயின்னா சுத்தம் ஒணுண்டி... நான் இதுக்குக் குடுத்துட்டேன்னு சொன்னப்புறமும் ஏத்தி தர்றாளாம் ஏத்தி. இன்னாடி பணக் கொழுப்பா, ஒன் பணமும் பீயும் எனக்கு ஒண்ணுடி... இந்தப் பவுன ஒனக்குத் தெரியாது... ஒருத்தனுக்கே வாக்கப்பட்டு ஒருத்தனுக்கு தலப்பு போட்டவடி நானு... பஜாரியில்ல ஒன்னப்போல... பணத்துக்கு பீயி துன்ற ஜாதி இல்லடி உன்னைப்போல... ஒங்கம்மாவையும் உங்காத்தாளையும்...” வார்த்தைகள் அருவி மாதிரி அவள் மனசிலிருந்து பீறிக் கிளம்பின. அந்தத் தடிச்சி மெல்ல நழுவினாள். பவுனு கூந்தல் ஆட ‘ஜிங்கு ஜிங்கெ’ன்று சாமி ஆடினாள்.

ஆனந்தாயி ரொம்ப நாள் வரைக்கும் தன் புருஷனிடமும் பையனிடமும் “இன்னா நாணயம், இன்னா வாக்கு சுத்தம், இன்னா மனுஷி” என்று சொல்லி மாய்ந்து போனாள். அவர்கள் உறவு இந்தச் சந்தர்ப்பத்துக்குப் பிறகு வளர்ந்தது.

சோற்றை இறக்கி வைத்தாள். குழம்பு கொதி வந்தது. கரண்டியால் ஒரு சொட்டு எடுத்து உள்ளங்கையில் வைத்து நக்கிப் பார்த்தாள். நல்லாவே இருந்த மாதிரி இருந்தது. வாணலியில் இருந்த புட்டைக் கிளறிவிட்டாள். வேலையெல்லாம் முடிந்தபோது ரொம்ப அசதியாய் இருந்த மாதிரி இருந்தது அவளுக்கு. அடுப்பங்கரை ஓரமாக முந்தானையைப் போட்டுப் படுத்தாள். கண்ணை இழுத்துக்கொண்டு போயிற்று.

திடீரென்று சத்தம் கேட்டு விழித்துக்கொண்டாள். பையன் நட்ராஜன் சைக்கிளைத் தள்ளிக்கொண்டு உள்ளே வந்து ஸ்டாண்டு போட்டு நிறுத்தினான். மில்லில் கிளார்க்கு அவன்.

“சோறு போடும்மா...” என்று சொல்லியவாறு சட்டையை அவிழ்த்தான். பேன்டைக் கொடியில் போட்டுக் கைலியைக் கட்டிக்கொண்டான். செம்பால் தண்ணி எடுத்துக் கை கால்

கழுவிக்கொண்டான். ஆனந்தாயி தடுக்கைப் போட்டாள். லோட்டாவில் தண்ணி வைத்து இலை போட்டாள். சோறு பரிமாறினாள்.

“இன்னா கொழம்பு...” என்று கேட்டவாறே வந்து இலையில் உட்கார்ந்தான் நட்ராஜன்.

“மீன் கொழம்பு பத்திய கொழம்பு மாதிரி வச்சிருக்கேன். நல்லாருக்கும்... சாப்ட்டுப் பாரு...” என்று சொல்லியவாறே கொழம்பை ஊற்றினாள் ஆனந்தாயி.

“உக்கும்... இன்னிக்கும் மீனுக் கொழம்புதானா...? அன்னாடம் இந்த எழவையே எப்படீமா துன்றது. சே... வாரத்துல ஒரு நாளாவது ஏதாவது காய்கறிய வாங்கியாந்து கொழம்பு வக்கக்கூடாதா...?” என்று அலுத்துக்கொண்டான் நட்ராஜன்.

“ஒண்டிக்காரி நானு– ஒவ்வொருத்தருக்கு ஒன்னு ஒன்னு புடுக்கிது. நான் இன்னாதான் பண்ணுவேன்... யாருக்குன்னு மாரடிப்பேன். என்னால முடியாதப்பா. அவருக்கு மூணு வேளையும் மீனு வேணும். ஒனக்கு மீனுன்னாலே பிடிக்கலே... ஒன் பொண்டாட்டி வந்தா அந்தப் பாப்பாத்திக்கிட்ட கேட்டு வேணுங்கற காய்கறி தினுசு ஆக்கிப் போடச் சொல்லுப்பா. என்னாலே இப்டி லோல்பட முடியாது?”

முக்கி முனகிக்கொண்டே சாப்பிட்டு எழுந்தான் நட்ராஜன்.

நட்ராஜனுக்கு உலகத்தில் முதல் எதிரியே மீன்தான். மீன் சாப்பிட்டுச் சாப்பிட்டு அலுத்துப் போய்விட்டான் அவன். வாரத்தில் ஏழு நாட்களும் ஒருவன் மீனையே சாப்பிட்டு எப்படி இருக்க முடியும்? தன் அப்பாவுக்கும் அம்மாவுக்கும் மட்டும் அது எப்படி ஒத்துக்கொள்கிறது? நட்ராஜனுக்கு இது ஒரு புரியாத புதிர்தான். கிராமணிக்குக் காலை இட்லிக்கு என்னதான் விதவிதமான சட்னி இருந்தாலும் தொட்டுக்கொள்ளப் பிடிக்காது. முந்தின நாள் வைத்துச் சூடேற்றிச் சுண்டிப்போன மீன் குழம்புதான் இட்லிக்கு வேணும். அவனுக்கும் அப்படியே மத்தியானம் மீன் குழம்பு. ராத்திரிக்கும் மீன் குழம்பே. மீன் அந்த வீட்டில் மாசத்தில் முப்பது நாட்களிலும் வரும். ரெண்டு வேளை தவிர. அமாவாசை, கிருத்திகை அன்றைக்கு மட்டும் மத்தியானம் சாம்பார். ராத்திரிக்கே நிச்சயம் மீன் இருந்தாக வேண்டும் அவருக்கு. நல்ல வெறால் கெண்டையாக வாங்கி வந்து குழம்பு வைத்துச் சாப்பிட்டால்தான், மத்தியானம் சாப்பிட்ட பருப்பு செரிக்கும் அவருக்கு. இல்லையென்றால் வாய்வு வந்து

விடும். இடுப்பு பிடித்துக்கொள்ளும். ரெண்டு நாட்களுக்குப் படுத்துக்கொண்டு “ஹா... ஹு” என்று புரளுவார்.

கிராமணி மீன் பிரியர் அல்லது வெறியர் மட்டுமல்ல! ஒன்னாங் கிளாஸ் ரசிகரும்கூட. இன்ன மீனை இன்ன விதமாகத்தான் சமைக்க வேண்டும் என்பது அவருக்கு அத்துப்படி. நாக்கு மீனைக் குழம்பு வைப்பவளை ஒரு பெண் ஜன்மமாகவே அவர் ஒத்துக்கொள்ள மாட்டார். நாக்கு மீனை வறுக்கவே வேண்டும். வெளவா மீன் என்றால் அதைக் குருமாதான் வைக்க வேண்டும். ஏதாவது கஷ்டப்பட்டுக்கொண்டு, தள்ளாமையால் வெளவாலை ஒரு சமயத்தில் வறுத்துவிடுவாள் ஆனந்தாயி. போச்சு...! அவ்வளவுதான் வீடு தூள்தூள் ஆகும். அவள் ஏழு தலைமுறையையும் இழுத்துப் பேசுவார். வண்டை வண்டையாகத் திட்டுவார்.

கானாங்கழுத்தை அவருக்குக் கட்டோடு பிடிக்காது. உலகத்திலேயே மட்ட ஜாதி மீன் கானாங்கழுத்தை. கழுதை என்ற வார்த்தைதான் கழுத்தை ஆகிவிட்டது என்பது அவர் கட்சி. சுண்ணாம்பு வாளை மீனை பஜ்ஜியாத்தான் போட வேணும். வேறு விதமாக அதைப் பண்ணக் கூடாது. “ஆம்பிளைன்னா வேஷ்டிக் கட்டணும். பொம்பளைன்னா பொடவைக் கட்டணும். மாத்திக் கட்டலாமோ...?” என்பது அவர் கேள்வி.

ஒரு சின்ன விஷயம்! போன தடவை புயல் அடித்தது அல்லவா? அந்தச் சமயம், நல்ல ராத்திரி நேரம். மழை இன்னும் விட்ட பாடில்லை. வெள்ளம் வடிந்துகொண்டிருந்தது. கிராமணி கதவைத் தட்டினார். தூக்கக் கலக்கத்தில் முனகிக்கொண்டே கதவைத் திறந்தாள் ஆனந்தாயி. எதிரே கிராமணி ஒரு பெரிய சுருட்டைப் பிடித்துக்கொண்டு – வாயில் வைத்துக்கொண்டு– கையில்– ஒரு பெரிய வரால் மீனை வைத்துக்கொண்டு பாவாடை ராயன் மாதிரி நின்றிருந்தார்.

“உங்க எழவ எடுக்க... இந்த அர்த்தசாம நேரத்துல இந்த மீன வாங்கியாந்து நின்னிங்கன்னா, நான் என்ன பண்ணித் தொலையறது. ஒண்டிக்காரியா ஒருத்தி லோல்படறாளேன்னு ஈவு எரக்கம் இருக்கா உங்களுக்கு? ஒங்க ஜாதிக்கே அது கெடையாதே...” என்று திட்டித் தீர்த்தாள்.

“மழைல ஒதுங்கிச்சாண்டி... ரொம்ப மலிவா கொடுத்தான்...”

“மயிரில கொடுத்தான், அன்னாடம்தான் வெவுச்சி கொட்டறன... அது போதாதுன்னு இது வேறையா...?”

"சர்தான்டி, ரொம்ப எகிறாதே..." என்று அலட்சியமாகச் சொன்னார் கிராமணி. அவர் வாயிலிருந்து பட்டை வாசனை வந்தது.

இந்தச் சூழ்நிலையில்தான் ஆளாகி வந்தவன் நட்ராஜன். மீன் அவனுக்குப் பிடிக்கவில்லை என்பதல்ல; மீனே சாப்பிடுவதுதான் பிடிக்கவில்லை. கல்யாணம் ஆவட்டும். வரப்போகும் மனைவி நிச்சயம் இப்படி இருக்கமாட்டாள். நம்மை மாதிரி சாப்பாட்டு வகைகளில் ஒரு நாகரிகம் உள்ளவளாக இருப்பாள் என்று அவன் மனப்பூர்வமாக நம்பினான்.

நட்ராஜன் ராத்திரி தூங்கும்போது கனவு கண்டான். ஒரு பெரிய கடல், அதில் லட்சக்கணக்காக, கோடிக்கணக்காக மீன்கள், அலை அலையாகப் படை எடுத்து வருகின்றன. ஒவ்வொரு மீனின் கையிலும் ஒவ்வொரு கத்தி இருந்தது. அந்த மீன்களெல்லாம் நட்ராஜனைச் சுற்றிச் சூழ்ந்துகொண்டன. "டேய்... மீன் இனத் துரோகி... கொலைகாரா... உன்னை என்ன செய்கிறோம் பார்... 'ஹ... ஹ... ஹ... ஹ...' என்று வில்லன் வீரப்பா மாதிரி சிரித்தன.

தம் கையிலுள்ள கத்தியால் அவனைக் குத்தின. ஒரு பிரும்மாண்டமான மீன்– அது நிச்சயம் திமிங்கலமாகத்தான் இருக்க வேண்டும் – ஒரு பெரிய ஸோபாவில் உட்கார்ந்துகொண்டு இந்தச் சண்டையைப் பார்த்து ரசித்துக்கொண்டிருந்தது.

திடுக்கிட்டு விழித்துக்கொண்டான் நட்ராஜன். மேல் எல்லாம் வியர்வை வழிந்தோடியது. நாக்கு வறண்டிருந்தது. எழுந்து தண்ணி குடித்துவிட்டு மீண்டும் படுத்தான்.

திரும்பவும் ஒரு கனவு...

ஒரு மனிதன் படுத்துக்கொண்டிருக்கிறான். அவன் வயிறு பிரம்மாண்டமானதாக இருக்கிறது. அந்த வயிற்றுக்கு உரிய மனிதன் நட்ராஜன்தான் என்று அவன் உணர்கிறான். அந்த வயிற்றுக்குள் மிகப் பெரிய கல்லறை. கல்லறை இன்னும் மூடப்படவில்லை. அதன் வாய் இன்னும் திறந்தே இருக்கிறது. கிராமணியும் ஆனந்தாயியும் கூடை கூடையாக வண்டி வண்டியாக, அம்பாரம் அம்பாரமாக மீன்களைச் சுமந்துகொண்டு வந்து திறந்த கல்லறையின் வாயில் கொட்டுகிறார்கள்.

கடைசியாக நட்ராஜனையும் ஒரு கறுப்பு வண்டியில் வைத்து இழுத்துக்கொண்டுவந்து அந்தக் கல்லறையில் போட்டு மூடுகிறார்கள். கல்லறைக்குள் இருந்த மீன்களெல்லாம் இவனைப்

பார்த்து 'ஓஹோ' என்று சிரிக்கின்றன. கண்ணடிக்கின்றன. இவனைச் சுற்றிச் சுற்றி வந்து கும்மி அடிக்கின்றன.

திடுக்கிட்டு விழித்துக்கொள்கிறான் நட்ராஜன். ஒரு கணம் தான் கல்லறையில் இருப்பதாகவே நினைத்துக்கொள்கிறான். அழுகை வந்தது. நைட் லாம்ப் தன் சிவப்பு வெளிச்சத்தைச் சிதறுகிறது. கல்லறையில் நைட் லாம்ப் ஏது? எதற்கு? அப்படி... நான் சாகவில்லை என்பதும், தன் வீட்டில் தன் அறையில்தான் இருக்கிறோம் என்பதும் கொஞ்சம் கொஞ்சமாகப் புரிந்தது. நிம்மதியாக இருந்தது. பெருமூச்சு விட்டுக்கொண்டு விடிய விடிய கொட்டுக் கொட்டென்று விழித்துக்கொண்டிருந்தான்.

நட்ராஜன் கல்யாணம் முடிந்தது. முதல் இரவில் அறைக்குள் பயந்துகொண்டே நுழைந்தான் நட்ராஜன். கட்டில் மெத்தை மேல் மல்லிகைப் பூவை நிறையத் தூவி இருந்தார்கள். ஒரு சின்ன மேஜையில் ஒரு தட்டு. அந்தத் தட்டு நிறைய ஸ்வீட்டுகளும் பட்சணங்களும் இருந்தன. மீன் சமாச்சாரமும் ஏதாவது இருக்கிறதா என்று ஒவ்வொன்றாக எடுத்து முகர்ந்து பார்த்தான் இல்லை!

புது மனைவி சுமதி உள்ளே வந்தாள். அவள் மிரண்டு போய் இருந்தாள். பளிச்பளிச்சென்று மைக் கண்களைச் சிமிட்டிக்கொண்டு சுவரோடு ஒட்டிக்கொண்டு நின்றாள்.

அவளோடு என்ன பேசுவது என்று நட்ராஜனுக்கு விளங்கவில்லை. ரொம்ப நேரம் யோசித்து, "ஒனக்கு மீன் பிடிக்குமா...?" என்று கேட்டான். அவள் மேலும் மிரண்டு போனாள்.

இந்தக் கேள்விக்கு அர்த்தம் விளங்கவில்லை அவளுக்கு. என்ன பதில் சொல்வது என்று யோசித்தாள். தான் படித்த எந்த நாவலிலும், கதாநாயகன் இப்படி ஒரு கேள்வி கேட்கவில்லை. எந்த சினிமாவிலும் கேட்கவில்லை. சினிமாவில் பாட்டுதான் பாடுவார்கள். ஆனால், அவளால் பாட முடியாது. முடிந்தாலும் கேட்க முடியாது. என்ன தர்மசங்கடம். கடைசியாகப் பட்டும் படாமலும், பிடிக்கும். ஆனா அதிகமாப் பிடிக்காது என்று முணுமுணுத்தாள்.

நட்ராஜனுக்கு நிம்மதி பிறந்தது.

மாப்பிள்ளையும் பெண்ணும் மறு உண்டுவிட்டு ஊர் திரும்பினார்கள். நட்ராஜனுக்கு லீவு முடிந்துவிட்டது. அன்று மில்லுக்குப் போக வேணும்.

காலையில் குளித்து இட்லியும் சட்னியும் வடையும் சாப்பிட்டான். அறைக்குள் சென்று டிரஸ் பண்ணிக்கொண்டு வெளியே வந்தான்.

"நான் போயிட்டு வர்றேன் சுமதி..." என்று சொல்லிக்கொண்டே அடுப்பங்கரைக்கு வந்தான். சுமதி இட்லி சாப்பிட்டுக்கொண்டிருந்தாள். தட்டில் இரண்டு இட்லிகள் இருந்தன. பக்கத்தில் பெரிய கிண்ணத்தில் முந்தின நாள் வைத்துச் சுண்டின மீன் குழம்பு இருந்தது. சட்னிக் கிண்ணம் அப்படியே தொடப்படாமல் இருந்தது. சுமதி இட்லியைப் பிட்டுக் குழம்பில் போட்டுப் புரட்டிப் புரட்டி 'சர் சர்' என்று சத்தத்துடன் சாப்பிட்டுக்கொண்டிருந்தாள். ஒரு சின்ன மீன் மண்டையை எடுத்து வாயில் வைத்து உறிஞ்சினாள். பக்கவாட்டில் உட்கார்ந்திருந்த சுமதி, நட்ராஜனைக் கவனிக்கவில்லை.

மீன் குழம்பு வாசனை தூக்கி அடித்தது.

1976

முறிவு

1

சக ஊழியர்கள் அனைவரும் அவளைப் பாராட்டினார்கள். எல்லாருக்கும் அவள் பத்திரிகை வைத்தாள். மானேஜர் ஒரே இங்கிலீஷ் வார்த்தையில் அவளை வாழ்த்தினார். (கங்க்ராஜுலேஷன்ஸ்) பியூன், "கல்யாணச் சாப்பாடா" என்றான். எல்லோருக்கும் சந்தோஷம்தான்.

கல்யாணம் என்பதே ஒரு பெரிய விஷயம்தான். அதிலும் ஒரு பெண் நேசித்தவனையே கல்யாணம் செய்துகொள்ள முடிவது ஓர் அற்புதமான விஷயம் அல்லவா? அவள், அவளை நேசித்தவனையே, அவள் யாரை நேசிக்கிறாளோ அவனையே கல்யாணம் செய்துகொள்ளப் போகிறாள்.

ஒரு நோட்புக் அளவுக்கு இருக்கும் பெரிய அழைப்பிதழ்களை ஒவ்வொரு மேசையின் மேலும் வைத்து, வாழ்த்துகளைப் பாராட்டுகளை, சினேகம் அழுந்திய வார்த்தைகளைப் பெற்றுக்கொண்டு அவள் இன்னொரு மேசைக்கு நகரும்போது அவள் நகரவில்லை; பறப்பதாய் இருந்தாள். நெற்றியில் முத்துகள் கோத்து, கலகலவெனச் சிரித்து அவள் சந்தோஷிக்கையில் உலகம் வெளிச்சமாக, விசித்திரம் வர்ணமாய்ப் பூசிய மாய மாளிகையில், பெரிய பெரிய பலூன்கள் கட்டப்பட்ட பிறந்தநாள் விழாக் கேளிக்கைகளில், உச்சி நனைந்து உடலில் வழியும் ஷவர் பாத்தில், அவளாய் அவளுக்குத் தோன்றியது.

சுமார் இரண்டு ஆண்டுகளுக்கு முன் அவனை, அவள் சந்திக்க நேர்ந்தது. அவள் நினைவில் புரளும்

சிந்தனைகள். ஃபைல்களைச் சுமந்து கிளாரிபிகேஷன்களுக்காக அவள் துறையை அணுகும் அவன், திடுமென நூலகத்தில் ஒரு புத்தகத்தை உருவும்போது சந்தின் ஊடே தெரியும் அவன் முகம். அவன் கடற்கரை காப்பி ஹவுசில் காப்பியைக் குடித்துத் தலைநிமிர்கையில், கழுத்துக் குறுகுறுக்க, யாரோ தன்னைக் கவனிக்கிற உணர்வில் நோக்க அவன். அசடோ எண்ணெய்யோ என்றைக்கும் வழியவிடாத ஆண் பிள்ளையாய் அவன். தான் பாராத போதில் அங்கே இங்கே என்று பார்க்க முயலாத புருஷனாய் அவன்.

அப்பாவிடம் பயந்து பயந்து திக்கித் திணறினாள். அம்மா எதுக்கோ பயந்தபடி கதவின் புறம் நின்றாள். சின்னவள் மேசையின் மேல் கவிழ்ந்துகொண்டு இருக்கிறாள். படிக்கிறாளாம். நம்ப வேண்டுமாம். அப்பா அவனுடைய பெயர் கியர், உத்தியோகம் கித்யோகம், குலம் கோத்திரம், பேசிக் பே, வண்டி வாகனம் சகலமானவற்றையும் விசாரித்தார். தெரிந்தவரைச் சொன்னாள். தெரியாதவற்றுக்கு வாங்கிக் கட்டிக்கொண்டாள். நல்லவேளை அப்பா எகிறவில்லை. அடிக்க வரவில்லை. இரண்டு நாள் அவனைப் பற்றி அப்பா சி. ஐ. டி வேலை பார்த்து இருப்பார். ஒப்புக்கொண்டார். அப்பாடா ரிஜிஸ்டர் கல்யாணம் இல்லை. இருபது வருஷமாக அப்பா ஆலை மிஷின்களோடு சம்சாரம் நடத்தியவர். இன்னும் மனுஷராகவே இருந்தார் ஆச்சரியம்தான்.

சின்ன வயதின் அவள் கனவுகள் சேலை கட்டிக்கொண்டு வந்தன. கல்யாணத்துக்குப் பிறகு வாழப் போகிற வாழ்க்கை அவள் கனவுகளில் வர்ண மத்தாப்புகள் பூக்களைச் சொரிந்தன.

அந்த நாள் தொட்டு நான் புதுசாய் இருக்கப் போகிறேன். புதுப் புடவைகள் அன்றிலிருந்து அணிய, புதிய பிளவ்சுகள், புதிய பிராக்கள்கூட கண்ணுக்கு ஐடெக்ஸ்கூட புதுசாகத்தான் வாங்க வேண்டும். நெற்றிக்கு இடும் சாந்து அதுவும் புதுசுதான். என்ன கலரில்? எல்லா கலரிலும். அப்போதுதான் டிரஸ்ஸுக்கு மாட்ச் செருப்பு? தூ. அன்றிலிருந்து புதுசு. அவசியம் இந்த பேஸ்டையும் பிரஷ்ஷையும்தான். புதிய பிரஷ். புதிய பேஸ்ட். என்ன வாங்கலாம்.? பினாக்கா? கோல்கேட் வானாம். வேறு ஏதாவது விக்கோ வஜ்ரதந்தி சபாஷ். ஆப்பிளைக் கடிக்கிற அவள். கரும்பு கடிக்கிற அந்தத் தாத்தா. சபாஷ். கடிக்கிற தந்தி. பவுடர், என்ன பவுடர் நூற்று எட்டு பவுடர். ஹலோ வாங்கலாமே. அடடா மறந்தே போச்சு. சோப் இதுவல்லவா மிக முக்கியம். கல்யாணத்துக்குப் பிறகு என்ன சோப் உபயோகிக்கலாம். அப்பா

உபயோகிக்கும் லைப்பாய் ஆரோக்கிய வாழ்வைக் காப்பது? ஊக்கும். கனகாம்பரம், புதிய எலுமிச்சை வாசனை லிரில். கேடில் கலந்த ரெக்ஸோனா? ஹேமமாலினியின் அழகு ரகசியம் லக்ஸ். எல்லாம் பழசு. மார்க்கெட்டுக்குப் போக வேண்டியது, எது புதுசாக அன்று வருகிறதோ அது... எல்லாவற்றுக்கும் மேலே வீடு அல்லவா முக்கியம். நான் ஒரு முட்டாள். இதுபற்றி அல்லவா சிந்திக்க வேண்டும். ஒரு சின்ன வீடு. முதலில் வாடகைக்கு. பிறகு ஒரு வீடு சொந்தமாக. எனக்கே எனக்கு. அவருக்கு பேசிக் பே 650. எனக்கு 450 எங்கள் இரண்டு பேருக்கு ரூமை ஒழித்துக் கொடுக்கவும் கொடுப்பார். சின்னவள் பாத்ரூமிலேயே டிரஸ் மாற்றிக்கொள்வாளாக இருக்கும். ஆனாலும் வேண்டாம். அவரே ஆசைப்பட்டாலும் வேண்டாம். எல்லாமே புதுசாக இருக்க வேண்டும் என்னும்போது, வீடு மட்டும் பழசாகவா?

அவனைச் சந்தித்து அவனோடு ஷாப்பிங் போகப் போகிற உற்சாகத்தோடு, நெஞ்சு முட்ட அவள் ஆபீசைவிட்டு வெளியில் வந்தாள். அவள் ஆபீஸ் வாசலில் எப்பவும் கால் நீட்டி உட்கார்ந்திருக்கும் அந்த இளம்பிள்ளைவாதப் பிச்சைக்காரனுக்கு, அவன் திடுக்கிடும்படி ஒரு ரூபாய் போட்டாள். சலவை செய்த பேங்க்கில் இருந்து சம்பளமாய்க் கொடுத்த நோட்டு. வாயல் புடவை மாதிரி சொரசொர என்ற நோட்டு.

2

வருஷக் கணக்காக நின்ற இடத்திலேயே நின்றுகொண்டிருக்கும் அண்ணாதுரைக்குப் பக்கத்தில் அவன் நின்றான். மூன்றாவது சிகரெட்டை எடுத்துப் பற்ற வைத்துக்கொண்டான். பேச்சுத் துணைக்கு அவரை விட்டால் ஆள் இல்லை. அவர் பேசமாட்டார். வாட்சைப் பார்த்தான். அவள் அங்கு வந்து சேர இன்னும் பல நிமிஷங்கள் இருந்தன. அவசரப்பட்டுக் கிளம்பிவிட்டான். சரியாக அஞ்சே கால் மணிக்குக் கிளம்பி அண்ணாதுரையிடம் வந்து சேர்ந்தால், அவள் வரச் சரியாக இருக்கும். அஞ்சடிக்கும் முன்பே கிளம்பிவிட்டான். அவசரம்... அவசரம்...

வாயில்லா ஜீவன்களுக்கு என்று குடைகார கோவிந்தசாமி ஈவிரக்கம்கொண்டு கட்டிவிட்ட தண்ணீர்த் தொட்டியில் ஒரு காகம் தலையை நீரில் அமுக்கி பின்பு உதறி, சிலிர்த்துக்கொண்டு இவனைப் பார்த்து "ஹலோ" என்றது.

“என்ன இது...”

“என்னோட பிரசன்ட்...”

“எதுக்கு?”

“உங்க பெர்த் டேக்கு”

“அட... எனக்கு இன்னைக்கு பெர்த் டே... நான் மறந்துட்டேன். நீ ஞாபகத்துல வச்சிருக்கே. தேங்க்ஸ்... என்ன இது...”

அழகாக பேக் பண்ணப்பட்டு ரிப்பன் கட்டியிருந்தது அது. “இங்கேயே பிரிக்க வேணாம். வீட்டுக்குப் போனதுக்கப்புறம் சாப்டுட்டு உங்க மாடி ரூமுக்குப் போவீங்க இல்லையா, அங்க பிரிச்சுப் பாருங்க.”

அவன் அதைப் பிரித்தான்.

“ப்ளீஸ்... இங்க பிரிக்க வேணாம்.”

அவன் அதைப் பிரித்தான்.

“ப்ளீஸ் இங்க வேண்டான்னா?”

அவன் அதைப் பிரித்தான்.

“ப்ளீஸ்... ப்ளீஸ்... பிளீஸ்...”

அவன் அதைப் பிரித்தேவிட்டான். தங்கத்தில் இரண்டு பட்டாம் பூச்சிகளைப்போல, பிரகாசித்துக்கொண்டு இருந்தன கைப் பொத்தான்கள். அத்துடன் ஒரு கடிதமும் இருந்தது. “பிரியத்துக்கு உரிய...” எனத் தொடங்கி பெண்களுக்குரிய நூதன எழுத்துகளில், அழகான ரசிக்கத்தக்க எழுத்துப் பிழைகளோடு ஒரு கடிதம்.

அவன் அட்டகாசமாக இருந்தான், சிரித்தான்.

“கோபமா... ஏன் முகம் வாடிப் போச்சு...?”

“நீங்க ரொம்ப அவசரக்காரர்...”

அவன் சிகரெட்டைக் கீழே போட்டு உருத் தெரியாமல் மிதித்து நசுக்கினான். பெண்களுக்குப் புதிய பரிமாணத்தைக் கொடுத்திருக்கும் ஊசலாடும் தோள் பையோடு அவள் வந்து சேர்ந்தாள்.

அவனுக்கு அவளிடம் ஒன்று சொல்ல இருந்தது. ஷாப்பிங்கெல்லாம் முடித்து, தூக்க முடியாத பாரங்களோடு

கடற்கரை காப்பி ஹவுசின் மாடியில், கடலைப் பார்த்தவாறு அவர்கள் உட்கார்ந்தார்கள். பல நிமிஷங்களுக்குப் பிறகு கட்லெட்கள் வந்தன. அதுவரை அவளே பேசிக்கொண்டிருந்தாள். அவன் கடலைப் பார்த்தவாறு இருந்தான். கடலில் ஒரு கப்பல் நின்றிருந்தது. அங்கிருந்து பளிச்பளிச்சென மின்னும் ஒளிச் சங்கேத பாஷை கரைக்கு வந்துகொண்டிருந்தது.

அவள், அவன் கவனத்தைத் திருப்ப முயன்று தோற்று, அவன் அக்கறையின்மைக்கான காரணம் கேட்டாள்.

அவனுக்கு அவளிடம் ஒன்று சொல்ல இருந்தது. அவன் சொன்னான் –

“இரவில் நடுச்சாமத்தில் மாடுகள் மூச்சுவிடுவதைக் கேட்டிருக்கிறாயா... கொல்லன் உலைத் துருத்தி, பயமாக இருக்கும். தூக்கி வாரிப் போடும். இருட்டில் ஜனங்கள் அதிகமாகச் சத்தம் போட்டு உரக்க, கத்திப் போகிறார்கள். ஜனங்கள் சப்தம் ஓய்ந்த பிறகு நிலா இரவை, வைகறை என்று பிழைத்து எண்ணிய காகங்கள் பள்ளிக்கூடம் நடத்துவதைக் கேட்டிருக்கிறாயா? திடீரென்று அவை ஒரே ஸ்தாயியில் கத்திக்கொண்டு பறக்கும். நெஞ்சுக்குலை ஆடும். வீட்டில் இருந்து அஞ்சு நிமிஷ நடைதானே பீச், வருவதுண்டு. எங்கு பார்த்தாலும் ஒரே வானம். வானத்தில் எங்கு பார்த்தாலும் ஒரே மேகம். வயசாகிப்போன வான ராஜாவுக்கு முளைத்துத் தொங்கும் தாடி மாதிரி. இவ்வளவு பெரிய வானத்துக்கு ஒரே நிலா”

“ராத்திரியில் தூங்குவதில்லையா?” அவள் கேட்டாள். “இல்லை” என்றான் அவன். “ஏன்” என்று கேட்டாள் அவள். “தூக்கம் வருவதில்லை” என்றான் அவன். “என்ன பிரச்சனை?” என்றாள் அவள்.

“விரகதாபம்” என்றான் அவன்.

ஆழ்ந்த அமைதிக்குப் பிறகு அவள் சொன்னாள்.

“இன்னும் ஒரு வாரம்தானே”

“ஊம்”

“அது வர்றபோது வரட்டும்”

“...”

“நான் செத்த பிறகுதான் நம்ப கல்யாணம் வரும்போல...”

"ஏன் இப்படியெல்லாம் பேசறீங்க...?"

அவள் நாற்காலியை இழுத்து அவனருகில் போட்டுக்கொண்டாள். அவனுக்கும் அவளுக்கும் கேட்பதுபோல அவள் சொன்னாள்.

"ப்ளீஸ் டெல் மீ... வாட்ஸ் யுவர் டிரபிள்..."

அவன் கப்பலைப் பார்த்துக்கொண்டிருந்தான். ஒரே ஒரு பிரகாசமான விளக்கு மட்டும் கண்ணைச் சிமிட்டிக்கொண்டிருக்கிறது. ஒவ்வொரு சிமிட்டலும் ஒவ்வொரு வார்த்தை போலும். அவள் அவனையே பார்த்துக்கொண்டிருந்தாள்.

விளக்கைப் பார்த்தபடியே அவன் சொன்னான்.

"ஐ லைக் டு சிலீப் வித் யூ..." என்றான் அவன். அவள் உடம்பில் ஏற்பட்ட உதறலை அவனாலும்கூட உணர முடிந்தது. அவள் ஸ்பூனால் காப்பி கப்பைக் கலக்கிக்கொண்டிருந்தாள். அவள் சொன்னாள்.

"நம்ப கல்யாணம் இன்னும் ஒரு வாரம்தானே..."

"ப்ச்..."

அவள் ஸ்பூனால் இன்னும் காப்பி கப்பையே கலக்கிக்கொண்டிருந்தாள். பிறகு அவள் சொன்னாள்.

"என்னை நீங்க புரிஞ்சுக்க மறுக்கிறதுதான் எனக்கு வருத்தமாயிருக்கு. வரும்போதுதான் ஷாப்பிங் போனோம். எதுக்கு இவ்வளவுன்னு கேட்டீங்க... என் கனவையெல்லாம், என் ஆசையையெல்லாம் உங்ககிட்டே சொன்னேன். நம்ப கல்யாணம் ஆன அன்னிலேர்ந்து நான் புது வாழ்க்கையைத் தொடங்கப் போறனே. என்னுடையது எல்லாம் புதுசா இருக்கணும்னு ஏகப்பட்டது செலவு செய்யறேன். என் சக்திக்கு மீறிச் செலவு பண்றேன். இதெல்லாம் தேவைதானான்னு நான் யோசிக்காமே இல்லே. ஆனாலும் எனக்கு இது சந்தோஷம். என் நோக்கம், என் ஆசை, என் புடவையெல்லாம், என் உடம்பிலே போட்டிருக்கிற நகைகள் எல்லாம் புதுசா இருக்கும்போது என் உடம்பு மட்டும் பழசாப் போயிடுமே. பழைய உடம்பைத்தானே எடுத்துக்குவீங்க? என்னோட இந்த சென்டிமென்ட்ஸ் உங்களுக்கு வேடிக்கையா இருக்கு. ஆனாலும் பிறத்தியார் சென்டிமெண்ட்ஸை மதிக்கறதுதானே நாகரிகம். எப்பவுமே நீங்க என்னோட உணர்ச்சிகளுக்கு மதிப்பு அளிக்கிறது கிடையாது. ரொம்ப

அவசரப்படறீங்க... ரொம்பக் கோபப்படறீங்க. ஆனாலும் உங்களை நான் நேசிக்கிறேன். உங்க ஆசைப்படியே ஆவட்டும். ஆனா ஒரு கண்டிஷன். நாம் சேர்ந்து இருப்போம். ஆனா முழு உறவு வேண்டாம். இது மட்டும் கல்யாணத்துக்குப் பிறகு வச்சிடுவோம். ப்ளீஸ்... என்ன புரிஞ்சுக்கப் பாருங்க. அதுக்கு மேலே வேணாம்..."

அவன் அதற்கு ஒப்புக்கொண்டதாகத்தான் இருந்தது.

3

அண்ணாதுரை சிலையில் இருந்து ரிக்ஷா பிடித்து சாரதி வீதி திரும்பி, ரயில்வே ஸ்டேஷனைக் கடந்து ஊருக்குச் சற்று தூர இருக்கும் அந்த லாட்ஜை அடைகிற வரைக்கும் அவர்கள் பேசிக்கொள்ளவில்லை. ஒருவர் மனம் ஒருவருக்குப் புரிகிறபோது பாஷை செத்துவிடுகிறது. அந்த லாட்ஜின் மானேஜரான தன் நண்பனுக்காக ஒரு கலியாண அழைப்பை அவன் கொடுத்தான். எதிர்கால மனைவி இவள்தான் என்று அவளை அவனுக்கு அறிமுகப்படுத்தி வைத்தான். கல்யாண சம்பந்தமாக சில விஷயங்கள் பேச வேண்டியிருக்கிறது என்பதாகக் கூறி ஒரு ரூம் சாவியைக் கேட்டான். சந்தோஷத்தோடு ஒரு ரூமைத் தானே வந்து திறந்து கொடுத்து காப்பி அனுப்பி வைப்பதாகக் கூறிச் சென்றான். உள்ளே நுழைந்ததுமே ரூமை அடைத்துப் போட்டிருந்த பெரிய இரட்டைக் கட்டிலும் அதன்மீது விரித்து இருக்கும் கரும் நீல பெட்ஷீட்டும் அவளை உறுத்துவதாக இருந்தது. ஒரு சேரில் அவள் உட்கார்ந்துகொண்டாள். அவன் கட்டிலின் ஓரம் கால் மேல் கால் போட்டபடி அமர்ந்தான். ஷர்ட் பொத்தான்களைக் கழற்றி விட்டுக்கொண்டான். அண்ணாந்து பார்த்து ஃபேன் சுற்றுவதைக் கவனித்து உஸ்... என்று வாயால் ஊதிக்கொண்டான். அவள் இவன் செய்வதையே பார்த்தபடி இருந்தாள். தவறிக்கூட அவன் அவளைக் காண்பதாக நேருக்கு நேர் பார்ப்பதாக, காண்பதாகக் காணோம். பையன் காப்பி கொண்டுவந்து இரண்டு கிளாஸ்களில் ஊற்றி டேபிளில் வைத்துவிட்டு வேறு ஏதாவது என்று கேட்டு நின்றான். இல்லை எனக் கூறி அவன் பையனை அனுப்பி வைத்தான். கதவைச் சாத்திக்கொண்டு வந்து அவன் மீண்டும் முன் இருந்த இடத்திலேயே அமர்ந்தான்.

நான்கு புறமும் வெள்ளை சுவர்கள் வெள்ளையாக. ஒரு கதவு பாத்ரூமுக்காக. ஒரு படுக்கை அறையாகத் தவிர, வேறு

எதுவாகவும் அது இல்லை. லாட்ஜுக்கு அந்தப்புறம் வீடு இருக்கும் போலும். பாலு செய்தி படித்துக்கொண்டு இருந்தார். இது பாண்டிச்சேரி. வானொலிதான். அவள் செய்தியில் மனசை லயிக்கவிட முயன்றாள். முடியவில்லை. மணி ஆறுக்கு மேல் ஆகிறது. எவ்வளவு சீக்கிரம் இங்கிருந்து போய்விட முடியுமோ அவ்வளவுக்கு அது நல்லது என்று மனம் சொல்லியது.

இப்போது அவன் பனியனோடு இருந்தான். சட்டை ஹாங்கரில் தொங்கிக்கொண்டிருந்தது. அவன் அவளிடம் வந்து மெதுவாகக் கைகளைத் தொட்டு, பிடித்து எழுப்பி நிற்க வைத்தான். முகத்தை நிமிர்த்தி ஒரு முத்தம் வைத்தான். அந்த நிலையிலேயே அவர்கள் சில நிமிஷங்கள் நின்றார்கள். பிறகு கட்டிலில் உட்கார்ந்தார்கள். அவள் கொஞ்சம் கொஞ்சமாக அவனிடம் லயித்தாள். அவள் கொஞ்சம் கொஞ்சமாக அவனிடம் இழந்தாள். அவள் கொஞ்சம் கொஞ்சமாக அவனிடம் இறுகினாள். இப்போது தன் காம்பீர்யமான புருஷக் குரலில் ஜேசுதாஸ் பாடிக்கொண்டிருந்தார். யாரோ ஒருவர் – வாணியா – சுசீலாவா அதனைப் பற்றிக்கொண்டு நடந்தார். அவர் பாட, இவர் பாட – அவர் பாட, இவர் பாட – பாடல்கள் தொடர்ந்த வண்ணமாய் இருந்தன.

வெளுக்கப் போகும் அழுக்குத் துணிகளைப்போல அவள் புடவை. அவள் ஆடைகள் அனைத்தும் அவள் இருந்த நாற்காலியில் குவிந்துகிடந்தன. தனக்கு மேல் வேகத்தில் சுழலும் ஃபேனையே அவள் வெறுத்துப் பார்த்தவாறு இருந்தாள். அவன் அவள் மேல் கவிழ்ந்து இருந்தான்.

ஒரு பெரிய காட்டில் அவள் சஞ்சாரம் செய்தாள். அது வனாந்தரம். அவள் ஒரு மானாய் ஆனாள். மானாய் ஓடினாள். மானாய்ப் புல் மேய்ந்தாள். மானாய்த் துள்ளினாள். கவலைகள் அற்ற சுயேச்சையான எதேச்சையான மான். புள்ளிகள் உள்ள மான். புதரின் மறைவில் இரண்டு தீவட்டிகளைப்போல இரண்டு கண்கள் அவளைக் கவனித்து எரிந்துகொண்டு இருந்ததை அந்த மான் அறிந்ததாய் இல்லை. அந்தத் தீபத்தை ஏந்திய உயிர் புதரை விளக்கி வெளி வந்ததும்தான் மான் அதைக் கவனிக்கலாயிற்று.

புலி–

மான் ஒரு கணம் திடுக்குற்றது. மறுகணம் அது அதனை எதிர்கொண்டது.

பிரபஞ்சன் | 147

“வா, என்னிடம் வா, என்னைப் புசி. என் சதை உன் நாவுக்காகவே என்னைப் புசி. உன் பசி தீர என்னைப் புசி. என் இரத்தம் உனக்காகவே – குடி என் உயிர் உனக்காகவே அர்ப்பணம். ஸ்வீகரித்துக் கொள்”

புலி பாயவில்லை. பட்சமாக நின்ற இடத்தில் நின்றது. இருந்த இடத்தில் இருந்தது. அதன் செவேலென்ற நாக்கு தொங்கிக்கொண்டு இருந்தது.

அவள் அவனிடம், அவன் காதுகளிடம் சொன்னாள்.

“கோ அ ஹெட்...”

அவன் மௌனமாயிருந்தான்.

“பரவாயில்லை யூ கேன் டு...”

அவன் செயலற்று இருந்தான்.

“பிளீஸ்... எனக்கு வேணும்... தவிர்க்க முடியாம உடனடியாக எனக்கு வேணும்...”

அவன் சொன்னான்.

“வேண்டாம்னு சொன்னியே... அது மட்டும் வேண்டாம்னு...?”

“இப்ப வேணும்... பிளீஸ்... இப்ப வேணும்...”

அவன் வெறும அவள் மேல் கவிந்து இருந்தான்.

“புலியே பசிக்குதென்றாயே, என்னைப் புசியேன். பட்சியேன். ஏன் வெறுமே நின்று பார்த்துக்கொண்டிருக்கிறாய். பார்த்தால் பசி தீருமா? என்னை எடுத்துக்கொள், உன் கூர் நகங்களை விரி. என் மேல் படர். என்னைக் கீறி எறி. உன் வளைந்த பற்களால் என்னைக் கடித்துக் குதறு.

“மாட்டாயா, ஏன் மாட்டாய்? இரக்கமா, ஏன்? உன் பட்சணத்துக்கெனவே நான் படைக்கப்பட்டிருக்கையில் உன் இரக்கம் எனக்கு அவமானம். ஊம் என்னை அடித்து வீழ்த்து. புலி தன் பல் போன வாயால் சிரித்தது. நகங்கள் அற்ற நொண்டிக் கைகளால் தடவிக்கொடுத்தது.

அவள் அவனை உதறிவிட்டு எழுந்தாள். “வாட்ஸ் ராங் வித் யூ” என்றாள் அவள். அவன் தலை கவிழ்ந்து மௌனித்து இருந்தான். இதே கேள்வியை மீண்டும் அவள் கேட்டாள்.

“அப்செட் ஆயிட்டேன்... சாரி...”

அவள் ஆடை அணிந்துகொண்டாள். கண்ணாடிக்கு முன் நின்று தன்னைச் சரிபண்ணிக்கொண்டாள். அவன் சட்டையை எடுத்து மாட்டிக்கொண்டான்.

சாவியை நண்பனிடம் ஒப்படைக்கும்போது அவன் இவளைப் பார்த்துக் குறும்பாகச் சிரிப்பது தெரிந்தது. அவனை அவள் வெறுத்தாள். லாட்ஜுக்கு வெளியே சில சிறுவர்கள் பிறந்த மேனியோடு விளையாடிக்கொண்டிருந்தார்கள். அவர்களைப் பார்க்க இவளுக்கு வெறுப்பாக இருந்தது.

வண்டி வைத்துக் கொள்ளலாமா என்று அவன் கேட்டதற்கு இவள் வேண்டாம் என்றாள். அவர்கள் நடந்தே சென்றார்கள்.

பாதையின் இரு பக்கமும் பூவரச மரங்கள் குட்டை குட்டையாய் நின்றன. வாகனங்கள் தூசியைக் கிளப்பிவிட அவற்றின் இலைகள் சிவந்து மண் கப்பி நூதனமாகக் காட்சியளித்தன. லாட்ஜ் வாசலில் அழுக்கு போர்த்த உடம்பினராக தான் பார்த்த சிறுவர்கள், அவள் நினைவில் வந்தார்கள். அவள் அம்மரங்களை வெறுத்தாள்.

டவுன் பஸ் வந்து நிற்கும் இடத்தை அவர்கள் அடையும் நேரமும், பஸ் வரவும் சரியாக இருந்தது. பஸ்ஸை ஜனங்கள் ஆக்ரமித்திருந்தார்கள்.

"அடுத்த பஸ் காலியாக வரும். அதில் போகலாம்" என்றான் அவன். அவள் அப்படிப் பல சமயங்களில் போகிறவள்தான். ஆனாலும் அவள் அதில் ஏறிக்கொண்டாள்.

"நாளைக்குப் பார்க்கலாம்" என்றான் அவன். அவள் உதடுகள் பிரிந்தன. என்னவோ சொல்ல நினைத்தாள். பின் பேசாமல் இருந்துகொண்டாள்.

பஸ் அவன் மேல் புகை விசிறிச் சென்றது. அது கண்ணுக்கு மறையும் வரைக்கும், அதன் சிவப்புக் கண்களைப் பார்த்தவாறு அவன் இருந்தான். ஒரு சிகரெட்டை எடுத்துப் பற்ற வைத்துக்கொண்டான்.

எதிர்த் திசையில் மெல்ல நடக்க ஆரம்பித்தான்.

1976

விழுது

ஆலமரம் தன் விழுதுகளின் பலத்தில்தான் நிற்கிறது என்று எங்கோ படித்த ஞாபகம். இது உண்மைதானா என்பது எனக்குத் தெரியாது. ஆலமரத்தைத்தான் கேட்க வேணும். ஆனால், ஒன்று எனக்குத் தெரியும். ஒரு குடும்பம் அதனுடைய சந்ததிகளின் யோக்யதையினால்தான் தலைதூக்குகிறது. யோக்யதைப்பாடுகள் சரியும்போது, அந்தக் குடும்பமும் சரிந்து போகிறது இது மெய்யான விஷயம். இது உண்மைதானா என்பதை ஒரு குடும்பத்திடம் சென்று கேட்க வேண்டிய அவசியமில்லை. ஒரு குடும்பத்தின் அங்கத்தினனாகிய நான் சொல்வதே போதும்.

ஒரு குடும்பத்தின் கதையை நான் உங்களுக்குச் சொல்லுகிறேன். இந்தக் குடும்பத்தின் 'அ' வாக இருப்பவர் எங்கள் அப்பா. அ – வில் தொடங்குவது உத்தமம்.

அப்பா – அப்பாவைப் பற்றி ரெண்டு வருஷங்களுக்கு முன் ஒரு கவிதை நான் எழுதினேன்.

"அப்பா,

இப்போதெல்லாம்

'ஏறு மயில் ஏறு'வை

அழுதுகொண்டேதான் பாடுகிறார்.

எங்கள் வீட்டு உட்சுவர்கள்

விழுந்துகொண்டேதான் இருக்கின்றன."

இப்போது எங்கள் அப்பாவைப் பற்றிய ஓர் 'அவுட்லைனா'வது உங்களுக்குக் கிடைத்திருக்கும்.

அப்பா பெரிய குடும்பத்தைச் சேர்ந்தவராம். பெரிய என்றால் எல்லாம் பெரிய. வீடு பெரிய, அந்தக் காலத்தில் எங்கள் தெருவில் இருந்த மெத்தை வீடுகள் ரெண்டே ரெண்டுதானாம். அதில் ஒன்று எங்களுடையது. சொத்து பெரிய ஏராளமான நஞ்சையும், பெரிய பெரிய தோப்புகளும், தோப்புகளில் பெருவாரியான மரங்கள், கள்ளு மரங்கள். தாத்தா கள்ளுக் கடை வைத்து நடத்தினார். ஏராளமான வரவு, வீடு முழுக்க சாதி சனங்கள். வேளைக்கு நாற்பது ஐம்பது இலை விழுமாம். எங்கள் பாட்டி கதை கதையாய் இவற்றை எங்களுக்குச் சொல்லியிருக்கிறாள். சொல்லும்போதே தொண்டை அடைத்துக்கொள்ளும் அவளுக்கு. கரகரவென்று கண்களில் நீர் பொங்கும். மடியில் படுத்துக்கொண்டு கதை கேட்கும் என் முகத்திலும் துளி, சமயங்களில் விழும்.

என் பாட்டிக்கு ஒரே பிள்ளைதான் லபித்தது. ஏழு பெற்றாளாம். அதில் ஆறு, பிஞ்சிலேயே வெம்பி உப்பளம் காட்டில் உறங்குகிறார்களாம். எப்படியோ அப்பாவை மட்டும் தக்க வைத்துக்கொண்டாளாம்.

அப்பா, சுகபுருஷர். இன்றைக்கு இப்படி என்றால் அன்றைக்கு எப்படி இருந்திருப்பார். ஏராளமான சொத்துகளுக்கு ஒரே வாரிசு. பிரான்ஸிலிருந்து அப்போதெல்லாம் எங்கள் ஊருக்கு பிரான்சு பட்டு வரும். சாரைப் பாம்பைப்போல வழவழப்பும் மினுங்கலும் கண்ணைப் பறிக்குமாம். அப்பா பட்டுதான் அணிவார். வெற்றிலையில் வாய் எப்போதும் சிவந்திருக்கும். சுருள் சுருளாக அமெரிக்கன் கிராப் வைத்திருப்பார். இதோ கூடத்தில் மாட்டியிருக்கிற படத்தில் அது அப்பாவும் அம்மாவும் கல்யாணமான புதிதில் எடுத்ததாம், பார்க்கிறேன். அப்பா அழகாக கம்பீரமாகச் சிரித்துக்கொண்டிருக்கிறார். அம்மா மிரண்டுபோய் கேமராவைப் பார்ப்பது தெரிகிறது.

அப்பாவுக்கு அம்மா ஈடில்லை.

அதனால்தான் வில்லியனூர், கடலூர் என்று அப்பா அழகைத் தேடிப் போயிருக்கிறார். சண்டையின் போதெல்லாம் அம்மா இதைச் சொல்லிக் காட்டியிருக்கிறாள். தாத்தா எப்பவாவது திட்டுவாராம். ஆனாலும் ஒரே பிள்ளையைக் கண்டித்துப் பேச மனம் வரவில்லையாம் அவருக்கு.

கல்யாணமான புதிதில் அப்பாவுக்கும் அம்மாவுக்கும் சண்டையாம். 'பெண் அழகாயில்லை' என்பது அப்பா கட்சி. விஷயம் இதுதான். அவர் ஒரு நடிகையின் ரசிகர். பெண்டாட்டி அவளைப்போல இல்லை என்பது அவர் வருத்தம். அம்மா, அம்மாவைப்போலத்தான் இருந்தாள். அந்த நடிகையைப்போல இருக்கவில்லை. இருக்கவும் முடியாது.

தழையத் தழையக் கட்டின வேட்டி, அரைக்கைப் பட்டுச் சட்டை, பச்சைக் கண்ணாடி, உப்பிய பாக்கெட், வெற்றிலை உதடு, சுருதி பிசகாத நண்பர் குழாம், ஸ்ரீவள்ளி திருமணம் ஸ்பெஷல் நாடகம் நடக்கிற இடங்களில் எல்லாம் அவரைப் பார்க்கலாம்.

அந்தக் காலத்தில் பிரபலமான கலைஞர்களாக இருந்தவர்களை எல்லாம் அழைத்து வந்து நாடகம் போட்ட கான்டிராக்ட்காரராகவும் இருந்திருக்கிறார். பாகவதர் சின்னப்பா, மாரியப்பா எல்லோரையும் இவருக்கும் தெரியும். இவரையும் அவர்களுக்குத் தெரியும். இது இவரது இன்றைய பெருமை.

அழகை ஆராதிக்கிற கலைஞராக இருந்ததோடு அப்பா உடலையும் நன்றாகக் கவனித்துக்கொண்டிருக்கிறார். கழி, குத்து போன்ற பயிற்சிகளில் தேர்ந்தவராம் அவர். அப்பாவின் நண்பர்கள் சொல்லி நான் கேட்டிருக்கிறேன். ஆனால் ஒருசிறு பிராணிக்குக்கூட அவரால் தொந்தரவு ஏற்பட்டதை நான் இதுவரைப் பார்த்ததில்லை.

நன்றாகச் சாப்பிடுவார். மதியச் சாப்பாட்டுக்கு உட்கார்ந்தாரானால் குறைந்தது முக்கால் மணி ஆகும். வாழை இலையில்தான் சாப்பாடு. மெல்லிசு மெல்லிசாக பிரியாணி அரிசியில்தான் சோறு. கறி, மீன், முட்டை இல்லாமல் சாப்பாடு கிடையாது. மீன் சின்ன மீனாக இருந்தால் அவருக்கு இன்றைக்கும் பிடிக்காது. பெரிய வஞ்சனை, மடவை, வெளவால் ரகங்கள் வேணும். நடுக்கண்டமாக இருக்க வேண்டும் வறுக்கிற ஜாதியை வறுத்திருக்க வேணும். குழம்பில் போடுவதைக் குழம்பில்தான் போட வேணும். மாற்றிச் செய்துவிட்டால் போச்சு. பெண் இனத்தையே பழித்துவிடுவார்.

புதன், சனிக்கிழமைகளில் எண்ணெய் ஸ்நானம். நாங்களும் செய்ய வேண்டும். அவர் இதில் ரொம்பக் கண்டிப்பு. காலையில் எழுந்தவுடனேயே எண்ணெய்க் கிண்ணத்தை எடுத்து வைத்துக்கொண்டு உட்கார்ந்து விடுவார். உச்சந்தலை முதல் உள்ளங்கால்வரை நகக்கண்கள்வரை தாராளமாகப் பொறி பறக்கத்

தேய்த்துக்கொள்வார். காது, கண் இத்யாதி தொளைகளுக்கெல்லாம் எண்ணெய் விட்டுக்கொள்வார். எண்ணெய் நன்றாக ஊற வேண்டும் என்பதற்காக கூடத்தில் உலாத்துவார் உலாத்துவார், அப்படி உலாத்துவார். இடையிடையே எங்களுக்கும் தேய்த்து விடுவார். உச்சந்தலை எரிகிற வரைக்கும் தேய்ப்பார். எனக்குத் தலை சுற்றி மயக்கமே வந்துவிடும். அழுதாலும் விடமாட்டார். புரண்டாலும் விடமாட்டார். பளாரென்று முதுகில் அறைவார். அப்பா எங்களை இதுக்கு மட்டும்தான் அடிப்பார். வேறு எந்தக் குற்றம் செய்தாலும் அடிக்க மாட்டார்.

எண்ணெய்த் தேய்த்துக்கொண்ட பின்னர்தான் அப்பா கக்கூசுக்குப் போவார். அவர் திரும்பி வருவதற்குள் நாங்கள் குளித்துவிட்டு வந்துவிடுவோம்.

எண்ணெய் ஸ்நானம் செய்கிற அன்றைக்குக் காலையில் இட்லி தோசை பலகாரம். இட்லிக்கு ஆட்டுக் கொழுப்பு அல்லது ஈரல் குழம்பு, பொடி எறா வறுவல், மத்தியானத்துக்குக் கறிக் குழம்பு கறி வறுவல், ராத்திரிக்கும் அதே.

அப்பா இப்படி வாழ்ந்தார். பணம் எங்கிருந்து வருகிறது என்பது அவருக்குத் தெரியாது. இருப்பதை எடுத்துக்கொண்டு போய் சுகமாகவும் அழகாகவும் செலவு செய்யக் கற்றுக்கொண்டார். இடையில் தாத்தா, நடுக்கூடத்தில் சட்டம் போட்ட படமாய்த் தொங்கினார். பிறகுதான், குடும்பம் என்கிற ஒன்று இருக்கிறது என்பதும், அதை நடத்த சம்பாதிக்க வேணும் என்பதும் அவருக்கு உறைக்க ஆரம்பித்தது. கூண்டுக்குள் மாட்டிக்கொண்ட கிளியைப்போலத் தவித்தார் அவர்.

ஒரே சமயத்தில் இரண்டு கள்ளுக் கடைகளையும் இரண்டு சாராயக் கடைகளையும் ஏலத்தில் எடுத்தார். மிக அதிகமான தொகைக்குத்தான் ஏலம் எடுத்திருந்தார். தொழிலில் அனுபவம் இன்மையும், ஏலத்தின்போது பொய்யாக மேற்கொண்ட சுய கௌரவமும் நல்லவர்கள் அல்லாதவர்களின் நட்பும் எல்லாம் சேர்ந்து அவரைத் தடம் புரட்டி விட்டன. எப்படியோ கடைகளை எடுத்துவிட்டார்.

அப்பா கள்ளுக் கடையில் உட்கார்ந்துகொண்டு வியாபாரம் செய்யத் தொடங்கினார். தலைக்கு மேலே பாவாடைராயனும், மதுரை வீரனும் நின்றுகொண்டு, கத்திகளைத் தூக்கிப் பிடித்தவாறு பாராக்கொடுத்து நின்றார்கள். இரண்டு ஆட்கள் வசதியாக உட்கார்ந்துகொள்ளும் அளவுக்குப் பெரிய கள்ளுப் பானை.

அதற்கு யானைக்குப் போடுவதுபோல் பெரிய பூசை. கழுத்தைச் சுற்றிப் பூமாலை தொங்கும். பக்கத்திலேயே சாக்னா கடை. காரம் போட்ட கடலை, சுண்டல், மாங்காய், பரவலாக ஆட்டு இரத்தத்தை வேக வைத்துக் காரம் போட்ட இரத்த வறுவல், நண்டு, எறா, வறுவல், சுக்காக்கறி, இத்யாதி பட்சணங்கள். பட்சணங்கள் எல்லாம் எங்கள் வீட்டிலேயே தயாராகிக் கடைகளுக்குப் போகும்.

சின்ன வயசில் நானும் அப்பாவோடு கடைக்குப் போயிருக்கிறேன். கள்ளின் நெடி எனக்கு வாந்தி வரும். அப்பாவுக்கும் அப்படித்தான். அப்பா ரெண்டு கள்ளுக் கடைகளுக்கும் ரெண்டு சாராயக் கடைகளுக்கும் முதலாளி. ஆனால் வாழ்நாளில் அவர் குடித்தது கிடையாது. எங்கள் தாத்தாவும் அப்படித்தான். நான் பிராந்தி குடிக்கிறேன்.

அப்பாவுக்கு விசனம் வந்துவிட்டது. வில்லியனூர் பூவாடைக்கும் மை அப்பிய சிவந்த கண்களுக்கும், கசங்கிய புடவைகளின் பாவு வாசனைக்கும் ஏங்கத் தொடங்கிவிட்டார். இன்று இதைப் பற்றியெல்லாம் நான் யோசிக்கிறன். என் வயசும், என் அனுபவங்களும், என்னையும் என் அப்பாவையும் எனக்குத் தெள்ளத் தெளிவாக உணர்த்தவே செய்தன. செய்கின்றன.

நான்கு கடைகளை வைத்துக்கொண்டு நிர்வாகம் செய்ய முடியவில்லை என்கிற காரணத்தை வெளியில் சொல்லிக் கடைகளைக் கீழ்க் குத்தகைக்கு விட்டார். அவர் முகத்தில் மீண்டும் மந்தகாசம் வந்தது. பிடித்தமான நடிகையை ரசிப்பதற்காக கும்பகோணத்துக்கும், வைத்தீஸ்வரன் கோயிலுக்கும் புறப்பட்டார். வில்லியனூர் கோகிலாம்பாள், கடலூர் வடிவழகு, சீர்காழி சொர்ணம் வைத்தீஸ்வரன் கோயில் பட்டு, கும்பகோணம் பரிமளம் ஆகியோர் எனக்குத் தெரிந்து அப்பாவுக்கு சகிகள். நான் இன்றும் இவர்களை வெறுக்கவில்லை. மனசுக்குள் இவர்களை வணங்குகிறேன். மனுஷனுக்கு சந்தோஷம் தருபவர்கள் – எல்லாருமே – எல்லாமே – தெய்வங்கள்தான்.

மன்மதன் தன் முழு வேகத்தோடு மலர்க் கணைகளை அப்பாவை நோக்கித் தொடுத்துக்கொண்டிருந்த அதே நேரத்தில், அரசாங்கமும் அவர்மீது வழக்கொன்று தொடர்ந்தது. ஏலதாரர் தான் குத்தகைக்கு எடுத்த கடைகளை அரசாங்க அனுமதியின்றிக் கீழ்க் குத்தகைக்கு விடுவது குற்றம். கடைகள் மூடப்பட்டன. வழக்கு நடந்தது. அபராதம் விதிக்கப்பட்டது. அபராதத்தைக் கட்ட மறுத்த அப்பா, மேல் கோர்ட், அதுக்கும் மேல் கோர்ட்

என்று வழக்காடத் தொடங்கினர். மூளையை சுயகௌரவம் போலி மதிப்பு புறம் கண்டுவிட்டது. சொத்துகள் பணமாகி வக்கீல்களை வாழ வைத்தன.

எங்கள் ஊர் கோர்ட்டுக்கு வெளியே மாமரங்கள் வளர்ந்திருக்கும். மாமரத்து இலைகளை எண்ணிக்கொண்டு அப்பா கீழே உட்கார்ந்துகொண்டு தவம் செய்ய ஆரம்பித்தார்.

இடையில் நண்பர்கள் தங்கள் பங்குக்குக் கூறிய ஆலோசனையின் பேரில், அப்பா, என் பெயரையே வைத்து ஒரு ஓட்டல் தொடங்கினார். பிராமணாள் ஓட்டல். ஆரம்பத்தில் நன்றாகவே நடந்தது. பட்சணங்களும் பலகாரங்களும் வெகு நன்றாக அமைந்திருப்பதாக ஊரில் கியாதி. ஹோட்டலில் பெரும்பாலும் அப்பாவின் நண்பர்களே டிகிரி காப்பி சாப்பிட்டார்கள். இனிப்புகள் சாப்பிட்டார்கள். சாப்பிட்டவர்கள் அனைவருமே சுத்தமாகத்தான் கணக்கு எழுதினார்கள். வரவு வைக்க மட்டும்தான் மறந்து போனார்கள். இடையில் என் தாய்மாமன் ஓட்டல் மானேஜராக வந்து சேர்ந்தான். எங்கள் ஊருக்கு அவன் வரும்போது அவனை நான் பார்த்த ஞாபகம் பசுமையாக இருக்கிறது. ஒரு வாரத்துத் தாடியோடு எண்ணெய் வழிய, சுக்கு மாதிரி உலர்ந்துபோய் இருந்தான். பழுப்பு நிறமான வேஷ்டியின் முனை நைந்து நார்நாராகத் தொங்கிக்கொண்டிருந்தது. மானேஜர் பொறுப்பேற்ற ஆறு மாதங்களுக்கெல்லாம் விரல் மொத்தத்துக்கும் மோதிரம், மைனர் செயின் போட்டிருந்தான். போகட்டும் இவன் இப்போதும் உயிர் வாழ்ந்துகொண்டிருக்கிறான்.

ஓட்டலை வாடகைக்கு விட்டுட்டு அப்பா வீட்டுக்கு வந்து சாய்வு நாற்காலியில் சாய்ந்துவிட்டார். இப்போதும் படுத்துக்கொண்டிருக்கிறார். வழக்கு, மெட்ராஸ் ஹைகோர்ட்டிலும் நடந்து அபராதம் ஊர்ஜிதமாகி, ஒரு பெருந்தொகையாகி எங்கள் சொத்துகள் அனைத்தையும் விழுங்கிவிட்டுச் சென்றுவிட்டது.

அப்பா என்னை, என் தம்பிகள் இருவரையும் எதிர்பார்க்கிறார். நாங்கள் மூவரும் விழுதுகளாகி அவரைத் தாங்கப் போவதாகக் கனவு காண்கிறார். பகலில், விழித்தபடியே உத்தரத்தைப் பார்த்துக்கொண்டு தனக்குள் சிரித்துக் கொள்கிறார். சமயங்களில் தாரை தாரையாகக் கண்ணீர் விடுகிறார். 'நீங்கள் என்ன தப்பு செய்தீர்கள்... அப்பா... நீங்கள் அழக்கூடாது...' என்று சொல்ல எனக்குத் துடிக்கும் நாக்கு எழாது.

பிரபஞ்சன் | 155

இதுதான் அப்பா.

இனி அம்மாவைப் பற்றி உங்களுக்குச் சொல்ல வேணும்.

அம்மா. அம்மாவைப் பற்றி நான் கவிதை எழுதியதில்லை. அம்மாவைப் பற்றி நினைக்கும்போதெல்லாம் புளித்த கள்ளின் நெடியைப்போல எனக்குக் குமட்டும். ஒரு கிராமத்தைச் சேர்ந்தவள். அட்சராப்பியாசம் அறவே இல்லாதவள். பதினாறு வயதில் கட்டிக்கொண்டு வந்தவள். அவளைப் பொறுத்தவரை அவள் புக்ககம் பெரிய இடம்தான். இந்த வீட்டுக்குள் நுழைந்தவுடன் அவள் பிரமித்துப் போயிருப்பாள். யார் உறவு, யார் தூரத்து உறவு, யார் அசல் என்று அவளால் அனுமானித்திருக்க முடியாது. வேளைக்குப் பந்தி பந்தியாய் இலைகள் விழுகின்றன. கோட்டை அடுப்பைப்போல அணைதல் அறியாமல் எரியும் அடுப்பு. சதா சர்வகாலமும் சமையல் அறைகளிலேயே உழலும் அடுப்புக்காரி வாழ்க்கை.

அம்மா முணுமுணுக்காமலே இந்த வீட்டுக்கு உழைத்துப் போட்டிருக்கிறாள். காலையில் கண்ணைப் பிட்டுக்கொண்டது முதல் அலுத்துப் போய் ராத்திரிக்குமேல் படுக்கையில் வந்து விழுகிற வரைக்கும் அவள் அவளாகவே இருந்திருக்க முடியாது. வாஸ்தவம்தான். ஒரு பெண் தலையெழுத்து அதுதான் என்பது அவள் அவளுக்குச் சொல்லிக்கொண்ட சமாதானமாய் இருக்கலாம்.

வாழ்க்கையில் என்ன கஷ்டம் இருந்தாலும் புருஷன் ஹிதமாக இருப்பானேயாகில், எல்லா கஷ்டங்களையும் பெண் ஜயித்து விடுகிறாள். இங்கே புருஷன் ஹிதம் இல்லை. அப்பா, அம்மாவின் ஆரம்ப காலத்து வாழ்க்கை சுகம் அறியாதது.

படுக்கையில் அப்பா இருந்திருக்க வேண்டும். காலையிலிருந்து வீட்டுக்கும் கடைக்கும் விதவிதமாகச் சமைத்துச் சமைத்து நொந்த கைகளை, அப்பா வருடிக் கொடுத்திருக்க வேண்டும். அம்மா, அம்மாவாக இருந்திருப்பாள். எல்லாக் கஷ்டங்களும் ஒரு கண் இமைப்பு நேரத்தில் மறைந்துபோயிருக்கும். அம்மாவைப் பேச வைத்திருக்க வேண்டும் அப்பா. கல்லாகிக் கனத்துப் போயிருக்கும் ஒரு ஸ்திரியின் ஹிருதயம் பஞ்சாகி, வார்த்தைகளாகி வெளி வந்திருக்கும். லேசாகி இருக்கும். அப்பா இதைச் செய்யவில்லை. அப்பாதான் மாசத்துக்கு இருபது நாள் ஊரிலேயே இருக்கமாட்டாரே.

அப்போது அம்மா ஊமைக் கிளி. யாரிடம் அவள் பேசி இருப்பாள்? மாமியாரிடம் என்ன பேச முடியும்? மாமனாரிடம் பேசவே முடியாது. வருவோர் போவோரிடம் என்ன பேசிக்கொண்டிருக்க முடியும்?

அப்பா பணம் குறையும்போது மட்டும் ஊருக்கு வருவார். ஒரு வாரம், பத்து நாள் தங்குவார். குளிப்பார், சாப்பிடுவார், தூங்குவார், நண்பர்களோடு வெளியே போவார், வருவார். அம்மாவோடு முகம் கொடுத்துப் பேசியதில்லையாம் அவர். இரவில் வேலைகளையெல்லாம் முடித்துக்கொண்டு அடுப்பை மெழுகி, எல்லோரும் தூங்கி விட்டார்களா என்பதை நிச்சயப்படுத்திக்கொண்டு படுக்கை அறைக்கு ஈரக் கையைத் துடைத்துக்கொண்டு, காயாத ஈர நெஞ்சத்தோடு அம்மா வந்திருப்பாள். அப்பா தூங்கிக்கொண்டு இருந்திருப்பார்.

தாத்தாவும் பாட்டியும் ஜாடைமாடையாகச் சொன்னார்களாம் 'பெண் பிடிக்கவில்லை' என்று அப்பா சொல்லிவிட்டாராம். அம்மா இப்போ போடும் சண்டைகளில் எல்லாம் தவறாமல் இதைச் சொல்லிக் காட்டுவாள்.

அப்பாவும், அம்மாவும் இப்படி மூன்று வருஷம் இருந்திருக்கிறார்கள். பின்னால் ஒன்றுபட்டுவிட்டார்கள். இது எப்படி என்று நான் யோசிக்கத் தேவையே இல்லை. மனுஷ இயல்பே இப்படித்தான். நாம் கல்லாலும் சிமின்ட்டாலுமா செய்யப்பட்டிருக்கிறோம்? வெறும் சதையாலும் இரத்தத்தாலும்தான்.

இவர்களுடைய தாம்பத்திய வாழ்க்கை எப்படி இருந்திருக்கும் என்று நான் யோசிக்கிறேன். பிள்ளைகள் விளையாடிய கண்ணாமூச்சி விளையாட்டாகத்தான் இருந்திருக்கும். யார் கண்களை யார் கட்டியிருப்பார்கள். யார் யாரைப் பிடித்திருப்பார்கள்? ஒன்றை என்னால் யூகிக்க முடிகிறது. அகம் கவ்விய அந்தரங்கத்தின் தேடலாக இது இருந்திருக்காது. இருட்டுக்குப் பயந்த குருட்டுக் காமமாகத்தான் இது இருந்திருக்க வேண்டும். ஓர் அத்தியாவசியத்தில் தவிர்க்க முடியாத வடிகாலாகத்தான் இருந்திருக்கும்.

அம்மா அழகானவள் என்று என்னால் நினைக்க முடியவில்லை. போட்டோவில் பார்க்கிறேன். கச்சலான, பயந்த, விக்கித்த உதடுகள், விரிந்த மேல் பற்கள் இரண்டு வெளித் தெரிகிற அம்மா. பேயும்கூட பருவத்தில் அழகாய் இருக்கும். இவள்

இருந்திருக்க மாட்டாளா? ஏதேனும் ஒன்றில், ஒரு விதத்தில் அப்பா அதைச் சீராட்டி இருக்கக் கூடும்.

இவர்கள் பதினாலு பெற்றார்கள். தங்கியது நாங்கள் மூணு பேர்தான். அம்மா வசதியாக வாழ்ந்த காலம் ஒன்று உண்டு. தாத்தா, பாட்டி எல்லோரும் போய், தனக்குத்தானே எஜமானி ஆகி, தனக்குத்தானே செலவு செய்துகொண்டு அவள் தர்பார் செலுத்திய காலம். மாடத்திலும் உட்கார்ந்த இடத்திலும், பணத்தை எங்க வைத்தோம் என்று அவளுக்கு ஞாபகம் இருக்காது. யாராவது எடுத்து வைத்துக்கொண்டாலும் தெரியாது. இப்படிப் பெரும் போக்கில் அவள் பழகிவிட்டாள்.

அம்மாவின் ருசியும் அப்பாவினது போலத்தான். அம்மாவுக்கு மீன் இல்லாமல் முடியாது. மத்தியானம் மீன், இரவும் மீன். இரவுக் குழம்பைச் சுண்ட வைத்துக் காலையிலும் இட்லிக்கு மீன். அம்மாவின் உடம்பில் இரத்தம் ஓடுமா? மீன் ரசம் ஓடும்.

அப்பா என்னைப் பாதித்த மாதிரி அம்மா என்னைப் பாதிக்கவில்லை. அம்மா என்கிற ஸ்திரி ராட்சசி ஆனது, போன பத்து வருஷங்களாகத்தான். அப்பா வந்து ஈஸிசேரில் சாய்ந்தார். அம்மா எழுந்து உட்கார்ந்துவிட்டாள். அப்பா சுத்தமாக மௌனமாகிவிட்டார். அம்மா பேச ஆரம்பித்துவிட்டாள்.

அம்மாவுக்கு இரவு இல்லை, பகல் இல்லை, பேச ஆரம்பித்தாள். ஆதி காலத்தில் அப்பாவால் அவள் புறக்கணிக்கப்பட்டது தொடங்கி அன்று வரையிலான சரித்திரங்களைச் சகல அர்த்த பாவங்களோடு வாய்கிழிய ஆங்காரத்தோடு எதிர்ப்பக்கத்து வீடுகள் கேட்கும்படி பேச ஆரம்பித்தாள். அவள் கண்களில் குரூரம் தென்படத் தொடங்கியது. ஸ்திரியின் கண்களில் பாம்பின் குரூரம் வரலாமா? அப்பா செயலோய்ந்ததில் அவள் அந்தரங்கமாக சந்தோஷப்பட்டாள்.

அம்மாவை நான் வெறுக்கத் தொடங்கினேன்.

அப்பாவோடு அவள் முப்பத்தஞ்சு வருஷம் சம்சாரம் நடத்தினாள். மூன்று வருஷம் அஞ்ஞாதவாசம் பண்ணினாள். மீதி முப்பத்திரண்டு வருஷம் குடித்தனம் நடத்தியிருக்கிறாள். ஒரு கால் நூற்றாண்டுக் காலம் வெந்து, புழுங்கி, மனம் சலித்து, காயங்கள் ஆறாமலே இருக்கக் கீறிக் கீறி விட்டுக்கொண்டு வந்திருக்கிறாள்.

மாமனார் மாமியார் இருந்தவரை மருமகள் வாயைத் திறந்திருக்க ஹேது இல்லை. அவர்கள் போன பின்பு அப்பா செயலில் இருந்தார். அப்பாவைப் பார்த்து அம்மா என்ன, யாருக்குமே பேசத் தோணாது. தவிர, அம்மா ஓர் ஏழைக் குடும்பத்திலிருந்து பணக்கார குடும்பத்துக்கு கட்டிக்கொண்டு வந்தாள். இந்தத் தாழ்வு மனப்பான்மை அவளை இம்சித்திருக்கும். இப்போ அப்பாவும் ஏழை. பேச மட்டுமல்ல, ஏசவும் தொடங்கி விட்டாள்.

வீட்டில் மண்ணெண்ணெய் இல்லை என்பதில் விஷயம் தொடங்கும். 'நீங்கள்' என்று அப்பாவை விளித்துப் பேச்சைத் தொடங்கி 'நீ'யில் முடிப்பாள். எதிர், அண்டை வீட்டுப் பொம்பிளைகளை அழைத்து வந்து உட்கார்த்தி வைத்துக்கொண்டு அம்மா 'அந்த நாளைய' கதைகளைச் சொல்வாள். அப்பா கூடத்தில்தான் படுத்திருப்பார். அவருக்கும் கேட்க வேண்டும் என்பதே ஆசை.

தம்பி.

இவனுக்கு இப்போது வயது பதினெட்டு ஆகிறது. பையன் குறுக்கில் வளர்ந்து ஒரு யானைக் குட்டியைப்போல் இருக்கிறான். பதினெட்டு வயதில் ஏழாவதே படித்து, மேலும் படிப்பு ஏறவில்லை என்று சொல்லிவிட்டுப் பள்ளிக்கூடத்தைவிட்டு நின்றுவிட்டான்.

சில பேரைப் பார்த்தால் சில பறவைகள், மிருகங்கள் என் நினைவுக்கு வரும். இவனைப் பார்க்கும்போதெல்லாம் பன்றியின் ஞாபகமே எனக்கு வருகிறது. பன்றியைப்போலவே தின்பான். சதா அடுப்பங்கரையிலேயே சுற்றிச்சுற்றி வந்து, செரிமானம் ஆகக் கூடிய எதையும் எடுத்து வாயில் போட்டுக்கொண்டு போய்விடுவான்.

எதையும் ஒழுங்காகச் செய்யத் தெரியாதவன் இவன். எல்லா பிரகிருதிகளுக்கும் மூளை என்று ஒன்று இருக்கும். இது வாஸ்தவமானால் இவனுக்கும் மூளை இருக்கலாம். ஆனால், அது கொசு மூளையாகத்தான் இருக்கும்.

இவன் லட்சியம் சினிமா பார்ப்பது. சினிமா பார்க்கவே பிறவி எடுத்து வந்தவனைப்போலப் பார்த்தான். பார்த்துக்கொண்டிருக்கிறான். அவனுக்கு அபிமான நடிகன் படங்களையெல்லாம் சேகரித்து ஒரு 400 பக்க நோட்டில் ஒட்டி வைத்துக்கொள்வதே இவனது வாழ்நாள் காரியம். ஒரு நாளைக்கு ஒரு சினிமாவாவது இவனுக்குப் பார்த்துவிட வேண்டும். தீபாவளி,

பிரபஞ்சன் | 159

பொங்கல் போன்ற விசேஷ தினங்களில் ஐந்து சினிமாவை ஒரே நாளில் பார்ப்பான்.

தினம் ஒரு சினிமா பார்க்க இவனுக்குக் காசு எங்கே கிடைக்கிறது? திருடுவான். அம்மா அலமாரியில் மாற்றி வைக்கும் சில்லறைக் காசுகளைக் கொஞ்சம் கொஞ்சமாகத் திருடிச் சேர்ப்பான். எட்டணா சேர்த்தால் போதும். தேங்காய் வாங்கி வைத்திருந்தால் அதை எடுத்துப்போய் விற்றுவிடுவான். அரிசியைத் திருடி விற்பதும் உண்டு. தன் பழைய சட்டைகளை விற்பான். என் சட்டைகளையும் சமயங்களில் எடுத்துப்போய் விற்றதுண்டு.

சிகரெட் பழக்கம் உண்டு. பாவம், சமயங்களில் காசில்லாமல் மிகக் கஷ்டப்படுவான். பார்க்கப் பரிதாபமாய் இருக்கும்.

அப்பா இவனை அழைத்துப்போய் ஒரு மோட்டார் மெக்கானிக்கிடம் சேர்த்தார். ராத்திரி கரி முகமும், உடம்பெல்லாம் எண்ணெய் அழுக்குமாக வந்து சேர்ந்தான். அம்மாவுக்குக் கண்ணீரே வந்துவிட்டது. 'என் பிள்ளை இப்பிடி எல்லாம் கஷ்டப்படத்தான் வேணுமா?' என்று அப்பாவிடம் சண்டை போட்டாள். அப்பா வழக்கம்போல விட்டத்தைப் பார்த்தார். திரும்பவும் சினிமா பார்க்கவும், நிம்மதியாக சினேகிதர்களோடு சல்லாபம் செய்யவும் வேண்டிய நேரம் கிடைச்சாச்சு.

இவன் என்ன செய்யப் போகிறான்? என்ன தொழில் செய்து சாப்பிடப் போகிறான்? குறைந்தபட்சம் தன் ஒருவனை இவன் எப்படி போஷித்துக்கொள்ளப் போகிறான்? தெரியாது.

இந்தக் குடும்ப ஆலமரத்தைத் தாங்கப் போவதாக அப்பா இவனை ஒரு விழுதாக நினைத்துக்கொண்டிருக்கிறார்.

என் இரண்டாவது தம்பியைப் பற்றியும் கொஞ்சம் நீங்கள் தெரிந்துகொண்டால் நல்லது.

இவனுக்கு வயது பதினேழு. ஏழாவது படித்துக் கொண்டிருக்கிறான். இந்த வருஷமோ, அதற்கு அடுத்த வருஷமோ பள்ளிக்கூடத்தை இவன் விட்டுவிடுவான். இது சத்தியம்.

இவன் ஒல்லியானவன். தின்பதில் பெரியவனுக்குச் சற்றும் குறையாதவன். பேசும்போது நாக்கு இவனுக்குத் தெத்தும். இது இவனது பலவீனம். இதுவே பலம். இதையே காரணமாக வைத்து அம்மாவின் இரக்கத்தைச் சம்பாதித்துவிடுவான்.

சினிமா பார்ப்பதில் பெரியவனுக்குக் கொஞ்சமும் சளைக்காதவன் இவன். இவனுக்குக் காசு எங்கே கிடைக்கிறது? திருடுவான், இவன் திருட்டு வெகு விசேஷமானது. வீட்டில் கிடக்கும் பழைய பித்தளை, இரும்பு இவைகளைத் திருடிக் காயலான் கடையில் விற்று டிக்கெட்டுக்குச் சேர்த்துவிடுவான்.

ஒருமுறை பெரியவனுக்கும் இவனுக்கும் ஏதோ பங்கில் தகராறு. சாவகாசமாக விற்கலாம் என்று ஓர் இரும்புத் தாழ்ப்பாள், ஒரு சைக்கிள் டைனமோ ஆகியவற்றை எங்கிருந்தோ எடுத்துவந்து வைத்துக்கொண்டு, ஒரு பழஞ் செருப்பையும் வைத்துவிட்டான். சாயங்காலம் பள்ளிக்கூடம்விட்டு வந்தவன் ரகசியமாகப் பெட்டியைத் திறந்து பார்த்துத் திடுக்கிட்டுப் போனான். முகம் வெளுத்துவிட்டது.

சின்னவன் அம்மாவை அதிகாரத்தோடு காசு கேட்பான். என்ன கஷ்டமாக இருந்தாலும் அம்மா கொடுத்துவிடுவாள். காரணம் இதுதான். அம்மா தன் பலவீனங்களை அவனுக்குக் காட்டிக்கொடுத்துவிட்டாள். எனக்கும், என் மனைவிக்கும் நடக்கும் உரையாடல்களை ஒட்டுக் கேட்டு அவளுக்குச் சொல்லும் படியாக அவனைப் பழக்கிவிட்டாள். ஓட்டலிலிருந்து மனைவிக்கு நான் என்ன பலகாரம் வாங்கி வருகிறேன், இத்யாதி சின்ன விஷயங்களையெல்லாம் மோப்பம் பிடித்து அம்மாவிடம் காதும் மூக்கும் வைத்துக் கதை சொல்வது. இதன் பிரதியுபகாரமாக அம்மா காசு கொடுப்பாள். சினிமாவுக்கு இரண்டாம் ஆட்டம் போக அனுமதி கொடுப்பாள்.

இதன் பயனாகப் பெற்றவர்கள் மீதிருக்க வேண்டிய ஒரு சாதாரண மரியாதைகூட இவனுக்கு இல்லாமல் போய்விட்டது. கோணலாக வளர்ந்தான். நிமிர்த்த அம்மாவாலோ என்னாலோகூட முடியவில்லை.

பரீட்சை மார்க் லிஸ்டில் இவனே கையெழுத்துப் போட்டுக் கொடுத்துக்கொண்டு வந்தான். ஹெட்மாஸ்டர் அப்பாவின் நண்பர். ஒரு நாள் வீட்டுக்கு வந்து பேசிக்கொண்டிருக்கும்போது உண்மை வெளியாச்சு. இதற்காவது அம்மா கோபிப்பாள், கண்டிப்பாள் என்று எதிர்பார்த்தேன். ஊகூம், அப்பா முனகினார். 'உனக்கு அப்பா இல்லேடா... அப்பிடின்னு சொல்லுடா...' என்று விட்டாள்.

இவனும் ஒரு விழுதுதான். இந்த விழுது தன்னைத் தாங்கும் என்று அப்பா எதிர்பார்த்துக்கொண்டிருக்கிறார்.

அடுத்தது நான்தான். எல்லாவற்றிலும் பெரிய விழுது நானே. இந்தக் குடும்பத்து ரட்சகன். மேய்ப்பன், என்று அப்பா நம்பினார்.

அப்பா என்னை டாக்டராக்க வேண்டும் என்று ஆசைப்பட்டார். அம்மா இந்த உலகத்துச் செல்வங்களையெல்லாம் வாரி அவள் காலில் கொட்டுவேன் என எதிர்பார்த்தாள். நல்ல சவுக்குக் கரியாகத் தேய்த்து அவர்கள் முகத்தில் பூசினேன்.

பள்ளிக்கூடத்து வகுப்பறைக்குள் நான் பாடம் படித்துக்கொண்டிருந்த அந்த நாளிலேயே அவள், அவள்தான் கலைக்கன்னி, என்னைக் கண்ணடித்து வெளியே கூப்பிட்டாள். நான் வெளியே வந்துவிட்டேன். என்னைக் கையைப் பிடித்து அழைத்துக்கொண்டுபோய் பல ஆச்சரியங்களை எனக்குக் காட்டினாள். விந்தைகளைக் கற்பித்தாள். சிருஷ்டி விசித்திரத்தை எனக்குப் போதித்தாள்.

நான் பொம்மை செய்யும் கலைஞன் ஆனேன்.

பதின்மூன்று பதினாறு வயசிலேயே அருமையான காண்பார் புருவம் மேலேறும்படியான பொம்மைகளையெல்லாம் நான் செய்தேன். என் கண்ணில் விழுந்த அனைத்தையும் என் மனசில் கட்டிப்போட்டு வைத்துக்கொண்டேன். என் விரல்களால் அவற்றுக்கு உருவம் கொடுத்தேன். என் முன்னால் விரிந்து படுத்திருக்கும் என் புஸ்தகங்கள், நான் பொம்மை செய்யும் மண்ணைவிட எந்த விதத்திலும் உசத்தியானதாக எனக்குப் படவில்லை. நான் அந்தப் புஸ்தகங்களை வாரித் தூரப் புழுதியில் எறிந்தேன். நான் படிப்பை நிறுத்திக்கொண்டேன்.

என் அப்பாவுக்கும் அம்மாவுக்கும் நான் நாலாவது பிள்ளை. முதல் மூன்றும் பிறந்து செத்துப் போயின. பிள்ளைகள் தங்காமல் போகவே, அப்பாவும் அம்மாவும் காசி, இராமேஸ்வரம் போய் பிள்ளை வரம் இருந்து நோன்பு நோற்றுப் பெற்ற பிள்ளை நான். சின்ன வயசில் நான் கேட்டது எதுவும் எனக்குக் கிடைக்காமல் இருந்தது இல்லை. கிடைக்காவிட்டால் நான் கோபக்காரனாவேன்.

அப்பா ஓட்டல் வைத்திருந்த நேரம். அப்போது என்னைப் போன்ற இளைஞர்கள் மத்தியில் மவுத் ஆர்கன் பிரபலமாக இருந்த சமயம். அப்பாவை ஒன்று வாங்கிக் கொடுக்கச் சொன்னேன். அப்பா சரியென்றார். வேலை மிகுதி, மறதி காரணமாக இன்று, நாளை என்று தள்ளிப் போட்டுக்கொண்டே வந்தார். வழக்கம்போல ஒருநாள் சாயங்காலம் டிபன் சாப்பிட்டுவிட்டுக் கல்லா பக்கம் வந்து நின்றேன்.

“மறந்துட்டடம்பா... நாளைக்கு வாங்கித் தர்றேன்” என்றார் அப்பா. வியாபாரம் மும்முரமாய் நடந்துகொண்டிருந்தது. நான் நின்றுகொண்டேயிருந்தேன். அப்பா என் பக்கம் திரும்பினார். அந்தச் சமயத்தில் நான் எப்படி அந்த விதம் மாறினேன் என்று எனக்கு விளங்கவில்லை. அப்பாவின் கன்னத்தில் ஓங்கி ஓர் அறை விட்டேன். ஓட்டல் ஸ்தம்பித்துவிட்டது ஒரு கணம். சர்வர்கள் குழுமிவிட்டார்கள்.

அப்பா சிரித்தபடியே “அடேயப்பா... எம்மவன் என்னைவிடப் பெரிய கோவக்காரம்பா...!” என்றார். அவர் கண்கள் நீர்க் கோடுகளால் பிரகாசித்தன. அன்று ராத்திரி நான் நல்ல தூக்கத்தில் இருக்கும்போது என்னை எழுப்பி மவுத் ஆர்கனைக் கொடுத்தார்.

என் பொம்மைகளை அப்பா ரசித்தார்; அம்மா கரித்துக் கொட்டினாள். நான் பொம்மை செய்ததற்காக அல்ல; அதைக் காசாக்க என்னால் முடியவில்லை என்பதற்காக. என்னால் என் பொம்மைகளை விற்க முடியவில்லை. விற்றால் வாங்குவாரும் இல்லை. என் பொம்மைகளைவிட அழகிலும் தரத்திலும் குறைந்தவை விற்பனையாவதைக் கண்டு, அவள் வயிறு எரிந்தது. அதற்கு நான் என்ன செய்யட்டும். என்னைவிடத் திறமை குறைவான கலைஞர்கள் பொம்மை விற்றே சமூக அந்தஸ்து, சௌகர்யங்களோடு வாழ்வதைப் பார்த்து அவள் என்னைத் தன் விஷப்பற்களால் தீண்டிக்கொண்டேயிருந்தாள். நல்லவேளை! நான் அவள் விஷத்தால் பாதிக்கப்படவில்லை.

அப்பா என்னை என் போக்கில் விட்டார். என்னை அவர் புரிந்துகொண்டார். என் அப்பா என்னைப்போலத்தான் என்பதையும் நான் அவரைப்போலத்தான் என்பதையும், பரஸ்பரம் நாங்கள் இருவருமே புரிந்துகொண்டோம். அப்பா ஸ்திரிகளிடம் தேடிய அழகை, நான் களிமண்ணில் தேடுகிறேன். நாங்கள் இருவருமே கலைஞர்கள்தான். என் கலாபூர்வமான வாழ்க்கை எனக்கு இந்த தரிசனத்தைத்தான் தந்தது.

அப்பாவை நான் ஆராதிக்கிறேன்.

என் உடலை வளர்க்கவாவது, போஷிக்கவாவது எனக்கொரு வேலை தேவை என்பதை என் நண்பர்கள் உணர்ந்து எனக்கொரு கடை வைத்துக் கொடுத்தார்கள். கடைசிவரைக்கும் என் சக்தியை அனைத்தும் திரட்டிக் கடையை, நான் கைவிடாமல் ரட்சித்தேன். ஆனால், கடை என்னைக் கைவிட்டது. எந்த

விதமான வியாபாரத்துக்கும் நான் லாயக்கானவன் இல்லை என்பதை என் அனுபவங்கள் உணர்த்தின.

நான் என் கூட்டுக்குத் திரும்பிவிட்டேன். மண்ணைக் காய விடாமல் நீரூற்றிப் பிசைவதும் கலர் தாள்களை வெட்டிச் சேகரிப்பதும், வர்ணங்களைக் கொட்டாங்கச்சிகளில் ஊற்றிக் கலப்பதும் என் நித்திய வழக்கமாய்விட்டது.

நான் காளி பொம்மை செய்ய வேண்டும் என்று ஒருவர் கேட்டார். நானும் செய்தேன். வந்து பார்த்தார்...

"ஹ... இதுவா காளி? தூக்கிய பாதம் எங்கே? துருத்திய நாக்கு எங்கே? ஏந்திய திரிசூலம் எங்கே? பதினாறு கைகள் எங்கே? என்றார் அவர்.

"அதற்கு இன்னும் வேளை வரவில்லை. அதுவரையில் காளி இப்படித்தான் இருப்பாள்...? என்றேன்.

நான் சிருஷ்டித்த காளி சாந்த சொரூபி.

புருஷ உதடுகள் ஸ்பரிசிக்காத, வெற்றிலை உதடுகளும் கொண்டு சௌந்தர்யவல்லியாய் நிர்வாணமாய் இருந்தாள்.

"நீ ஒரு கலைஞனா?" என்று அவர் போனார்.

அப்புறம் ஒருவர் வந்தார். மக்களெல்லாம் மதித்து வணங்கும் ஒருவரின் பொம்மையைச் செய்யச் சொல்லிப் போனார்.

நானும் செய்து வைத்தேன். வந்து பார்த்தார்.

திடுக்கிட்டு மூர்ச்சித்தார். "என்ன இது, தலையைக் காணோம்? என்றார். "இவர்களுக்கெல்லாம் தலையே கிடையாது... இல்லாததை இருப்பதாய்ச் சொல்லுவது பெரும் பாவம்...? என்றேன்.

அவர் என்னைத் தூற்றிப் போனார்.

அப்பாவின் நண்பர் ஒருவர், நாலைந்து பஸ்களுக்கு முதலாளி. அப்பா வாழ்ந்தபோது கூடவே இருந்து பலன் கண்டவர். ஒரு மனித அட்டை. ஹோட்டலில் டிகிரி காப்பியும் சுவீட்டுமாகச் சாப்பிட்டுக் கணக்கெழுதிப் போனவர். நாளதுவரை கணக்கைத் திருப்பித் தர வேண்டுமென்ற எண்ணமே இல்லாதவர். கடைத் தெருவில் ஒருநாள் என்னைப் பார்த்தார்.

"என்னப்பா... சௌக்யமா? உங்கப்பன் எப்படி இருக்கான்...?" என்றார்.

"சௌக்யம்தான்...?" என்றேன்.

"என்ன செய்யிறே?"

"சும்மாதான் இருக்கேன்."

"சும்மா இருக்கியா...? வயசாகல்லியா? ஏதாவது பிஸினஸ் பண்றது...

"பிஸினஸ் பண்ணப் பணம் இல்லே..."

"எங்கேயாவது கடன் வாங்கறது...?"

"கொடுத்த பணம் திரும்பி வந்தா தேவலாம்..."

"யார் தரணும்...?"

"நீங்கதான்...?"

"என்ன...?"

"அப்பாவோட ஓட்டல்ல தின்ன பாக்கி... கொடுத்தாத் தேவலாம்..."

"பொறுக்கி" என்று சொல்லிவிட்டுப் போய்விட்டார். அவர் முகம் கோணியதைச் சிவந்ததை, வெளுத்ததை, சுண்டைக்காய் ஆனதை அப்பாவிடம் வந்து சொன்னேன்.

"போறான் போ" என்றார்.

தஞ்சாவூரில் என் பொம்மைக் கலையில் தேர்ந்தவன் ஒருவன் இருப்பதாகக் கேள்விப்பட்டேன். போனேன். போகும் வழியில்தானே சீர்காழியும் கும்பகோணமும். அப்பாவின் சாதனைத் தோழிகளாக இருந்த சீர்காழி சொர்ணத்தையும் கும்பகோணம் கோகிலத்தையும் பார்க்க ஆசையாக இருந்தது. ஸ்டேஷனில் இறங்கிவிட்டேன்.

யாரைக் கேட்பது? எப்படிக் கேட்பது?

சொர்ணத்துக்கு எப்படியும் ஐம்பதுக்கு மேல் இருக்கும் என்கிற யூகம் எனக்கு. வீடு எங்கே இருக்கும்? பெரும்பாலும் கோயிலைச் சுற்றித்தான் இருக்கும்.

கோயில் மதில் சுவர் மிகவும் பெரியதாக இருந்தது. ஒட்டி ஒரு பழைய தெரு, பழைய வீடுகள். உருக்குலைந்த ஒரு கலாச்சாரத்தை அங்கே என்னால் பார்க்க முடிந்தது.

வழி வந்தவரை விசாரித்தேன்.

"சொர்ணம்கிறவங்க வீடு...?"

"எந்தச் சொர்ணம்...? நீங்க யாரு...?"

"வயசானவங்க, முந்தி இங்கதான் இருந்தாங்க. நாம்ப அசலூரு... சும்மா பார்க்கலாம்னுட்டு... நமக்கு வேண்டியவங்க."

"செவப்பா இருப்பாளா கிழவி. அவ ஒரு மாதிரிப்பட்டவள்ள... இந்த சந்தே..."

"எந்த வீடுன்னு தயவு பண்ணி சொன்னீங்கன்னா..."

"அதோ ஒரு மச்சு வீடு தெரியுதுல்ல; அதுக்குப் பக்கத்துக் குடிசைதான்..."

அவன் ஒரு மாதிரியாக என்னைப் பார்த்துப் போனான்.

குழந்தைகள் என்னைப் பின் தொடர்ந்து கூட்டமாக வந்தன.

குடிசை வந்தது. இரண்டு பக்கங்களிலும் முழங்கால் அளவு உயரத்தில் திண்ணைகள். திண்ணைகள் மண் பெயர்ந்தும் இடிந்தும் அசுத்தமாயும்!

என்னைப் பின் தொடர்ந்து வந்த குழந்தைகளில் ஒன்று உள்ளே புகுந்து ஒரு கிழவியை இழுத்து வந்தது.

கிழவி, தட்டுத் தடவிக்கொண்டு வந்து, தூணைப் பிடித்துக்கொண்டு நின்றாள்.

"ஆரு...?" என்றாள்.

"நான் ரங்கநாதன்... புதுச்சேரியிலிருந்து வர்றேன்..."

"ஆங்..."

கைகளை நெற்றியில் வைத்துக்கொண்டு பார்த்தாள். காது கேட்கவில்லை. என்று மீண்டும் சத்தம் போட்டுச் சொன்னேன்.

"ஒனக்கு... ஒங்களுக்கு ஆரு வேணும்...?"

"சொர்ணம்கிறது...?"

"நான்தான். நீங்க ஒக்காருங்க... நிக்கிறீங்களே..."

"இருக்கட்டும். நான் புதுச்சேரி சாமிக்கண்ணு... மவன்..."

"ஆரு... நாடாரா...?"

தொப்பென்று திண்ணையில் உட்கார்ந்துகொண்டாள். தோல் சுருங்கி வற்றி, உலர்ந்து கிடந்தாள் கிழவி. ஆனாலும்

மேனியின் சந்தன வர்ணம் மட்டும் மங்கவில்லை. தலைமுடி கழுத்து வரைதான் இருந்தது. கண் ரப்பைகளின் முடியும் நரைத்து விகாரமாய் இருந்தது. நெற்றியின் பச்சை நரம்பு வீங்கிப் புடைத்துத் தெரிந்தது.

'நீயா? நீயா அம்மா நூறு மைல்களுக்கு அப்பாலிருந்து, ஓர் அழகின் அர்ச்சகனை இழுத்து வந்து உன்னை அர்ச்சனை பண்ணிக்கொண்டவள்..!' என நினைத்துக்கொண்டேன்.

பக்கத்து, எதிர்வீட்டிலிருந்து பல தலைகள் என்னைப் பார்த்தன. வாங்கிப் போயிருந்த பழங்களைத் திண்ணையில் வைத்துவிட்டு நடந்தேன்.

கும்பகோணத்துக்கும் போனேன்.

கண்டுபிடிக்க முடியவில்லை.

திரும்பி வந்த பிறகு அப்பாவிடம் சொன்னேன். அப்பா நீண்ட நாழிகை பேசவே இல்லை. என் கைகளை எடுத்து வைத்துக்கொண்டு தடவிக் கொடுத்துக்கொண்டேயிருந்தார்.

என்னைப் பற்றி இவ்வளவுபோதும்.

நாங்கள்தான் விழுதுகள். இந்தக் குடும்ப ஆலமரத்தைத் தாங்கப் போகிறவர்கள்.

1979